પાવર થિંકિંગ

ડૉ. ઉજ્જવલ પાટની

BDS., MBA., CCP., CHR.

આંતરરાષ્ટ્રીય ટ્રેનર, મોટિવેશનલ સ્પીકર તેમજ પ્રખ્યાત લેખક

ગુજરાત પુસ્તકાલય સ. સ. મંડળ લિ.

૧૧, ઈલોરા કોમર્શીયલ સેન્ટર, પહેલો માળ, રીલીફ સીનેમા પાછળ.

સલાપસ રોડ, અમદાવાદ–૩૮૦ ००૧

ફોન : ૨૫૫૦ ૬૯૭૩

ડાયમંડ બુક્સ

આભાર

- એ બધા વિચારકોનો, જેમના ક્રાંતિકારી વિચારોથી આ કૃતિ સમૃદ્ધ થઈ.
- એ બધા વ્યવસ્થાપક વિશેષજ્ઞોનો, પ્રેરકો અને મહાનાયકોનો, જેઓએ મારા જીવનને પ્રત્યક્ષ કે અપ્રત્યક્ષ રૂપથી પ્રભાવિત કર્યા.
- ડાયમંડ બુક્સના પ્રમુખ શ્રી એન.કે. વર્મા તેમજ તેમની ટીમનો, જેઓ મને સ્નેહ અને વિશ્વાસથી દુનિયાના ખૂણે-ખૂણામાં પહોંચાડે છે.
- રામકુમાર રાજપૂત, ડૉ. રવિન્દ્ર ચન્દ્રાકર, ડૉ. અશ્લેષા, વિજી થોમસ, તનુ સંદીપ સોની, ઈશ્વરી, એન્થની ડિસૂજા (આવરણ ફોટો) તેમજ દિલેશ્વરનો, જેઓએ અથાગ પરિશ્રમથી આ કૃતિને જીવન આપ્યું.
- ઈન્ટરનેટ પ્રમોશન પ્રમુખ ડૉ. ધવલ માદાનીનો, જેઓએ ઈન્ટરનેટ પર વિશ્વવ્યાપી પ્રચાર-પ્રસારને અંજામ આપ્યો.

ISBN : 978-81-288-3792-0

પ્રકાશક	:	**ડાયમંડ પૉકેટ બુક્સ પ્રા. લિ.** *X-30,* ઓખલા ઈંડસ્ટ્રિયલ એરિયા, ફેઝ-II, નવી દિલ્હી-110020
ફોન	:	011-41611861, 40712100
ફેક્સ	:	011-41611866
ઈ-મેઈલ	:	sales@dpb.in
વેબસાઈટ	:	www.diamondbook.in
સંસ્કરણ	:	2022
મુદ્રક	:	સ્ટાર પ્રિન્ટ-ઓ-બાઈન્ડ, ઓખલા, નવી દિલ્હી-૨૦

અનુક્રમણિકા

પાવર થિંકિંગના ચાર સિદ્ધાંત

વ્યક્તિગત જીવનમાં પાવર થિંકર બનવાના ચાર ચરણ

આઠ ક્રાંતિકારી અને કડવા ઉપાય

સૌગંદ

હું (અહીંયા પોતાનું નામ લખો)

....

સૌગંદ લઉં છું કે આ કૃતિને વાંચતા-વાંચતા હું મારું મસ્તિષ્ક ખુલ્લું રાખીશ તેમજ નવા વિચારોને પ્રવેશ કરવા દઈશ. હું વાંચતા દરમિયાન પોતાના પૂર્વાગ્રહોથી મુક્ત થઈને આશાવાદી રહીશ. હું દરેક પ્રકારની બહાનાબાજી તેમજ પ્રતિરોધાત્મક વિચારધારાથી દૂર રહીશ અને ખુદની પૂરી જવાબદારી લઈશ. હું સંદેહ કે અવિશ્વાસ વગર, પોતાની સર્વશ્રેષ્ઠ યોગ્યતાથી, આ કૃતિમાં અલગ-અલગ સ્થાનો પર પોતાના વિચારોને વ્યક્ત કરીશ. વાંચતા દરમિયાન ખુદના દ્વારા લેવામાં આવેલા નિર્ણય પર તરત અમલ કરવાનું શરૂ કરીશ.

હસ્તાક્ષર

તારીખ / સ્થાન

૧

પાવર થિંકિંગ વાંચવાના નિયમ

સંસારની સૌથી મોંઘી પુસ્તક, સૌથી મહાન પ્રેરક અને મૂલ્યવાન વિચાર મળીને પણ, તમારી અંદર પરિવર્તન નહીં લાવી શકે, જો તમે બદલાવા ના ઇચ્છો તો.

✍ પાવર સૂત્ર, - *ડૉ. ઉજ્જવલ પાટની*

- આ અનોખી કૃતિ 'વર્કબુક'ની જેમ છે, જેમાં અનેક સ્થાનો પર તમારે ખુદથી પ્રશ્ન કરવાના છે, અને એના ઉત્તર લખવાના છે, તેથી આ કૃતિને વાંચતા હંમેશાં પેનને સાથે રાખો.

- જો તમે જીવનમાં નક્કર પરિવર્તન ઇચ્છો છો, તો આ કૃતિમાં તમારે પ્રામાણિકતાથી પોતાના જીવન વિશે લખવું પડશે. આ કૃતિ થોડાં સમય પછી તમારા જીવનનો ગ્રંથ બની જશે, આથી પોતાની કૃતિને વ્યક્તિગત રૂપથી સંભાળીને રાખો. જો તમને પોતાના જીવનને સાર્વજનિક કરવામાં કોઈ તકલીફ ના હોય, તો જ અન્ય લોકોને પોતાની કૃતિ વાંચવા આપો.

- લખતાં-લખતાં વાંચો, એકાંતમાં વાંચો, થોડું વાંચો અને વધારે અમલ કરો.

- વાંચતા દરમિયાન પક્ષપાત વગર આત્મનિરીક્ષણ કરતાં રહો કેમ કે આ પરીક્ષાના પરીક્ષાર્થી પણ તમે છો, અને પરીક્ષક પણ તમે.

૨

મારા પર કરજ છે

આદરણીય પપ્પા

જ્યારે હું પ્રાઈમરી સ્કૂલમાં હતો, તમને ઈશ્વરે બોલાવી લીધા. મને તમારી સાથે ખૂબ ઓછો સમય વિતાવવાની તક મળી હતી પરંતુ તમારી જિંદાદિલી અને બહાદુરીના કિસ્સા મને આજે પણ આંદોલિત કરતાં રહે છે.

આદરણીય મમ્મી

આજે હું જે કંઈ પણ છું, તમારા કારણે છું. મારી બધી ભૂલોને માફ કરીને, તમે હંમેશાં મારી તાકાત બનીને ઊભી રહી. હું દુર્ભાગ્યશાળી છું કે તમને સુખની ક્ષણ આપવાની તક મને ક્યાયે ના મળી શકી. જેમ જ મારી જિંદગી આકાર લેવા લાગી, તમે મને છોડીને જતાં રહી.

આદરણીય દાદાજી

તમે જીવનભર સાચા સંસ્કાર આપ્યા, અનુશાસન શિખવ્યું અને દરેક જરૂરિયાતને પૂરી કરી. મારી દરેક સફળતા પર ગર્વથી તમારી છાતી ફુલાઈ જતી હતી. અફસોસ એ છે કે તમે મને એક લેખકના રૂપમાં ના જોઈ શક્યા.

હું તમને વચન આપું છું કે તમારા આશીર્વાદથી દુનિયામાં એવા કાર્ય કરવાનો પ્રયત્ન કરીશ, જેનાથી તમને લોકોને પોતાના સંસ્કારો અને ઉછેર પર ગર્વ થઈ શકે. આ કૃતિ આપા ચરણોમાં સમર્પિત છે.

૩

આને વાંચીને જ આગળ વધો

આજકાલ યુવા પૉઝિટિવ થિંકિંગને પુસ્તકી અને બોરિંગ માનવા લાગ્યા છે. તેઓ કહે છે કે આજના સંદર્ભમાં પૉઝિટિવ થિંકિંગ પ્રેક્ટિકલ નથી કેમ કે તે ફક્ત આદર્શવાદની વાત કરે છે. દરેક પરિસ્થિતિમાં એડજસ્ટ કરો, હંમેશાં હસતા રહો, બધાને ખુશ રાખો, ભાગ્યમાં જે લખ્યું છે - તે થઈને રહેશે, માણસ જે વિચારે - તે મેળવી શકે છે, શું આ બધું આજની પ્રેક્ટિકલ દુનિયામાં ખરેખર લાગૂ થાય છે ?

મારા મનમાં હંમેશાં એ પ્રશ્ન ઊઠે છે, શું આજના આ પ્રતિસ્પર્ધી અને મહત્વાકાંક્ષી યુગમાં ફક્ત પૉઝિટિવ થિંકિંગના બળ પર ઊંચાઈ પ્રાપ્ત કરી શકાય છે શું ફક્ત પૉઝિટિવ થિંકિંગ તમને એ સફળતાઓ અપાવી શકે છે, પૉઝિટિવ થિંકિંગ રાખે છે, પરંતુ એમના જીવનમાં એટલી સફળતાઓ નથી, જેટલી હોવી જોઈતી હતી. હું એવા પણ લોકોને જાણું છું, જેઓ મહેનત કરવાને બદલે આશા લઈને બેઠા છે કે એમનો પણ દિવસ આવશે અને ભાગ્ય ચમકશે.

પાવર થિંકિંગ આ બધા અર્થોમાં પૉઝિટિવ થિંકિંગથી આગળ વધીને પ્રેક્ટિકલ, શક્તિશાળી, આત્મનિર્ભર અને દૂરદર્શી બનવાની રાહ બતાવે છે. આના માટે આપણે પૉઝિટિવ થિંકિંગને ત્યાગવાનું નથી, પરંતુ એક પગલું આગળ વધીને પાવર થિંકિંગને અપનાવવાનું છે.

પાવર થિંકિંગ કહે છે કે સફળતાઓને મેળવવા માટે તમને ''હા''થી વધારે ''ના'' બોલવાની કળા આવડવી જોઈએ. આનાથી તમે બીજાઓ માટે ઉપયોગી

તો રહેશો પરંતુ કોઈ તમારો દુરુપયોગ નહીં કરી શકે. પાવર થિંકિંગ પોતાના હિતોની રક્ષા રવાની શક્તિ પેદા કરવાનું કહે છે. આપણને ''હાર્ડ વર્ક''થી વધારે ''સ્માર્ટ વર્ક'' કરવાનું કહે છે. પાવર થિંકિંગ કહે છે કે સાચાને સાચું સિદ્ધ કરવા મોટ પણ આ જમાનામાં ભગવાન શ્રીકૃષ્ણ જેવા સામ-દામ-દંડ-ભેદ આવડવા જરૂરી છે.

પૉઝિટિવ થિંકિંગની મદદથી તમે સારું વિચારીને લક્ષ્ય તો બનાવી શકો છે, પરંતુ એ લક્ષ્યને હકીકતમાં બદલવા માટે પાવર થિંકિંગ જોઈએ. પાવર થિંકિંગ કહે છે કે જ્યાં સુધી તમે નથી બદલાતા, તમારો પરિવાર નથી બદલાતો, ત્યાં સુધી સમાજને બદલવાની વિચારધારા મૂર્ખતા છે. એક પિતા કે માતાના રૂપમાં પાવર થિંકિંગ તમારાથી જબરદસ્ત આત્મનિરીક્ષણ કરવાનું કહે છે. આનાથી તમને ખુદના વિશે એવા કડવા સત્ય જાણ થાય છે, જે તમે આનાથી પહેલાં જાણતા ન હતા, અથવા એને મ્હોંથી ચોરાવી રહ્યાં હતા.

પાવર થિંકિંગ કહે છે કે આપણાં જીવન મૂલ્ય સશક્ત હોવા જોઈએ કે આપણે આગળ વધીને ક્યારેય કોઈની સાથે ખોટું ના કરીએ પરંતુ એટલી તાકાત પણ હોવી જોઈએ કે કોઈ આપણી સાથે ખોટું ના કરી શકે. આ પુસ્તકમાં પૉઝિટિવ થિંકિંગના પ્રચલિત નિયમોથી આગળ વધીને પાવર થિંકિંગ રજૂ કરવાનું સાહસ મેં કર્યું ચે, જો ખરાબ લાગે તો ક્ષમા પ્રાર્થી છું.

જે દેખાશે તે વેચાશે, લિસ્ટ બનાવીને મિત્રતા કરો, ટીકાકાર મૂર્દાબાદ, ઈડિયટ દિવસ મનાવો, ખુદને ખુદના જ સર્ટિફિકેટ આપો, પોતાના પરિચયના લોકોને રોલ મૉડલ બનાવો, વગેરે અનેક વિષય તમને જિંદગી વિશે નવા પ્રકારથી વિચારવા પર મજબૂર કરી શકે છે. જો તમે પૉઝિટિવ થિંકર છો, તો દાયરાને મોટો કરીને પ્રેક્ટિકલ બનો અને જીવનમાં પાવર થિંકિંગને અપનાવી લો.

શંકા અને પ્રતિરોધની સાથે ના વાંચો, હીનતા અને નિરાશાની સાથે ના વાંચો, જબરદસ્ત ઊર્જાની સાથે વાંચો. સમય વિતાવવા માટે ના વાંચો, સમયના સર્વોત્કૃષ્ટ ઉપયોગ માટે વાંચો. કોઈ બીજાને બદલવા છે, એ વિચારીને ના વાંચો, પરંતુ ખુદને

બદલવાના છે, એમ વિચારીને વાંચો. જ્યારે ભારરૂપ થઈ જાઓ, થાકેલા હોવ, વાંચવાનું મન ના હોય તો પુસ્તકને તરત બંધ કરીને રાખી દો. આવી કૃતિઓ એ સમયે વાંચવામાં આવે છે, જ્યારે મસ્તિષ્ક સૌથી વધારે સક્રિય અને ઊર્જાવાન હોય.

આ વ્યક્તિત્ત્વ વિકાસની હજારો પુસ્તકોથી અલગ છે કેમ કે આ એક વર્કબુકની જેમ છે. આને તમારે પેનને સાથે લઈને વાંચવું પડશે. જો તમે વર્કશીટને નજરઅંદાજ કરીને આગળ વધી જશો, તો આ પુસ્તક પણ સામાન્ય પુસ્તકોની શ્રેણીમાં ચાલી જશે.

આ પુસ્તકમાં મેં ઘરેડથી હટીને આઠ ક્રાંતિકારી અને કડવા અધ્યાય લખ્યા છે. આ અધ્યાયો માટે મને નિન્દા પણ પ્રાપ્ત થઈ શકે છે અને પ્રશંસા પણ, પરંતુ મેં સત્ય લખ્યું છે, એ વાતનો મને આનંદ છે. તમારે અસહમત થવાનો અને નિઃસંકોચ મારા સુધી વિચાર પહોંચાડવાનો પૂરો અધિકાર છે.

જો આ પુસ્તક તમારા જીવનને શ્રેષ્ઠતા આપવામાં સફળ થાય છે, તો તમે આગળનું પગલું વધારતા-વધારતાં અમારી ''પાવર થિંકિંગ - ગોલ્ડન વર્ક બુક''ની મદદ લો. તે ક્યારેક કોઈ સ્ટૉલ પર ઉપલબ્ધ નહીં હોય. એને તમે અમારી ઑફિસથી સંપર્ક કરીને પ્રાપ્ત કરી શકો છો.

તમે મહત્ત્વપૂર્ણ હસ્તીના રૂપમાં દુનિયામાં યાદ કરવામાં આવો, તમે અલગ-અલગ વિસ્તારોમાં સંતુલન અને શ્રેષ્ઠતા પ્રાપ્ત કરો, શુભકામનાઓની સાથે.

તમે મારા દરેક વિચાર સાથે સંમત હોવ, એ જરૂરી નથી, પરંતુ જેનાથી પણ સંમત હશો, એને અમલમાં લાવજો.

તમારાથી શીખતા, તમને શીખવાડતા

ડૉ. ઉજ્જવલ પાટની

Email - training@ujjwalpatni.com
powerthinkingbooks@gmail.com
Website - www.ujjwalpatni.com

૪

હું પરફેક્ટ નથી શું ફરક પડે છે

હું પરફેક્ટ નથી કેમ કે આ ધરતી પર રહેવાવાળો કોઈ પણ માણસ પરફેક્ટ નથી હોઈ શકતો. હું એક ફેશન મૉડલની જેમ સુંદર ચહેરા અને ગઠીલા શરીરનો માલિક નથી. મારી સાથે એક સામાન્ય માણસની જેમ સાધારણ આંખો, નક્શો છે, જે કોઈને પસંદ આવે છે, અને કોઈને નહીં.

હું પરફેક્ટ નથી કેમ કે મારી મેમરી દરેક વાતને યાદ નથી રાખી શકતી. હું રસ્તાઓને ખૂબ વધારે ભૂલું છું, લોકોના ચહેરા ભૂલું છું અને મોટાભાગના લોકોના જન્મદિવસ યાદ નથી રાખી શકતો.

હું પરફેક્ટ નથી કેમ કે માતા-પિતાનો પડછાયો હટી જવાથી હું અનુશાસિત નથી રહ્યો. હું મોડી રાત સુધી પુસ્તકો લખું છું, ટી.વી. જોવું છું અથવા મોબાઈલ પર ચેસ (શતરંજ) રમું છું અને ક્યારેય સમય પર સૂતો નથી. ખૂબ વધારી ચા પીવું છું. મહીનામાં અનેક વખત ડૉમિનોજમાં ગાર્લિક બ્રેડ અને વ્હાઈટ પાસ્તા ખાવા જાઉં છું, જ્યારે એક ડૉક્ટર હોવાના સંબંધે મારે પરેજ કરવી જોઈએ.

હું પરફેક્ટ નથી કેમ કે મારો રૂમ અત્યંત વિખેરાયેલો રહે છે, મારી દરેક વસ્તુ શોધવી પડે છે અને ઘરવાળા મને સાફસૂથરો નથી માનતા. હંમેશાં હું પૂરા કપડાં અને મોજા પહેરીને સૂઈ જાઉં છું.

હું પરફેક્ટ નથી કેમ કે લોકો સાથે વધારે મેલજોલ નથી રાખી શકતો. લગ્નો કે અન્ય કાર્યક્રમમાં ઓછો જાઉં છું, લોકોના ઘેર ઓછો જાઉં છું, અને એમને પણ મારા ઘેર ઓછાં બોલાવું છું. મારા ઘરવાળા આ કારણથી હંમેશાં મારાથી નારાજ રહે છે.

હું પરફેક્ટ નથી કેમ કે ક્લીનિક ઓછો જઈ શકું છું આથી દરદી નારાજ રહે છે, પુસ્તકો લખવામાં મોડું થાય છે તો વાચક નારાજ થાય છે, ટ્રેનિંગ માટે તારીખ નથી આપતો તો ક્લાઈંટ નારાજ થાય છે, મંદિર નથી જતો તો સાસુ-સસરા નારાજ થાય છે. બધી તરફ નારાજગી છે.

હું પરફેક્ટ નથી કેમ કે હું પ્રામાણિક પોલિસ, જનઆંદોલન અને સત્યતાની જીતવાળી હિન્દી પિક્ચરોને વાંર-વાર જોઉં છું અને મારા ઘરવાળા બોર થઈ જાય છે. મોટાભાગે ઇંગ્લિશ પિક્ચરો મને બીજી વાર જોવા પર પણ યાદ નથી આવતી કે આને મેં પહેલાં જોઈ છે. મારી સાથે ઈમોશનલ પિક્ચર જોવું એક ટ્રેજેડી હોય છે કેમ કે ઈમોશનલ સીનમાં આંખોનો ખૂણો ભીંજાઈ જાય છે, અને ચહેરો છુપાવવો પડે છે.

હું પરફેક્ટ નથી કેમ કે જીવનમાં મેં અનેક ભૂલો કરી છે અને એના વિશે હું વિચારીને સારું નથી અનુભવતો.

હું પરફેક્ટ નથી કેમ કે પોતાની પત્ની, અન્ય પરિવારજન તથા સ્ટાફ પર વારંવાર દબાણ બનાવું છે કે તેઓ દૂરદર્શિતા અને ઝડપી ગતિને અપનાવે. આ દબાણના કારણથી તેઓ નારાજ રહે છે.

હું બાળપણથી જ પરફેક્ટ ન હતો કેમ કે સાયન્સ મૉડલ બનાવવા, ભાષણ હરિફાઈમાં ભાગ લેવા અને શતરંજ (ચેસ) રમવામાં બધો સમય વિતાવી દેતો હતો, અને આ જ કારણથી કેટલીય વખત નાપાસ થતો-થતો બચ્યો. હંમેશાં મને કોઈને કોઈ કારણથી ક્લાસથી બહાર કાઢી મૂકવામાં આવતો હતો.

હું દરેક કોઈને ખુશ કરી શકતો ન હતો, હું દરેક કોઈની અપેક્ષા પર ખરો ઉતરી શકતો ન હતો, કેમ કે હું માણસ છું અને મારામાં ખૂબ વધારે ઊણપો છે, મારાથી

ભૂલો થાય છે. એ હું જાણું છું, પરંતુ આ તમામ ઊણપો છતાં મને લાગે છે કે મારા જેવો દુનિયામાં કોઈ નથી. ઈશ્વરે મને તમારા બધાની જેમ જ સિંગલ પીસમાં બનાવ્યો છે અને હું ખુશ છું.

આ તમામ ઊણપો છતાં મને એક ડૉક્ટરના રૂપમાં પ્રશંસા મળી, એક લેખકના રૂપમાં અનેક પુસ્તકો લખી, અને લાખો પ્રશંસક બનાવ્યા. એક લીડરના રૂપમાં એક ગિનીજ વિશ્વ રેકૉર્ડ દેશની ઝોળીમાં નાખ્યો. એક પ્રશિક્ષકના રૂપમાં હજારો લોકોની જિન્દગીઓને સ્પર્શી, અને એ તમામ ઊણપો છતાં પણ ''પાવર થિંકિંગ''નો આ ક્રાંતિકારી સિદ્ધાંત તમારી સાથે વહેંચી રહ્યો છું. મારું સપનું છે કે આવવાવાળી પેઢી આ સિદ્ધાંતની મદદથી ખુદનું જીવન બદલે, અને મને યાદ કરે.

બાળપણથી લઈને મોટા થવા સુધી આ ખૂબ વધારે ઊણપો પછી જો હું 'હું' બની શકું છું તો તમે પણ 'તમે' બની શકો છો. આટલી બધી ઊણપો છતાં ગર્વ છે કે હું જિન્દગીને પૂરા દમથી જીવી શક્યો અને બધી જવાબદારી ઉઠાવી. મને આનંદ છે કે મારી પાસે જીવવાનું નક્કર મકસદ છે અને એ રસ્તામાં પૂરી શક્તિની સાથે વગર કોઈની પરવા કર્યા વગર વધી રહ્યો છું. મને વિશ્વાસ છે કે તમે પણ પરફેક્ટ હોવ કે ના હોવ, પરંતુ સફળતાઓ પ્રાપ્ત કરી શકો છો.

પાવર યોજના

- પરફેક્ટ હોવાથી અથવા સર્વશ્રેષ્ઠ પરિસ્થિતિની રાહ ના જુઓ. આજથી જ પોતાના લક્ષ્યોને મેળવવા માટે પૂરી તાકાત લગાવી દો. સુધાર રાહ જોવાથી નહીં, કામ કરવાથી થશે.
- દરેક માણસમાં કેટલીક ઊણપો અને કેટલીક ખૂબીઓ હોય છે. ખુદને પોતાની પૂરી ઊણપોની સાથે સ્વીકાર કરો. કોઈ પણ કારણથી તમારા મનમાં કોઈ પણ હીન ભાવના હોય તો એની જગ્યાએ પોતાની ખૂબીઓ પર ધ્યાનને ફોકસ કરો.

૫

તમે જન્મજાત વીઆઈપી છો

થોડાં દિવસો પહેલાં મને વિકલાંગોના એક સંમેલનમાં વક્તા તરીકે આમંત્રિત કરવામાં આવ્યો હતો. મેં વિચાર્યું કે, મને ત્યાં એ લોકોનું મનોબળ વધારીને એમનામાં જીવનના પ્રત્યે આશા વધારવા માટે બોલાવવામાં આવ્યો છે. મનમાં સહાનુભૂતિની સાથે મેં ભાષણની તૈયારી કરી. ત્યાં મારો કાર્યક્રમ સાંજનો હતો. મારી ફ્લાઇટ સવારે ત્યાં પહોચી ગઈ હતી. આયોજકોએ મને આગ્રહ કર્યો, જો હું ઈચ્છું તો બપોરે હું એમની ગતિવિધિઓ જોવા જઈ શકું છું. મેં હોટલમાં બપોર વિતાવવાને બદલે એમની સાથે જવાનો નિર્ણય લીધો.

જ્યારે હું એ લોકોની વચ્ચે પહોંચ્યો તથા એમની ગતિવિધિઓ જોઈ તો હું હતપ્રભ રહી ગયો. ત્યાં અપાહિજ હોવાનના અહેસાસનું નામોનિશાન ન હતું. જો વર્ણન કરું તો જેમના હાથ ન હતા, તેઓ પગથી લખી રહ્યાં હતા તથા અન્ય કામ કરી રહ્યાં હતા. જેમને પગ ન હતા, તેઓ હાથોથી ચાલી રહ્યાં હતા. કેટલાકની આંખો ન હતી છતાં પણ એમને અભ્યાસમાં સારા અંક પ્રાપ્ત કર્યા હતા. કેટલાક લોકોની બોલવાની શક્તિ જઈ ચૂકી હતી પરંતુ તેઓ વગર કોઇ મુશ્કેલીએ હાવ-ભાવથી પોતાની વાત સમજાવી રહ્યાં હતા.

એમનો આત્મવિશ્વાસ જોયા પછી મારે સાંજનું ભાષણ બદલવું પડ્યું. કહેવા માટે તો સૌના શરીરમાં અપૂર્ણતા હતી, પરંતુ તેઓ બધા આત્મનિર્ભર હતા. સેમિનારથી પાછા ફર્યા પછી પણ તે દૃશ્ય વારંવાર મને ચિંતન પર મજબૂર કરે છે.

આ વાત વર્લ્ડ હેલ્થ ઑર્ગેનાઈઝેશન તથા અન્ય સંગઠનોના આંકડા વાંચવામાં આવેલી સંખ્યાઓની વાત કરીને વિચલિત નથી કરવા ઇચ્છતો, આથી સંક્ષિપ્તમાં બતાવવા ઇચ્છું છું કે -

- દુનિયામાં એવા લોકો છે, જેમની આંખો નથી.
- દુનિયામાં લાખો લોકો છે, જેમના હાથ, પગ કે અન્ય અંગ નથી.
- દુનિયામાં લાખો લોકો છે, જે માનસિક રૂપથી વિકસિત નથી.
- દુનિયામાં એવા લાખો લોકો છે, જે ચિકિત્સા માટે પૈસા ના હોવાને કારણે નાની બીમારીઓથી જ દમ તોડી રહ્યાં છે.
- દુનિયામાં એવા લાખો લોકો છે, જેમના માથા પર છત નથી.
- દુનિયામાં લાખો લોકો છે, જે દર વર્ષે ભૂખથી દમ તોડી રહ્યાં છે.
- દુનિયામાં એવા લાખો લોકો છે, જેઓ ક્યારેય સ્કૂલ નથી જઈ શક્યા.

આ બધી વિસંગતિઓ અને દુઃખદાયી પરિસ્થિતિઓની વચ્ચે ખુદના જીવનનું આકલન કરો :-

- જો તમે જોઈ અને સાંભળી શકો છો તો તમે વીઆઈપી છો.
- જો તમે પગ પર ઊભા થઈ શકો છો અને હાથોથી કામ કરી શકો છો, તો તમે વીઆઈપી છો.
- જો તમારા માથા પર છત છે, તો તમે વીઆઈપી છો.
- જો તમારી પાસે સવાર-સાંજના ભોજનની વ્યવસ્થા છે, તો તમે વધારે વીઆઈપી છો.

જો તમે આ પુસ્તકને ખરીદી શકો છો, આને ખરીદ્યાં પછી વાંચી શકો છો, તો પછી તમે સંસારના અત્યંત પસંદગીના લોકોમાંથી એક છો. આ સત્યનો અનુભવ કરો કે ઈશ્વરે તમને ‘વીઆઈપી’ બનાવીને આ સંસારમાં મોકલ્યા છે. જે વસ્તુઓ તમારી પાસે નથી, દરેક સમયે એમના માટે દુઃખ અનુભવ કરવાને બદલે એ વસ્તુઓની કદર કરો, જે તમારી પાસે છે.

એક વૃદ્ધ પિતા પોતાના યુવાન પુત્રની સાથે ટ્રેનમાં ચઢ્યાં. જેવી જ ટ્રેન ચાલી, પુત્ર ખુશી અને ઉત્સાહથી ઝૂમી ઊઠ્યો. તે બારીની પાસે બેઠેલો હતો. હાથ બારીની થોડી બહાર કાઢીને તે હવાને અનુભવ કરવા લાગ્યો અને અચાનક બરાડી ઊઠ્યો. ''જુઓ પપ્પા'' બધા ઝાડ પાછળની તરફ જઈ રહ્યાં છે.'' પપ્પા હસતાં-હસતાં પોતાના પુત્રની વાત સાંભળી રહ્યાં હતા.

પુત્રએ ફરી કહ્યું - પપ્પા, વાનર કેવી રીતે ઉછળકૂદ કરી રહ્યાં છે અને ઝાડો પર કેટલી બધી કેરી લટકેલી છે. લટકેલી કેરીઓ કેટલી સુંદર દેખાય છે. પિતાએ સંમતિથી માથું હલાવ્યું.

એ નૌજવનની પાસે બેઠેસાં અન્ય યાત્રિઓને આ બાળકો જેવો વ્યવહાર અજીબ લાગી રહ્યો હતો.

ત્યારે વરસાદ થવા લાગ્યો., અને કેટલીક બૂંદો છોકરાના હાથ પર આવી પડી. છોકરાએ પ્રસન્નતાથી આંખો બંધ કરી લીધી. એના મ્હોંથી ફરી નિકળી પડ્યું - પપ્પા, વરસાદની બૂંદો કેટલી સુંદર હોય છેને.

હવે અન્ય યાત્રી પૂરી રીતે અસહજ થઈ ચૂક્યા હતા. એક દંપતિએ એના પિતાને પૂછી જ લીધું કે તમારા પુત્રને કોઈ સારી હૉસ્પિટલમાં લઈ જઈને સારવાર કેમ નથી કરાવતા.

પિતાએ ખૂબ જ શાંત સ્વભાવથી જવાબ આપ્યો - અમે હૉસ્પિટલથી જ આવી રહ્યાં છે. મારા પુત્રએ આજે પહેલી વખત દુનિયા જોઈ છે, બાળપણથી જ આની આંખોમાં રોશની ન હતી. આ સાંભળતાં જ બાકીના યાત્રી સ્તબ્ધ થઈ ગયા.

સાથીઓ, નાની-નાની ખુશીઓનું મૂલ્ય કોઈ નથી જાણતું, જેના જીવનમાં તે ખુશીઓ ઉપલબ્ધ નથી. આંખોનું મૂલ્ય એ યુવાનથી વધારે કોણ જાણી શકતો હશે. હાથ-પગોનું મૂલ્ય એનાથી પૂછો જેના હાથ-પગ નથી. જે દિવસે તમે આ સત્યને મનમાં વસાવી લેશો કે ઈશ્વરે મને વીઆઈપી બનાવીને જન્મ આપ્યો છે, એ દિવસથી તમે ઊણપોની વાતો કરવાનું છોડી દેશો.

હું એવા લોકોને પણ જાણું છું, જેમના શરીરમાં કમી છે, પરંતુ એમણે પોતાની આત્મશક્તિની હિંમતથી એ કમીને ક્યારેય પણ ઠીંગણી નથી થવા દીધી. તેઓ આજે કોઈના પર નિર્ભર નથી. આના વિપરીત એવા અનેક લોકોથી સામનો થાય છે, જેઓ બધું જ હોવા છતાં પણ, દરેક ક્ષણે કોઈને કોઈના રોદણાં રોતા હોય છે. આથી આ અનુભવને શક્તિશાળી બનાવો કે તમે વી.આઈ.પી. અર્થાત્ -

બેહદ મહત્ત્વપૂર્ણ વ્યક્તિ

(VERY IMPORTANT PERSON - VIP)

જ્યારે તમે આ શક્તિશાળી અહેસાસની સાથે જીવશો તો વિપરીત પરિસ્થિતિઓ પણ તમારી હિંમતને ડગમગાવી નહીં શકે. તમે તમારા દમ પર, સ્વાભિમાનની સાથે, માથું ઊંચું કરીને, આ દુનિયામાં જીવી શકશો. જિન્દગીની કમાન તમારા હાથમાં લો અને સંઘર્ષ કરવા નિકળી પડો. એ ના વિચારો કે તમે ઘર પર બેઠા રહેશો અને લોકો તમારું સ્વાગત કરવા માટે પલકો બિછાવી દેશે. તમારે લડવું પડશે, પોતાની જગ્યા ખુદ બનાવવી પડશે. આ ત્યારે જ શક્ય થશે, જ્યારે તમે તમારા વિશે ઊંચું વિચારશો.

પાવર યોજના

જ્યારે પણ તમારા મનમાં હીનતા, ઊણપ, અસફળતા, હતાશાના વિચાર હાવી થાય, એક ક્ષણ માટે આંખો બંધ કરી દો. એવા લોકોની કલ્પના કરો, જેમના જીવનમાં તમારાથી વધારે મુશ્કેલીઓ છે, તમને તમારી તકલીફો નાની લાગશે.

ઈશ્વરને ધન્યવાદ આપો કે એણે તમને વિચારવા તેમજ જીવનના નિર્ણય લેવાની શક્તિ આપી. જીવનના મહત્ત્વપૂર્ણ નિર્ણય લઈને પૂરી તાકાતથી મેદાનમાં ઉતરી જાઓ, જીત હોય કે હાર, લાગી રહો.

૬

એ જિન્દગી, આભાર તને

એ જિન્દગી, તને અદા કરું,
કઈ રીતથી આભાર.
વગર કંઈ માંગે તેં,
કેટલું બધું આપ્યું...

તેં મને કેમ બનાવ્યો,
એ તો જાણતો નથી હું,
પરંતુ આભાર, તેં ગુણગુણાવાનું કર્યું,
મિત્ર બનાવવાનું, સપના સજાવવાનું,
દિલને જ્યાં સારું લાગે,
શક્તિ આપી, ત્યાં રમી જવાની...

એ જિંદગી, આભાર તને,
સંવેદનાઓથી ભરેલું દિલ આપ્યું,
હોંઠો પર હાસ્ય, મનમાં પ્રામાણિકતા આપી,
મારી અંદર એક જીવિત માણસ આપ્યો...

તેં મહેલોમાં પેદા કર્યો નહીં,
દુઃખ નથી મને, પરંતુ આભાર તને,
વહેતી હવાઓ આપી, ખૂબસૂરત ફીજાઓ આપી,
ખુલ્લી દિશાઓ આપી,
સમજી શકે દિલોને દિલ, એવી ભાષાઓ આપી...
હું જાણું છું, તેં એટલું બધું આપ્યું,
તારો મારા પર કરજ છે,
તારી આશાઓ પર ખરો ઊતરું,
આ મારી ફરજ છે.

ડૉ. ઉજ્જવલ પાટની (૧૩ જુલાઈ, ૨૦૦૧, રાત્રે ૨ વાગ્યે)

૭

ખુદથી પાવર પ્રશ્ન કરો

> એક પ્રશ્ન પૂછવાથી તમે થોડા સમય માટે મૂરખ કહેવાશો, પરંતુ જો તમે પ્રશ્ન નહીં પૂછો, તો જીવનભર મૂરખ રહી જશો.
>
> ✍ પાવર સૂત્ર - ડૉ. ઉજ્જવલ પાટની

જો જીવનથી પ્રશ્ન સમાપ્ત થઈ જાય, તો જીવનમાં રોમાંચ જ ખતમ થઈ જશે. જો બાળક ઈન્દ્રધનૂષને જોઈને, પતંગિયાઓને જોઈને, રેલગાડીને જોઈને, ચકલીઓને જોઈને, ઝૂલાઓને જોઈને , ફૂલોને જોઈને કોઈ પણ પ્રશ્ન ના કરો, તો બાળપણ ગાયબ થઈ જશે.

જો કોઈ પત્ની પતિથી ના પૂછે કે ક્યાં જઈ રહ્યાં છો, ક્યારે આવશો, જમવાનું શું બનાવું, તો પતિ હોવાનો અહેસાસ નહીં થાય. જો શિક્ષક વિદ્યાર્થીથી પ્રશ્ન ના કરે, પ્રેમિકા પ્રેમીથી પ્રશ્ન ના કરે, શિષ્ય ગુરૂથી પ્રશ્ન ના કરે, પૉલિસ અપરાધીથી પ્રશ્ન ના કરે, તો દુનિયામાં હલચલ થવાની બંધ જ થઈ જશે. આ દુનિયા નીરસ, બેસ્વાદ અને ઊબાઊ થઈ જશે.

બધું વિજ્ઞાન જ પ્રશ્નો પર આધારિત છે કેમ કે જે પ્રશ્નનો ઉત્તર મળી જાય છે, એ વિષયનું અસ્તિત્વ જ સમાપ્ત થઈ જાય છે.

જો તમે ખુદથી પ્રશ્ન કરવાનું બંધ કરી દેશો, તો તમારા અસ્તિત્વ પર ચિન્હ લાગી જશે ? તમારા જિવનના વિકાસ પર પ્રશ્ન ચિન્હ લાગી જશે ? તમારે શીખવા-શીખવવા પર પ્રશ્ન ચિન્હ લાગી જશે ?

જીવનમાં ઉત્તરો કરતાં પ્રશ્ન મહત્ત્વપૂર્ણ હોય છે, કેમ કે પ્રશ્ન હોય છે ત્યારે તો ઉત્તર હોય છે. તમે ખુદથી જ કેટલા પ્રશ્ન કરો છો એનાથી જાણ થાય છે કે આપણી અંદર કંઈક મેળવવાની ભૂખ કેટલી છે. જ્યારે આપણે ખુદથી પ્રશ્ન કરીએ છીએ, તો જ આપણે આપણા વિશે જાણી શકીએ છીએ -

- આપણી અંદર શું ઊણપો છે ?
- આપણી અંદર કયા ગુણ છે ?
- આપણી પસંદગીના કામ કયા છે ?
- આપણે જીવનમાં શું મેળવવા ઇચ્છીએ છીએ ?
- આપણને જીવનના કયા વિતેલા ભાગોથી શીખવાની જરૂર છે ?

આવા હજારો પ્રશ્ન છે, પરંતુ ઉત્તર, તમારા જીવનની રૂપરેખા નિર્ધારિત કરે છે. પરંતુ જો તમે ખુદથી પ્રશ્ન જ પૂછવાનું બંધ કરી દેશો તો શું થશે ? તમે સચ્ચાઈથી પ્રતિરોધ કરશો તો શું થશે ? જો તમે ઉત્તરોથી ગભરાવવા લાગશો તો શું થશે ?

પ્રશ્નોની ડિઝાઇન કેવી હોવી જોઈએ

લોકો કહે છે ઉત્તરોમાં તાકાત હોય છે, પરંતુ મને લાગે છે કે પ્રશ્નોમાં ઉત્તરોથી વધારે તાકાત હોય છે, શરત એ છે કે એની ડિઝાઇન સાચી હોય. એક પ્રશ્ન તમને તમારા જીવનનો સંપૂર્ણ સ્વામી બનાવી શકે છે અને બીજો પ્રશ્ન અન્ય લોકોને તમારા જીવનનો સ્વામી બનાવી શકે છે.

ઉદાહરણ -

- આખરે દુનિયા મને સફળ થતાં કેમ નથી જોવા ઇચ્છતી ?

  (આ પ્રશ્નમાં અન્ય લોકો તમારા માલિક થઈ ગયા)

  હું એવું કેમ કરી રહ્યો છું, જેના કારણથી સફળતા મળવામાં મોડું થઈ રહ્યું છે?

  (આ પ્રશ્નમાં તમે ખુદના માલિક થઈ ગયા)

- આખરે તેં મારાથી પ્રેમ કેમ નથી કરતી ?
  (તે તમારી માલિક છે.)
  હું એવું શું કરું, જેનાથી તે મને પ્રેમ કરે ?
  (તમે ખુદના માલિક છો.)

- આજથી ૧૦ વર્ષ પછી મારી જિન્દગી કેવી હશે ?
  (અનિશ્ચિતતા તમારી માલિક છે.)
  આજથી ૧૦ વર્ષ પછી મારે કેવી જિંદગી જોઈએ ?
  (તમે ખુદના માલિક છો.)

- એક ક્ષણનું પણ ઠેકાણું નથી, તો જિન્દગીની પ્લાનિંગ કરીને શું ફાયદો ?
  (નિરાશા તમારી માલિક છે.)
  પ્લાનિંગ જરૂરી છે, કેમ કે એક ક્ષણનું પણ ઠેકાણું નથી.
  (આશા અને જવાબદારી તમારી માલિક છે.)

- આ દેશ મારા માટે શું કરી શકે છે ?
  (સામાન્ય નાગરિક)
  હું મારા દેશ માટે શું કરી શકું છું ?
  (જવાબદાર નાગરિક)

એક નબળો પ્રશ્ન તમને બીજાઓ પર નિર્ભર કરી દે છે, તમારા જીવનની કમાન બીજાઓના હાથમાં આપી દે છે, અને તમારી સફળતાઓ અનિશ્ચિત થઈ જાય છે. એક શક્તિશાળી પ્રશ્ન તમારા બધા નિર્ણય તમારા હાથમાં લાવીને તમને પાવર થિંકર બનાવી દે છે.

> બધા ઉત્તર જાણવાથી કેટલાક પ્રશ્ન જાણવા વધારે સારા છે.
>
> જેમ્સ થર્વર

શું તમે ખુદથી પ્રશ્ન પૂછો છો

યાદ કરવાની કોશિશ કરો. છેલ્લી વખત ક્યારે તમે એકાંતમાં ખુદથી કેટલાક પ્રશ્ન પૂછ્યાં અને અંતરાત્માથી પ્રામાણિકતાથી ઉત્તર આપ્યા. નિષ્પક્ષ થઈને કહું તો દુનિયામાં ખૂબ જ ઓછાં ટકા એવા લોકો છે, જેઓ ખુદથી પ્રશ્ન કરે છે. સત્ય તો એ છે કે આપણે ખુદથી પ્રશ્ન કરવાનું લગભગ ભૂલી ગયા છીએ. આને બદલે આપણે બીજાઓથી પ્રશ્ન કરવા લાગ્યા છીએ. પોતાના નાકામિઓનો દોષ બીજાઓ પર ઢોળવા લાગ્યા છીએ. ખુદથી પ્રશ્ન કરવો મુશ્કેલ હોય છે કેમ કે આપણું મન બધા પ્રશ્નોના ઉત્તર જાણતું હોય છે. જો તમારા જીવન મૂલ્ય સ્પષ્ટ છે અને તમે એ મૂલ્યો પર આધારિત જીવન જીવી રહ્યાં છો, તો તમને ખુદથી પ્રશ્ન પૂછવામાં કોઈ મુશ્કેલી નહીં થાય. જો તમારા જીવન મૂલ્ય સ્પષ્ટ નથી તો, લક્ષ્ય સ્પષ્ટ નથી, કાર્ય યોજના સ્પષ્ટ નથી, તો ખુદથી પ્રશ્ન પૂછવામાં મુશ્કેલી આવશે.

દરરોજ ખુદથી પ્રશ્ન કરો. એ પ્રશ્ન કરો જે તમારા કાનોમાં સાકર ઘોળે છે અને એ પ્રશ્ન પણ કરો જે કાનોમાં કડવાશ પેદા કરે છે. જિંદગીના બધા ઉત્તર તમારી અંદરથી જ પેદા થશે.

પ્રશ્ન, જેઓએ મારી જિન્દગી બદલી નાખી

દસ વર્ષ સુધી એક ચિકિત્સકના રૂપમાં શાનદાર પ્રેક્ટિસ કર્યા પછી બેચેની લાગવા લાગી હતી. જે હૉસ્પિટલમાં રોજ સવારે ૧૦ વાગ્યાથી રાત્રે ૧૦ વાગ્યા સુધી ખૂબ વધારે દરદી જોયા પછી પણ ક્યારેય ચહેરા પર નિખારતા ન આવી, એ જ હૉસ્પિટલ હવે નીરસ થઈ રહી હતી. મેં ઘડીયાળ જોવાનું શરૂ કરી દીધું હતું કે ક્યારે સમય ખતમ થાય અને હું ઘેર જાઉં. ક્લિનીકનો સમય પૂરો થયા પહેલાં જ ભાગી જવાની ઇચ્છા થતી હતી.

એક દિવસ મેં ખુદથી પ્રશ્ન કર્યા :

- મારા જીવવાનો પ્રમુખ ઉદ્દેશ્ય શું છે,, દુનિયાથી ગયા પછી હું કયા રૂપમાં યાદ કરાવવા ઇચ્છીશ ?
- કયા કામને કરતાં-કરતાં હું સૌથી વધારે ખુશી અનુભવીશ ?
- મારી અંદર કઈ એવી પ્રતિભા છે, જે મને ભીડથી અલગ ઓળખાણ આપી શકે છે ?
- આજથી દસ વર્ષ પછી હું ખુદને કયા મુકામ પર જોવા ઇચ્છીશ ?

વારંવાર ખુદથી પ્રશ્ન પૂછવા પર જે ઉત્તર અંતર્મનથી નિકળે, એમણે મારી જિન્દગી બદલી નાખી. આજે એક લેખક અને મોટિવેશનલ સ્પીકરની કારકિર્દીનો હું પ્રત્યેક ક્ષણે આનંદ લઈ રહ્યો છું. આજે પણ મારી હૉસ્પિટલ ચાલી રહી છે, પરંતુ હવે હું પસંદગિના દિવસો પર ત્યાં મળું છું તથા વધારે સમર્પણથી કામ કરું છું. કેટલાક પ્રશ્ન ખુદથી પૂછ્યાં પછી આજે જિન્દગી આનંદદાયક થઈ ગઈ છે. આથી જિન્દગીમાં ખુદથી અને બીજાઓથી પ્રશ્ન પૂછતાં રહો. તમે પ્રશ્ન પૂછીને જ વિકસિત થઈ શકો છો, તમે ઉત્તર આપીને વિકસિત નથી થઈ શકતા.

પાવર યોજના

પ્રતિદિવસ સવારે ખુદથી પ્રશ્ન કરો :

- કયા ત્રણ કાર્ય એવા છે, જેને હું આજે જરૂર કરીશ ?
- આજે હું એવું શું કરું, જેનાથી મારી આસપાસના લોકોના ચહેરા પર હાસ્ય આવી શકે ?
- આજના દિવસને, વીતેલા દિવસોની તુલનામાં વધારે ખાસ બનાવવા માટે હું શું કરી શકું છું ?

પ્રતિદિવસ સૂતાં પહેલાં ખુદથી પ્રશ્ન કરો :-

- શું આજે મેં કોઈ એવું ખોટું કાર્ય કર્યું છે, જેને મારે કરવું જોઈતું ન હતું ?
- શું આજે દરેક કાર્ય મેં મારી સર્વશ્રેષ્ઠ યોગ્યતાથી કર્યું છું ?
- શું આજે મેં સમયનો શ્રેષ્ઠ ઉપયોગ કર્યો છે ?

આ પ્રકારના અનેક પ્રશ્ન તમે તમારી ઇચ્છાનુસાર ડિઝાઇન કરી શકો છો. એક દિવસમાં એક પ્રશ્નથી શરૂઆત કરો અને ધીમે-ધીમે આગળ વધો. જેટલી પ્રામાણિકતાથી તમે ખુદને ઉત્તર આપશો, એટલી જ ઝડપથી તમે વિકાસની સીડીએ ચઢશો.

૮

જે તપશે, તે જ સામાન્યથી ખાસ બનશે

> જીનિયસ બનવામાં એક ટકા યોગદાન પ્રેરણાનું, અને નવ્વાણું ટકા યોગદાન પરસેવાનું હોય છે.
>
> ✍ થૉમસ અલ્વા એડીસન

ઑફિસમાં આવીને એક યુવાને મને કહ્યું - સાહેબ, હું તમારો શિષ્ય બનીને તમારી જેમ ટ્રેનર બનવા ઇચ્છું છું. એની પરીક્ષા લેવા માટે મેં એને ત્રણ વિષય આપ્યા અને કહ્યું, એક મહીના પછી આ વિષયો પર પ્રોગ્રામ તૈયાર કરીને મને મળજે. જેવું જ મેં એને કામ આપ્યું, એના ચહેરા પર મારા માટે અજીબ પ્રકારના ભાવ આવી ગયા, અને તે ક્યારેય પાછો ના આવ્યો.

થોડાં મહીનાઓ પછી બીજો એક યુવાન આવ્યો. મેં એને પણ આ જ કામ આપ્યું, અને તે પણ ક્યારેય પાછો ના ફર્યો. હમણાં-હમણાં એક યુવતી આવી, જે મારી સાથે એક પ્રશિક્ષકના રૂપમાં ભાગ લેવા ઇચ્છતી હતી. તે ઉચ્ચ શિક્ષિત પ્રોફેશનલ હતી. મેં એને રિટેલ સેક્ટરનો ટ્રેનિંગ પ્રોગ્રામ બનાવીને આવવા માટે કહ્યું. એવું પણ ન હતું કે એણે કેટલાક વિષય સંબંધી સલાહ માંગી હોય, અને મેં એને ના આપી હોય, પરંતુ તે પણ પાછી ના આવી. આ ત્રણેય ઉમ્મેદવાર ઇચ્છતાં હતા કે એમને તરત કામ પર રાખી લેવામાં આવે. એમણે આ શીખવાની પ્રક્રિયાને હટાવવા માટે મારા સુધી લાગવગો પણ પહોંચાડી.

હું એ જોઈને હેરાન થઈ ગયો કે લોકો આખરે તપવા કેમ નથી ઇચ્છતા. સંઘર્ષ કેમ નથી ઇચ્છતા, પરસેવો વહાવવા કેમ નથી ઇચ્છતા, શીખવાની પ્રક્રિયા પૂરી કેમ નથી કરવા ઇચ્છતા. વિપ્રોના માલિક અજીમ પ્રેમજીએ પોતાના પુત્રને સીધા કંપનીનો માલિક ના બનાવ્યો, પરંતુ નિચલા પદોથી ધીમે-ધીમે શીખીને ઉપર આવવાનું કહ્યું. આવા ઉદાહરણ અને કૉર્પોરેટ ઘરાનોમાં મળે છે. જ્યારે આટલા ધનવાન અને નામી લોકો તપવાની પ્રક્રિયાનું મહત્ત્વ સમજે છે, તો સામાન્ય માણસ કેમ શૉર્ટકટ ઇચ્છે છે.

આજે મોટાભાગના વિદ્યાર્થી કોર્સમાંથી ફક્ત એ જ ભાગ વાંચવા ઇચ્છે છે, જેમાં પ્રશ્ન ન આવતા હોય. એક્ટ્રેસ એક્ટિંગ નિખારવાને બદલે અંગ પ્રદર્શન કરવાનો રોલ મેળવવા ઇચ્છે છે. પીએચડીનો વિદ્યાર્થી રિસર્ચમાં સમય લગાવવાને બદલે ગાઇડની સેવા કરે છે. ઉદ્યોગ નવા ઉત્પાદનનું સર્જન કરવાને બદલે નકલમાં વધારે રૂચિ રાખે છે. મહેનત કરવાનું , અથવા તો દમ જ ગાયબ થઈ ગયું છે, અથવા ઇચ્છા નથી રહી.

આખરે લોકો તપવા કેમ નથી ઇચ્છતા

એક યુવાન મૂર્તિકારની પાસે મૂર્તિ બનાવવાની કળા શીખવા ગયો. મૂર્તિકારે કળા શીખવવા હેતુ સંમતિ આપી અને બીજા દિવસે આવવાનું કહ્યું. બીજા દિવસે નિયત સમય પર મૂર્તિકારે એને એક મારબલનો ટુકડો પકડાવ્યો અને મૂર્તિ બનાવવામાં લાગી ગયો. સાંજ સુધી એ યુવાનને બીજું કોઈ કાર્ય આપવામાં ન આવ્યું. તે યુવાન ફક્ત એ ટુકડાને પકડીને રહ્યો.

હવે દર રોજ આ જ થવા લાગ્યું. તે પહોંચતો તો એને મૂર્તિકાર પથ્થરનો એક ટુકડો આપીને કહેતો, ''લો મારબલ પકડો''. એમ કહીને મૂર્તિકાર ફરી પોતાના કામમાં લાગી જતો.

સાતમા દિવસે એ યુવાને નિર્ણય લીધો કે હવે આ વધારે નહીં ચાલે. એને આ વાત પર વધારે અફસોસ અને આક્રોશ હતો કે સાત દિવસ થવા આવ્યા, પરંતુ મૂર્તિકારે એને કશું ના શીખવાડ્યું.

તે કામ છોડવાની ઈચ્છાથી મૂર્તિકારની પાસે સાતમા દિવસે જઈને બેઠો. ''મારે હવે વધારે નથી શીખવું'', આ વાત મૂર્તિકારને કહેવા જ જઈ રહ્યો હતો, એટલામાં મૂર્તિકારે એને પથ્થરનો ટુકડો આપીને કહ્યું, લો મારબલ પકડો.

જેવો જ એણે એ ટુકડો દરેક દિવસની જેમ હાથમાં લીધો તો એના મ્હોંથી તરત નિકળ્યું કે આ મારબલ નથી, આ કોઈ બીજો પથ્થર છે. એનું એટલું કહેવું હતું કે એના ગુરૂે હસતાં-હસતાં કહ્યું, ''તેં પ્રથમ ચરણ પાસ કરી લીધું છે.'' તે એ જાણીને હેરાન રહી ગયો કે આટલા દિવસોથી અજાણતા જ એને પથ્થરની ઓળખાણ શીખવાડવામાં આવી રહી હતી.

સાથીઓ, સાત દિવસ સુધી તે મૂર્તિકાર એને પથ્થરની ઓળખાણથી વાકેફ કરાવતો રહ્યો, કદાચ શીખવાડવાની આ જ રીત હતી.

> **દરેક વસ્તુ ફક્ત ત્યાં સુધી મુશ્કેલ લાગે છે, જ્યાં સુધી તે સરળ નથી થઈ જતી.**

✍ થૉમસ ફુલર

અમે ભારતની ધરતી પર સમૂહ ગાનનો પ્રથમ ગિનિજ વિશ્વ રેકૉર્ડ બનાવ્યો હતો. મારા મુખ્ય નિર્દેશનમાં આ વિશ્વ સ્તરીય સફળતા મળી હતી. એના પછી આસપાસના પ્રદેશોમાં જેણે પણ વિશ્વ રેકૉર્ડ બનાવવો હતો, તેઓ મારી પાસે આવીને કલાકો ચર્ચા કરતાં, પરંતુ પ્રયત્ન કોઈ કરતું ન હતું. સમય વ્યર્થ થવા પર મને અફસોસ થવા લાગ્યો.

થોડાં દિવસો પછી મેં એક નિર્ણય લીધો. જે પણ ગિનીજની ચર્ચા હેતુ આવતો હતો, હું એને એક અઠવાડિયા પછી આવવા માટે કહેતો. મેં મનમાં વિચારી રાખ્યું હતું કે હું કોઈ પણ વ્યક્તિને ત્રણ વખત બોલાવીશ. જો તે ત્રણ વાર નિશ્ચિત તારીખ પર આવી ગયો તો એ માનીશ કે તે વિશ્વ રેકૉર્ડ બનાવવા હેતુ કૃત સંકલ્પિત છે. તમને એ જાણીને આશ્ચર્ય થશે કે બે લોકોને છોડીને કોઈ પણ વ્યક્તિ ત્રણ વખત ના આવ્યા. જે આવ્યા, એમણે ઍપોઈન્ટમેન્ટની તારીખો યાદ ના રાખી, અને ખોટાં દિવસે પહોંચ્યા.

જ્યાં સુધી તમે ક્યારેય સફળતા હેતુ તૈયાર ના હોવ, એના માટે જરૂરી પરિશ્રમ કરવા માટે તૈયાર ના હોવ, ત્યાં સુધી તે સફળતા તમને કેમ મળવી જોઈએ. જીવનમાં જ્યારે વસ્તુ સરળતાથી મળી જાય તો એનું મૂલ્ય નથી સમજાતું. જે સફળતાને મેળવવા માટે આપણે સંઘર્ષ કરવો પડે છે, સાચું મહત્ત્વ એ જ રાખે છે.

> *જે પ્રકારે તપ્યા વગર મીણબત્તી પ્રકાશ નથી આપતી, તપ્યા વગર સોનુ ઘરેણું નથી બની શકતું, તપ્યા વગર કોલસો હીરો નથી બની શકતો, તપ્યા વગર ખેતર અનાજ નથી આપતું, તપ્યા વગર લોખંડ આકાર નથી લેતું એ જ રીતે તપ્યા વગર સામાન્ય માણસ, ખાસ નથી બની શકતો.*
>
> પાવર સૂત્ર - ડૉ. ઉજ્જવલ પાટની

પાવર યોજના

- જ્યારે ખુદ માટે એશો આરામની કોઈ વસ્તુ લેવા જઈ હોવ, ખુદને ભેટ આપી રહ્યાં હોવ, તો પહેલાં પોતાના માટે કંઈક મહેનતભર્યા લક્ષ્ય બનાવો. ખુદને થોડા તપાવો. લક્ષ્ય પ્રાપ્ત થવા પર જ ખુદને ભેટ આપો.

- પોતાના બાળકોને મોટી ભેટો આપતાં પહેલા એમને કેટલીક જવાબદારી સોંપો. એ જવાબદારીઓને પૂરી કરવા માટે એમને તપવા દો, ત્યારે જ એમને એ ભેટ આપો. જો તમે સરળતાથી દરેક વસ્તુ એમને ખરીદી આપશો, તો એમને એનું મૂલ્ય જ સમજમાં નહીં આવે.

- તપવાને દુર્ભાગ્ય નહીં, પરંતુ પ્રવેશ પરીક્ષા સમજો. જો તમે ઉત્તીર્ણ થઈ ગયા, તો મોટી સફળતા તમારી રાહ જોઈ રહી છે.

૯

પાવર સર્ટિફિકેટ

> પાવર થિંકિંગ કહે છે કે જો હું કોઈ કાર્યને કરવામાં એક મિનિટ પણ લાગેલો રહું, તો તે કાર્ય હું મારી સંપૂર્ણ યોગ્યતા અને પ્રામાણિકતાથી કરીશ, ભલે જ તે કાર્ય નાનું હોય કે મોટું.
>
> ✍ પાવર સૂત્ર - જીવવું છે તો નિયમ તોડો

જો માણસ જીવનમાં એ ફિલૉસોફી અપનાવી લે તો એને પ્રગતીની ચિંતા કરવાની કોઈ જરૂર નથી, કેમ કે પ્રગતિ ખુદ એનો દરવજો ખખડાવશે. કેટલાક લોકોનું માનવું છે કે યોગ્યતા તેમજ સમર્પણ જેવી બધી વાતો અર્થહીન છે, કેમ કે આજની દુનિયામાં યોગ્યતા નહીં, ચાપલુસતાની જય બોલાય છે. કેટલાક મામાલાઓમાં આ સત્ય થઈ થકે છે, પંરતુ આજે પણ મોટાભાગાના ક્ષેત્રોમાં યોગ્યતા અને સમર્પણની જ પૂછ થાય છે.

તમે ખુદને એક કંપનીના માલિકની જગ્યા પર રાખી દો. તમને તમારી કંપનીમાં છંટણી કરવી છે. બે વ્યક્તિ છે, પરંતુ પદ એક છે, આથી એકને રાખવાનો છે, અને બીજાને બહાર કરવાનો છે. એમાંથી એક વ્યક્તિ મીઠી-મીઠી વાતો કરે છે, માખણ લગાવે છે, પંરતુ પોતાના કામમાં સમર્પિત, યોગ્ય અને વિશ્વસનીય નથી. એના વિપરીત બીજો વ્યક્તિ ના તો મીઠી વાતો કરે છે, ના તો તમને માખણ લગાવે છે પરંતુ તે પોતાના કામમાં અત્યંત યોગ્ય સમર્પિત અને અત્યંત વિશ્વસનીય છે. તમે કોને પસંદ કરશો ? મને વિશ્વાસ છે કે, મોટાભાગના લોકો પસંદ કરવાની તક આવવા પર યોગ્યતાને જ પસંદ કરશે.

સાથીઓ, પોતાના કાર્યોને સર્વશ્રેષ્ઠ યોગ્યતાથી કરવાની ટેવ નાખો. શ્રેષ્ઠતાને કોઈ ખાસ દિવસ કે મહીના માટે રિજર્વ ના રાખો પરંતુ એને દૈનિક જીવનનું અંગ બનાવી લો. એવું નથી કે કાર્ય સારી રીતે કરવા માટે ખૂબ વધારે પ્રયત્ન કે મહેનત કરવાની જરૂર હોય છે. આના માટે અન્ય લોકોથી સર્ટિફિકેટની પણ જરૂર ના હોવી જોઈએ કેમ કે તમારું અન્તર્મન જ તમારું સૌથી મોટું સર્ટિફિકેટ છે.

જ્યારે આપણે ખુદને એક્સીલેન્ટ સર્ટિફિકેટ આપ્યું

જ્યારે હું એક ફુલટાઇમ ડેન્ટિસ્ટના રૂપમાં મારા ક્લિનિકમાં કાર્ય કરતો હતો, ત્યારે અમને એક દરદીને સિરેમિકની બેસ્ટ ક્વૉલિટીના દાંત લગાવવાના હતા. દાંતોનું માપ થઈ ગયા પછી દાંત ફિટ કરવવા માટે તે દરદી આવ્યો. અમે જ્યારે એ દાંતોને ફિટ કરવાના શરૂ કર્યા, તો અમને એની બનાવટમાં કંઈક ખામી નજરે આવી. એ દરદીને ભવિષ્યમાં એ દાંતોમાં ખાવાનું ફસાઈ જવાની સંભાવના હતી.

હવે અમારી પાસે બે રસ્તા હતા. પહેલો રસ્તો એ હતો કે એ સમસ્યાની વાત કર્યા વગર દરદીના મ્હોંથી એ દાંતોને ફિટ કરી શકતા હતા, કેમ કે દરદી એ સમસ્યાને પકડી ના શકતો. એને બંને દાંતોની ફિટિંગમાં એ સમયે કોઈ પરેશાની અનુભવ થઈ રહી ન હતી.

બીજો રસ્તો એ હતો કે અમે બધી વાતો સાચી બતાવીને એ દાંતોને ફરીથી નવા બનાવવા માટે મોકલીએ. મારા આસિસ્ટન્ટ ડૉક્ટર પ્રથમ રસ્તો અપનાવવા ઈચ્છતા હતા, કેમ કે નવા દાંત બનાવવામાં અમારે વધારાનો ખર્ચ થતો અને એક્સ્ટ્રા સમય પણ લાગતો. એમનું માનવું હતું કે અત્યારે આ જ દાંતોને લગાવી દેવામાં આવે, અને જ્યારે સમસ્યા આવશે, ત્યારે જોયું જવાશે.

થોડી ક્ષણો માટે હું પણ અનિર્ણયની સ્થિતિમાં હતો. ફરીથી એના નવા દાંત બનાવતો તો વધારે ખર્ચ આવતો. આના વિપરીત જો ખરાબ દાંત ફિટ કરી દેતો તો

અફસોસ રહેતો કે પૂરા પૈસા લઈને હલ્કું કામ કર્યું.

દરદીને થોડી વાર માટે અમે વેઈટીંગ રૂમમાં બેસાડી દીધો. શાંતિથી વિચારતા-વિચારતા એક વિચાર મનમાં આવ્યો કે જો દરદીની જગ્યાએ હું હોત તો મારા ડૉક્ટરથી શું આશા રાખતો. મારા મનએ જવાબ આપ્યો કે હું એ આશા રાખતો કે ડૉક્ટર મને સર્વશ્રેષ્ઠ કામ આપીને , મારા વિશ્વાસને સાચો સાબિત કરે. હું જેટલી ચૂકવણી કરું છું, એ ગુણવત્તાનું ઉત્પાદ મને મળે. મારા માનથી મનએ બધા ઉત્તર નિષ્પક્ષતાથી આપી દીધા.

એક ક્ષણની અંદર મેં એ નિર્ણય લીધો કે અમે એ દરદીને નવા ઉત્તમ ફિટિંગવાળા દાંત બનાવીને આપીશું. અમે દરદીને બધી સમસ્યા બતાવી. દરદી આ સાંભળીને અત્યંત પ્રભાવિત થયો અને એણે અમારો દિલથી આભાર વ્યક્ત કર્યો. ત્યાં દરદી વર્ષો સુધી અમારી પાસે અન્ય દરદીઓને પ્રેરિત કરીને મોકલતો રહ્યો. એ રાત્રે મને સંતુષ્ટિભરી શાનદાર ઊંઘ આવી કેમ કે મેં મારા જીવન મૂલ્યોની સાથે કોઈ સમાધાન કર્યું ન હતું.

તમારે પણ ખુદથી પ્રશ્ન કરવા પડશે

- શું તમે તમારા કાર્યસ્થળ પર સો ટકા સમર્પિત રહો છો ?
- શું પોતાના વરિષ્ઠોને પોતાની યોગ્યતાથી પ્રભાવિત કરવા ઈચ્છો છો કે ચાપલુસીથી?
- શું તમે ઑફિસ મોડા આવો છો અને જલદી પાછા જાઓ છો?
- શું તમે તમારી ઑફિસનો સમય પોતાના વ્યક્તિગત ફોન, ઈ-મેઈલ, ચેટિંગ, ઘરેલૂ કાર્ય, ગૉસિપ વગેરેમાં લગાવો છો ?

જો તમે ઉપર લખેલાં પ્રશ્નોના ઉત્તર પૂરી પ્રામાણિકતાથી ખુદને આપશો, તો તમને પ્રગતિના નવા રસ્તા જરૂર મળશે. જે દિવસે તમે ખુદનું સર્ટિફિકેટ આપવા લાગી જશો, એ દિવસથી તમારી પ્રતિસ્પર્ધા ખુદથી રહેશે. તમે અન્ય લોકોના સર્ટિફિકેટથી આઝાદ થઈ જશો.

એમ પણ પાવર થિંકિંગ કરવાવાળા બીજાઓના સર્ટિફિકેટ પર નિર્ભર નથી રહેતાં. કોઈ બીજા અમારી યોગ્યતા કે અયોગ્યતાનો નિર્ણય કેમ લે, કોઈ બીજો નિર્ણય કેમ લે કે, અમે જિન્દીમાં શું કરીએ અને શું નહીં? દુનિયામાં હજારો મહાન વ્યક્તિઓ છે, જેમ ને અયોગ્ય કહેવામાં આવ્યા હતા, પરંતુ એમણે પોતાના કાર્યોથી અયોગ્યતાના આ સર્ટિફિકેટને ધબ્બાઓને ઉડાવી દીધા. આ વાતની શું ગેરેંટી છે છે કે જે તમને સર્ટિફિકેટ આપી રહ્યો છે, તે ખુદ સર્ટિફિકેટ આપવાની યોગ્યતા રાખે છે, આથી ખુદને સર્ટિફિકેટ આપવાનું શરૂ કરો.

ફેસબુક, ટ્વિટર, ઑરકૂટ પછી વિચારશો જોબ વિશે

સો ટકા સમર્પણ વિચારધારા રાખવાવાળા લોકોની સંક્યા ઓછી થતી જઈ રહી છે. લોકોની ઑફિસમાં કલાકો તો નક્કી છે, પરંતુ એ કલાકોમાં હકીકતના કામ કેટલાં કલાક કરવામાં આવે છે, એ અનિશ્ચિત છે.

ફેસબુક, ઑરકૂટ, ટ્વિટર, ચા, કૉફી, ગૉસિપ પછી બચેલો સમય ઑફિસના કામમાં લગાવીને પ્રગતિની ઈચ્છા રાખવી એક દગાસમાન છે. જ્યારે બૉસ કે સીનિયર સામે હોય, તો પૂરું સમર્પણ બતાવવું, અને જેવા જ ત્યાંથી દૂર થયાં, તો અધૂરું સમર્પણ, આ પણ એક દગો છે. સૌથી વધારે તકલીફ ત્યારે થાય છે, જ્યારે યુવાન દરરોજ ઑફિસથી કિંમતી કલાકો અન્ય જૉબ સાઈટ્સ પર વિતાવે છે, અને વધારે પગારની શોધમાં લાગેલા રહે છે.

> *જ્યારે કોઈ વ્યક્તિ, બહાનાબાજી, ટાઈમપાસ કરીને એમ વિચારે છે છે કે તે કોઈને બેવકૂફ બનાવવામાં સફળ થઈ ગયો, તે કોઈ બીજાને નહીં, પરંતુ પોતાની જિન્દગીને બેવકૂફ બનાવી રહ્યો છે.*
>
> ✍ પાવર સૂત્ર - જીવવું હોય તો નિયમ તોડો.

એક સૉફ્ટવેયર એન્જિનીયરની એક યુવતી સાથે નવી-નવી ઑનલાઈન મિત્રતા થઈ. ચેટ દરમિયાનર યુવતી થોડા સમય માટે કૉફી લેવા ચાલી જાય છે. યુવક

બેચેનીથી રાહ જુએ છે, એટલામાં એની મેનેજર આવે છે. યુવક મનમાં જ ચિડાય છે કેમ કે મેનેજર એની ચૈટિંગના રસ્તામાં બાધા બની રહી છે.

મેનેજર - મારે તારી અરજન્ટ મદદ જોઈએ.

મેનેજર - શું તું મને એક્સ-વાઈ પ્રોગ્રામ બનાવીને આપી શકે છે.

યુવક - હું પ્રયત્ન કરીશ, પરંતુ આ મુશ્કેલ છે. કાલે સાંજ પહેલાં નહીં થઈ શકે. (ટાળીને)

મેનેજર - ઠીક છે, ચાલશે. હું કાલે સાંજે તારી સાથે વાત કરીશ.

(યુવક બેચેનીથી મૉનિટરની તરફ જોતો રહ્યો અને યુવતીની રાહ જુએ છે. યુવતીના પાછા ફરતાં જ એને ચહેરા પર હાસ્ય આવી જાય છે.)

યુવતી - આટલો વખત શું કરી રહ્યાં હતા ?

યુવક - મારી ઈડિયટ મેનેજર મને બેવકૂફી ભર્યું કામ આપી રહી હતી. એનાથી ખુદતો કશું થતું જ નથી, આખી ઑફિસ મારા પર નિર્ભર છે.

યુવતી - સત્ય કહી રહ્યો છે, બધા મેનેજર ઈડિયટ હોય છે. શું તું મારી એક મદદ કરી શકો છો ?

યુવક - કહો, આમાં પૂછવાની શું વાત છે.

યુવતી - મને એક્સ-વાઈ પ્રોગ્રામ જોઈએ. શું સાંજ સુધીમાં આપી શકશો ?

યુવક - સાંજ સુધી કેમ, તું હમણાં એક કલાકમાં પોતાનો મેઈલ ચેક કરજે.

યુવતી - યૂ ઈડિયટ, આ જ વાત મેં અત્યારે તને ટેબલ પર આવીને કહી હતી. હવે સમજી ગયો કે હું કોણ છું. મને પ્રોગ્રામ એક કલાકમાં લાવીને આપો અને તમારો એક કલાક શરૂ થઈ ચૂક્યો છે. (યુવક બેબાક થઈ ગયો)

સાથીઓ, તમારું કાર્યક્ષેત્ર જે કંઈપણ હોય, પરંતુ એનાથી ન્યાય કરો. પૂરી યોગ્યતા, સમર્પણ અને વફાદારીથી પોતાનું કામ કરો. વિચારીને જુઓ,જો દરેક દિવસ પૂરો થયા પછી તમારે ખુદને એક સર્ટિફિકેટ આપવું પડે, તો તમે એ સર્ટિફિકેટમાં શું લખશો ?

શું આ લખશો

આળસું, કમજોર, બહાનેબાજ, ટાઈમપાસ, અયોગ્ય, શીખવાની યોગ્યતાનો અભાવ, અવિશ્વસનીય,-બિન અનુશાસિત, અકુશળ

અથવા આ લખશો

સો ટકા સમર્પિત, પ્રામાણિક, પ્રયોગશીલ, પ્રગતિની ભૂખ, લગનશીલ, વિશ્વસનીય, કુશળ, અનુશાસિત, રોજ નવું નવું શીખવાવાળા.

તમારા સર્ટિફિકેટમાં શું લખવામાં આવે, એ પસંદગી તમારે કરવાની છે. શું અત્યારે, આ ક્ષણે, આ પુસ્તકને વાંચતા-વાંચતા તમે ખુદને આ સર્ટિફિકેટ આપી શકો છો કે તમે સો ટકા લગન અને સમર્પણની સાથે આ કૃતિને વાંચી રહ્યાં છો ?

પાવર યોજના

- તમે ખુદ જ ખુદના કાર્યને અનુસાર સર્ટિફિકેટ આપી શકો છો. જ્યારે તમે કોઈ કાર્ય અત્યંત શાનદાર રીતથી કરો છો, તો ખુદને ‘એક્સીલેન્ટ ટાસ્ક'' સર્ટિફિકેટ આપો.
- જ્યારે તમે કોઈની મદદ કરીને અંદરથી અત્યંત ખુશ અનુભવી રહ્યાં છો, તો "TRUE HUMAN"નું સર્ટિફિકેટ આપો.
- જ્યારે તમે ખુદને કોઈ ખોટું કાર્ય કાર્ય કરવાથી રોકાયા હોવ તો "TOP CHARACTER"સર્ટિફિકેટ આપો.

- જ્યારે તમે ખુદના કોઈ કાર્યને જીત્યું હોય તો નું સર્ટિફિકેટ આપો. તમે પત્ની, બાળકો તથા અન્ય લોકોને સર્ટિફિકેટ આપીને એમની પણ હિમ્મત વધારો.

જો તમને સર્ટિફિકેટની ડિઝાઈન શોધવામાં મુશ્કેલી આવી રહી હોય, શબ્દ ના મળી રહ્યાં હોય તો અમારી વેબસાઈટ www.ujjwalpatni.com''પાવર થિંકિંગ પ્રોડક્ટ'' સેક્શનમાં તમારા માટે ખૂબસૂરત સર્ટિફિકેટ તૈયાર કરીને રાખ્યા છે. એની ભાષા તમારા દિલની ઊંડાઈમાં ઉતરીને તમને પ્રભાવિત કરશે.

સાથીઓ, થોડાં વર્ષો પછી જ્યારે તમે વીતેલાં વર્ષોની સફળતાઓ પર ધ્યાન આપશો, તો તમને આ જ સર્ટિફિકેટ, તમને એક નવી તાકાત આપશે અને તમને ખુદના જીવન પર ગર્વ અનુભવ થશે.

૧૦

પાવર આભાર - દિલથી

બહાદુર પાયલટ ચાર્લ્સ પ્લમ્બનું વિમાન સત્તર લડાઈઓ પછી વિયેતનામ મિશનમાં નષ્ટ થઈ ગયું પરંતુ ભાગ્યવશ પૈરાશૂટની મદદથી પ્લમ્બ બચી ગયા. એક રાત્રે રેસ્ટોરન્ટમાં પ્લમ્બની સાથે બેઠેલા વ્યક્તિએ પૂછ્યું - સાહેબ, શું દુર્ઘટના દરમિયાન તમારું પૈરાશૂટ યોગ્ય રીતે ખૂલ્યું હતું ?

પ્લમ્બે ચકિત થઈને પૂછ્યું - તમે આ કેવી રીતે જાણો છો ?

એણે કહ્યું - સાહેબ, હું નાનો કર્મચારી છું, તમારું પૈરાશૂટ એયરબેસ પર રોજ હું જ પેક કરતો હતો. આ કહીને તે ચાલ્યો ગયો.

પ્લમ્બ હતપ્રભ રહી ગયા કેમ કે એમણે ક્યારેય આ પૈરાશૂટ પેક કરવાવાળા વ્યક્તિને મહત્ત્વ ના આપ્યું, ત્યાં સુધી કે એનો ચહેરો પણ યાદ ન હતો. પ્લમ્બ કહેતા હતા કે તમારી જિન્દગીમાં અનેક સામાન્ય લોકો દરેક દિવસે મહત્ત્વપૂર્ણ યોગદાન આપે છે, એમને દિલથી મહત્ત્વ આપો. તમે કોઈ પણ મુકામ પર હોવ, પરંતુ એમને ના ભૂલો જેઓએ ક્યાંક તમારી જિન્દગીનું નાનું-મોટું પૈરાશૂટ પેક કર્યું હોય, અર્થાત્ જે તમારા કામ આવ્યા હોય.

ખાસ લોકોને તો બધા કહે છે પરંતુ તમે ક્યારેય ડ્રાઈવર, ક્યારેય માળી, ક્યારેય લિફ્ટમેન, ક્યારેય ગાર્ડ, ક્યારેય ઑફિસ સ્ટાફ, દરેક દિવકે એક વ્યક્તિનો દિલથી આભાર વ્યક્ત કરીને જૂઓ. એમને ચહેરાનો આનંદ જોઈને તમારી અંતરાત્મા તૃપ્ત થઈ જશે.

૧૧

તમે કઈ શ્રેણીના છો

ત્રણ ભાઈઓએ અભ્યાસ પછી નોકરી માટે શહેરમાં પ્રવેશ કર્યો. સંયોગવશ એમની નોકરી એક જ કંપનીમાં લાગી ગઈ.

વિદેશમાં નોકરી કરવાવાળા એમના પિતા જ્યારે બે વર્ષ પછી પાછા ફર્યા, તો પુત્રોની પ્રગતિ જોઈને અત્યંત ખુશ થયા. એમણે ત્રણેય પુત્રોને એમનો પગાર પૂછ્યો. મોટાએ કહ્યું - ૩૦ હજાર, વચલાએ કહ્યું - ૪૦ હજાર, અને સૌથી નાનાએ કહ્યું - ૬૦ હજાર. પિતા ચકિત થઈ ગયા કેમ કે એક જેવી ડિગ્રી અને એક જ કંપનીમાં નોકરી છતાં પણ પગારમાં અત્યંત ફરક હતો. પિતા બીજા દિવસે કંપનીના પ્રમુખને મળ્યાં અને એનું કારણ પૂછ્યું. પ્રમુખે પિતાને કહ્યું કે તેઓ એમની સાથે બેસીને ખુદ જુએ.

કંપની પ્રમુખે મોટા પુત્રને બોલાવ્યો અને કહ્યું - નજીકમાં જ સમુદ્ર તટ પર એક જહાજમાં થોડો માલ છે, જેની નીલામી થવા જઈ રહી છે. તરત તપાસ કરો, શું માલ છે, અને શું લાભનો સોદો હોઈ શકે છે. આ જ કાર્ય અન્ય બે ભાઈઓને પણ સોંપ્યું.

સૌથી મોટો ભાઈ ૧૦ મિનિટમાં પાછો આવી ગયો. એણે જાણકારી આપી કે જહાજમાં કપડાં અને કેટલોક ઈલેક્ટ્રોનિક સામાન છે. પ્રમુખે પૂછ્યું - એ કેવી રીતે જાણ થઈ. મોટા ભાઈએ કહ્યું - કોઈ પરિચિતને ફોન કરીને પૂછ્યું છે.

વચલા ભાઈએ બે કલાક પછી પાછો આવ્યો એણે જણાવ્યું કે જહાજમાં ૧૦૦ ટી.વી. છે, લગભગ ૧૦ હજાર મીટર કપડાં છે, અને ૫૦૦ કૉમ્પ્યૂટર છે. પ્રમુખે પૂછ્યું - ટીવી ચાલૂ છે કે બંધ, કપડાં કઈ ક્વૉલિટીના છે અને કૉમ્પ્યૂટર કઈ કંપનીના છે. વચલા ભાઈએ કહ્યું, આટલી બારીક જાણકારી પૂછવા માટે તમે કહ્યું ન હતું આથી પૂછ્યું નહીં.

સૌથી નાનો ભાઈ સાંજે પાછો આવ્યો. એણે જણાવ્યું - બૉસ, જહાજમાં ૧૦૦ ટી.વી. છે, જેમાં ૮૦ નવા છે અને ૨૦ જૂના છે અને લગભગ ૧૦ હજાર મીટર ઊંચા દરજાના સિલ્ક છે. મેં થોડા કપડાં માટે વેપારીઓ સાથે વાત કરી છે. તેઓ આપણને સારા ભાવ આપવા તૈયાર છે. પાંચસો જાપાની કૉમ્પ્યૂટર છે અને બધા નવા છે. હું કેટલાક કૉમ્પ્યૂટરવાળાઓને સાથે લઈ ગયો હતો. તે લોકો કૉમ્પ્યૂટર આપણી પાસેથી લઈ લેશે. આપણો પૂરો માલ નિકળી જશે. મેં ખરીદ અને વેચાણનો હિસાબ લગાવી લીધો છે. આ સોદામાં ૧૦ લાખનો ફાયદો છે. વેચવાવાળા અને ખરીદવાવાળા બંને તૈયાર છે. તમે હા કહો, તો હું ડીલ ફાઈનલ કરું છું.

આટલું કહેતું જ પ્રમુખે હસીને પિતા તરફ જોયું. ત્યાં જ બેઠેલા પિતાને પોતાનો જવાબ મળી ગયો હતો કે, કેમ એમના પગારમાં આટલો ફરક છે.

સંસારના મોટાભાગના લોકો આ જ ત્રણ શ્રેણીઓમાં છે. સૌથી મોટાભાઈ વાળી પ્રથમ શ્રેણી એ છે કે, જેમાં કામ સોંપવામાં આવે, તો તે ક્યારેય જવાબદારીથી નથી કરતી. પ્રથમ શ્રેણીને કામ સોંપ્યા પછી પણ કેટલાક લોકો એમની પાછળ લગાવવા પડે છે જેથી કાર્ય સુનિશ્ચિત કરી શકાય. આમને કાર્ય આપવાવાળા વ્યક્તિને મનમાં પણ શંકા બની રહે છે તેથી એમને ઉચ્ચ મહત્ત્વના કાર્ય ક્યારેય નથી સોંપવામાં આવતા.

વચલા ભાઈવાળી દ્વિતીય શ્રેણીને જેટલું કાર્ય સોંપવામાં આવ્યું હોય, તે એટલું જ કરે છે, એની આગળ પોતાનું મગજ બિલ્કુલ નથી લગાવતી. આની જિન્દગીમાં ના વધારે પ્રગતિ થાય છે, ના વધારે અધોગતિ. તે પોતાનું કાર્ય ઠીક કરે છે પરંતુ વધારે

પરિણામની આશા લગાવવી અર્થહીન છે. તેઓ સારા સ્ટાફ સાબિત થાય છે, પરંતુ લીડરશિપ રોલ નથી લઈ શકતા.

નાના ભાઈવાળી ત્રીજી શ્રેણીને અમે પ્રોએક્ટિવ શ્રેણી કહીએ છીએ. આ શ્રેણીને કોઈ પણ કામ સોંપવામાં આવે, તેઓ પોતાની પૂરી તાકાત લગાવી દે છે. આ શ્રેણી પ્રતિસ્પર્ધામાં વિજયી થાય છે અને ઉલ્લેખનીય કાર્ય કરે છે. અફસોસ એ છે કે આ શ્રેણીના લોકો દુનિયામાં ઓછા હોય છે. આ મોટાભાગે સફળ થાય છે અને પોતાના ક્ષેત્રમાં લીડર થાય છે.

હું જ્યારે સેમિનારમાં આ વાર્તા સંભળાવું છું તો ખૂબ વધારે લોકો તાળીઓ વગાડે છે. પછી હું એમને કહું છું કે પ્રથમ શ્રેણીવાળા લોકો હાથ ઊઠાવો, તો એક પણ હાથ નથી ઊઠતો. એના પછી બીજી શ્રેણીમાં પૂછવા પર પણ એક પણ હાથ નથી ઊઠતો. જેવો જ હું ત્રીજી શ્રેણીના લોકોને હાથ ઊઠાવવાનું કહું છું, તો બધા હાથ ઊઠી જાય છે. હાથ ઊઠાવવાવાળા પણ હસતાં રહે છે, કેમ કે તેઓ પણ જાણે છે કે આ સત્ય નથી.

સત્ય તો એ છે કે દુનિયામાં મોટાભાગના લોકો પ્રથમ શ્રેણીના હોય છે, એના પછી બીજી શ્રેણી અને ખૂબ જ ઓછી સંખ્યાના લોકો ત્રીજી શ્રેણીમાં હોય છે. આથી ત્રીજી શ્રેણીની દરેક તરફ માંગ હોય છે.

જો તમે પ્રથમ શ્રેણીમાં છો, તો જબરદસ્ત બદલાવની જરૂરિયાત છે. તમે દ્વિતીય શ્રેણીમાં છો, તો સામાન્ય જીવન જીવી શકો છો, પરંતુ તમે મહેનત કરીને ત્રીજી શ્રેણીમાં પહોંચી શકો છો. આ પસંદગી તમારા હાથમાં છે. પાવર થિંકિંગને જિન્દગીમાં ઉતારવા માટે તમારે પ્રૉએક્ટિવ શ્રેણી ''ત્રીજી શ્રેણી''નો ભાગ બનવો પડશે.

સાથીઓ, તમારે પ્રામાણિકતાથી વિચારવાનું છે કે આજે તમે કઈ શ્રેણીમાં છો અને ભવિષ્યમાં ખુદને કઈ શ્રેણીમાં મેળવવા ઇચ્છો છો. ફક્ત વિચારવાથી કશું પણ નહીં થાય, નક્કર યોજનાની સાથે કાર્ય કરવું પડશે.

તમારા વિચારો માટે

૧૨

આશા છે, તો જિન્દગી છે

> *હે ઈશ્વર તું જો ક્યારેય વિપત્તિ આપવાવાળો હોય તો મારું બધું જ છીનવી લે જે પરંતુ મારી આશા મારી પાસે છોડી દેજે.*
>
> ✍ નેપોલિયન

જાપાનમાં ઘટેલી એક સત્ય ઘટના છે. દર વર્ષ જૂના એક મકાનમાં પરિવર્તન કરવા માટે એક દીવાલને તોડવાની પ્રક્રિયા પ્રારંભ થઈ. અચાનક મજૂરોએ જોયું કે દીવાલના આંતરિક ભાગમાં એક ગરોળી ફસાયેલી છે. એને જીવતી જોઈને બધા હેરાન હતા.

મકાન માલિક પણ આ જોઈને આશ્ચર્યચકિત થઈ ગયો. દસ વર્ષ પહેલાં કોઈએ દીવાલ પર પૂરી દીધી અને તે જીવિત હોય, આ એક હેરતઅંગેજ વાત હતી. બધા આશ્ચર્યમાં હતા કે આખરે આ ગરોળીને ભોજન અને પાણી ક્યાંથી મળતું હતું.

થોડાં સમય પછી બધાની આંખો ચકાચૌંધ થઈ ગઈ, જ્યારે એમણે એક બીજી ગરોળીને મ્હોંમાં ખાવાનું દબાવીને આવતા જોઈ. દીવાલના એક નાના છેદની મદદથી એણે એ ગરોળીના મ્હોમાં ભોજન પહોંચાડી દીધું.

આ વિચારીને બધાના રૂંવાડાં ઊભા થઈ ગયા કે દસ વર્ષ સુધી રોજ તે ગરોળી દીવાલમાં ફસાયેલી સાથી ગરોળીને જીવિત રાખવા માટે ભોજન લાવતી રહી. ફક્ત આશાના ભરોસે એણે પોતાના સાથીને આટલા વર્ષ જીવિત રાખી.

આ અદ્ભુત વાર્તા એક અમૂલ્ય સંદેશ આપે છે કે જ્યાં સુધી જિન્દગીમાં અંતિમ કિરણ છે, શરીરમાં છેલ્લો શ્વાસ છે, ત્યાં સુધી આશા ના છોડો. આશા છે, તો જિન્દગી છે. તમારી આશા અને વિશ્વાસ તમારી સાથે અન્ય લોકોને પણ જિન્દગી આપી શકે છે.

સાથીઓ, ધનની ઊણપથી મોટું સંકટ છે ''આશાની ઊણપ''. જો તમારી અંદર આશા જીવિત છે, જો તમે આશાવાદી છો, તો તમે સમૃદ્ધિને પુનઃ જીવનમાં પ્રાપ્ત કરી શકો છો. તમારી પાસે આશા છે, તો જ તમે જીવનમાં ''સંભાવનાઓ'' પર ચિંતન કરી શકો છો. જો આશા જ નથી રહી, તો સંભાવનાઓને જીવિત રહેવાનો પ્રશ્ન જ નથી ઊઠતો.

આથી તમે ચાહે જેટલી પણ મુશ્કેલીઓથી ઘેરાયેલા હોવ, હંમેશાં યાદ રાખો કે દુનિયામાં કોઈ પણ મુશ્કેલી સ્થાયી નથી હોતી. પોતાની આશાઓને જીવંત રાખો, લાગેલા રહો, દરેક રાત પછી સવાર થવી નિશ્ચિત છે. પરંતુ એ પણ યાદ રાખો કે કોઈ કાર્ય કર્યા વગર ફક્ત આશા રાખવાથી નિરાકરણ નહીં નિકળે. એ ગરોળીએ દસ વર્ષ સુધી પોતાની સાથી ગરોળીને ભોજન પહોંચાડવા માટે અથાગ મહેનત કરી. કેમ કે તે ભોજન પહોંચાડતી રહી, આથી એની આશા રાખવી યોગ્ય હતી.

દુનિયામાં એવા અનેક લોકો છે, જે ઘેર બેઠાં એ આશા પાળીને રાખે છે કે એક દિવસ એમના પર કિસ્મત મહેરબાન થશે અથવા ક્યારેક-ને-ક્યારેક એમનો પણ દિવસ આવશે. કેટલાક એવા લોકો પણ છે જે આશા તો મોટી રાખે છે પરંતુ એમનું કર્મ એ આશાના અનુપાતમાં નથી હોતું આથી તેઓ અપેક્ષિત ઊંચાઈ પ્રાપ્ત નથી કરી શકતા. પાવર થિંકિંગ કહે છે કે આશા રાખો અને પોતાની આશાને હકીકતમાં બદલવા માટે એટલા કર્મ પણ કરો.

૧૩

પિંજરું છોડશો, ઊંચાઈ મળશે

ઈશ્વર એક કબૂતરને હાથમાં પ્રેમથી રમાડી રહ્યાં હતા. એક વ્યક્તિએ એમને પૂછ્યું - ભગવાન, તમારા પ્રેમ અને માનવના પ્રેમમાં શું અંતર છે.

ઈશ્વર - પિંજરામાં કેદ પક્ષી માણસનો પ્રેમ છે અને આકાશમાં ઉડતા પક્ષી મારો પ્રેમ છે.

(તે વ્યક્તિ એ જવાબથી ચકિત થઈ ઊઠ્યો અને એને બીજો પ્રશ્ન કર્યો)

વ્યક્તિ - શું તમે માણસને કોઈ સંદેશ આપવા ઈચ્છશો.

ઈશ્વર - હું ઈચ્છું છું કે બધા પક્ષી આઝાદ થઈને ખુલ્લાં આકાશમાં ઊડે અને બધાં માણસ માનસિક પિંજરાઓથી આઝાદ થઈને પ્રગતિ કરે. માણસને મેં સૌથી વધારે મગજ આપ્યું, તો એણે પક્ષીઓને લોખંડના પિંજરામાં કેદ કરી લીધા અને ખુદને માનસિક પિંજરામાં. બંનેએ ઊંચાઈ પ્રાપ્ત કરવા માટે આઝાદ થવું પડશે.

ઈશ્વરનો સંદેશ છે કે ગોરો-કાળો, શિક્ષિત-અશિક્ષિત, ગરીબ-અમીર, સ્માર્ટ-સાધારણ, શક્તિશાળી-નબળો, હીન-શ્રેષ્ઠ, ભાગ્યવાન-ભાગ્યહીન, યુવાન- વૃદ્ધ જેવા તમામ પિંજરાઓ ખોલો.

પોતાના પરિવારના સભ્યોને પણ માનસિક પિંજરાથી આઝાદી હેતુ મદદ કરો. માનસિક પિંજરાથી આઝાદ હશો તો જ ઊડી શકશો, અને ઊડશો તો જ ઊંચાઈ મળશે.

૧૪

જીવનમાં સમસ્યાઓનો સામનો કેવી રીતે કરશો

પોતાની સમસ્યાઓ દરે કોઈની સાથે ના વહેંચો. કોઈ મીઠું બોલી રહ્યો છે અથવા સહાનુભૂતિ બતાવી રહ્યો છે, તો એનો અર્થ એ નથી કે તે તમારો શુભચિંતક છે.

✍ પાવર સૂત્ર - જીવવું છે તો નિયમ તોડો

સાથીઓ, સમસ્યાનું નિરાકરણ પર ચિંતા કરીને નથી નિકળી શકતું, પરંતુ સમાધાન પર કાર્ય કરીને જ નિકળી શકે છે. સમસ્યા બધાના જીવનમાંહોય છે, પરંતુ કોઈ નાની સમસ્યાને ચિંતા કરીને મોટી કરી લે છે, તો કોઈ મોટી સમસ્યાઓને પણ હસતાં-હસતાં સામનો કરે છે.

પ્રશ્ન સમસ્યા હોવા કે ના હોવાનો નથી, પરંતુ પ્રશ્ન સમસ્યાઓનો પ્રચાર કરવાનો છે. તમે વિશ્વાસ કરીને કેટલાક લોકોની સાથે પોતાની સમસ્યા વહેંચી શકો છો, અને એમને કહો છો, ''કોઈને બતાવતા નહીં.'' મોડું કર્યા વગર તેઓ તમારી સમસ્યાને ખૂબ વધારે લોકોને બતાવે છે, અને કહે છે, ''કોઈને બતાવતા નહીં.'' આ યાત્રા સતત ચાલતી જાય છે. મને લાગે છે કે જ્યારે પણ આપણે કોઈ વાત માટે આ લાઈન પ્રયોગમાં લાવીએ છીએ, તે જ વાત સૌથી ઝડપથી ફેલાય છે.

સમસ્યાઓ વહેંચવી એક માણસની નબળાઈ છે કેમ કે દરેક માણસ સહાનુભૂતિ ઈચ્છે છે. હંમેશાં આ માણસની નબળાઈનો અન્ય લોકો ફાયદો ઊઠાવી લે છે. લોકો પોતાની પસંદના મસાલા નાખીને તમારી સમસ્યાને વધારે ચટપટી બનાવી દે છે. વાત એટલી ફેલાઈ જાય છે કે, પર્સનલ સમસ્યા પબ્લિક સમસ્યા બની જાય છે અને લોકો ભરપૂર આનંદ લે છે.

હંમેશાં આપણે સમસ્યા વહેંચવા માટે ખોટા લોકોની પસદંગી કરીએ છીએ. ઑફિસમાં બૉસની સાથે તણાવ હોય તો આપણે સહકર્મીની ઉપર વિશ્વાસ કરીને એને કહી દઈએ છીએ અને ધીમેથી તે વાત પછી બૉસ સુધી પહોંચી જાય છે. ઘરમાં પત્ની સાથે તણાવ હોય છે, તો મિત્રોની સાથે વહેંચીએ છીએ. મિત્ર સામે તો સહાનુભૂતિ બતાવે છે અને પીઠ પાછળ મજા લે છે. પત્ની પોતાના પતિ, સાસુ, સસરા, વગેરેથી થયેલાં તણાવની ચર્ચા પોતાની સહેલીઓ સાથે કરે છે અને સહેલીઓ આખા શહેરમાં ફેલાવી દે છે.

મોટાભાગના લોકો જે વ્યક્તિને સમસ્યા હોય છે, એ વ્યક્તિ સાથે વાત ના કરીને બીજાઓ સાથે વાત કરે છે. આનાથી સમસ્યા તો એ જ રહી જાય છે અને વાતનું બતંગડ બની જાય છે.

✍ જૂડી નેસ

જીવનમાં જો મુશ્કેલીઓ છે, તણાવ છે, સમસ્યાઓ છે, તો સીધા એના પર કાર્ય કરો. આજુ-બાજુ નિશાના લગાવવાથી કશું નહીં થાય. પોતાના જીવનમાં એવા ગુરૂ કે મેન્ટર રાખો જેના વ્યક્તિત્વની ગરિમા અને ચરિત્ર પર તમને વિશ્વાસ હોય. એમની સાથે તમે સમસ્યાઓ વહેંચી શકો છો, પરંતુ એ પણ ગણી-ગણીને.

સમસ્યા કેટલી પણ મોડી કેમ ના હોય, એને હલ કરવા માટે શક્યતાઓ અને પ્રામાણિક ચિંતન કરો. આ ચિંતન હેતુ આ જ પુસ્તકમાં આપેલા ''પાવર થિંકિંગની ત્રણ બારીઓ'' નામનો અધ્યાય વાંચો. એમાં આપવામાં આવેલી ''સંભાવના બારી''ની મદદથી તમે સમસ્યાઓનો તાર્કિક હલ શોધવામાં સમર્થ થઈ જશો.

એક સમસ્યાને મિત્ર બનાવી લો

આજે સંજયનો મૂડ ઊખડેલો હતો. દિવસભર ખૂબ વધારે ક્લાઈટ, વ્યસ્ત દિનચર્યા અને થોડા લોકો સાથે વિવાદને કારણે તે ચિડાયેલો હતો. હવે એક વધારે કામ માથા પર આવી ગયું હતું. એને વફાદાર વૃદ્ધ નોકર દીનાનાથને ઘેર છોડવા જવાનું હતું કેમ કે દીનાનાથની તબીયત કંઈક સારી ન હતી. તબીયત ખરાબ હોવા છતાં દીનાનાથે આજે ખૂબ કામ કર્યું હતું. સંજય દીનાનાથને ઘેર પહોંચાડવા ચાલી ગયો.

ઘેર પહોંચીને દીનાનાથે સંજયને એક કપ ચા પીવાનો વિનમ્ર આગ્રહ કર્યો. સંજય માની ગયો. ઘરની અંદર ઘુસતાં જ દીનાનાથ પોતાના આંગણમાં લાગેલા એક ઝાડની પાસે રોકાઈ ગયો. એણે ઝાડ સાથે થોડી વાતો કરી, પત્તાઓને સ્પર્શ કર્યો અને હસતાં-હસતાં ઘરની અંદર ઘુસ્યો.

ઘરની અંદર ઘુસતા જ અત્યાર સુધી બીમાર દીનાનાથ એકદમ પ્રફુલ્લિત થઈ ગયો. પોતાના બાળકો સાથે પ્રેમથી વાત કરી, પત્નથી હાલચાલ પૂછ્યાં અને ખૂબ પ્રેમથી સંજયને ચા પીવડાવી.

ચા પીધા પછી સંજયે એ ઝાડ પર નજર નાખી અને ઉત્સુક્તાથી દીનાનાથને પૂછ્યું, ઝાડની પાસે તમે શું કરી રહ્યાં હતા ?

દીનાનાથે ઊર્જાને કહ્યું, માલિક આ મરી સમસ્યા મિત્ર છે. દિવસભર કામમાં ખૂબ વધારે મુશ્કેલીઓ, થાક, તણાવ વગેરે ઘેરે છે. એને પોતાની સાથે લઈને આવીશ તો ભડાશ નિકાળીશ. આથી હું ઘરમાં ઘુસતા જ મારી બધી સમસ્યા અને મુશ્કેલીઓ પોતાની આ સમસ્યા મિત્રને આપી દઉં છું અને સવારે પાછો લઈ જાઉં છું. આ જ રીતે સવારે ઘરમાં ક્યારેય વિવાદ થઈ જાય, તો કાર્યસ્થળપર તણાવ લઈ જઈને કામ ખરાબ કરવાને કારણે તે તણાવ પણ આ સમસ્યા મિત્ર ઝાડની પાસે રાખી દઉં છું.

સંજય આ અનોખી વાત સાંભળીને ચોંકી ગયો. બીજી જ ક્ષણે સંજયે નિર્ણય લીધો અને પોતાના ઘરમાં એક સમસ્યા મિત્ર બનાવી લીધો.

''સમસ્યા મિત્ર''નું આ ઉદાહરણ તમને પ્રથમ નજરમાં થિયેરી લાગી શકે છે, પરંતુ પ્રેક્ટિસથી ધીમે-ધીમે તમારી વિચારધારા એ માનવા લાગશે કે ખરેખર તમારો કોઈ સમસ્યા મિત્ર છે. હિન્દૂ ભગવાન રામની સામે, ક્રિશ્ચિયન જીસસ ક્રાઈસ્ટની સામેઅને શિખ ગુરૂનાનકજીની સામે જઈને પોતાનું દુઃખ કેમ વહેંચો છો ? પ્રાર્થનાઓ કેમ કરો છો ? શું કોઈએ પ્રત્યક્ષ ભગવાનને જોયા છે ? આ બધુ જ શ્રેષ્ઠ આસ્થા છે અને આ જ આસ્થાથી ઈશ્વરનું અસ્તિત્વ છે. ઠીક એવી જ રીતે તમારો સમસ્યા મિત્ર પણ આસ્થાથી તમારી સમસ્યાઓ વહેંચી શકે છે. કોઈ બીજાને નહીં, તો ભગવાનને જ પોતાનો સમસ્યા મિત્ર બનાવી લો.

પોતાનું ધ્યાન તપાસો

જે છોડને પોષણ મળે છે, તે વધારે ઝડપથી મોટો થાય છે. તમે પોતાની સમસ્યાની વારંવાર ચિંતા કરીને, એનો તણાવ લઈને, પોતાનું બધું ફોકસ (ધ્યાન) એ સમસ્યા પર જ નાખી દો છો, તો તે સમસ્યા મોટી થઈ જાય છે. તમે જેટલું વધારે ફોકસ જે વસ્તુ પર નાખો છો તે એટલી જ વિકસિત થઈ જાય છે, આથી સમસ્યાને બદલે સમાધાન પર ફોકસ કરો. સમસ્યાના, ઊણપના, તિરસ્કારના, હીનતાના રોદણાં રોવાને બદલે ઝડપથી સમાધાનની તરફ વધી જાઓ. સંભાવના વિચારધારાનો પ્રયોગ કરીને સંભાવનાઓ પર કાર્ય કરવાનું શરૂ કરો.

નિર્ણય ના લેવો પણ એક સમસ્યા છે

જો તમે ભય, દુવિધા કે ટાળમટોળના કારણથી સમાધાનનો મજબૂત નિર્ણય નથી લઈ શકતા, તો તમે સમસ્યાને વધારી રહ્યાં છો. સમસ્યા દરરોજ મોટી થાય છે, એમાં નવા ભય જોડાય છે અને તે વધારે તકલીફ આપનારી બની જાય છે, આથી મોડું પીડાદાયક હોય છે. સમસ્યા પર નિર્ણય ના કરવો પણ એક સમસ્યા છે. જો વિશેષ પરિસ્થિતિઓમાં તમારી વિચારધારા કહે છે કે અમુક સમસ્યા પર અત્યારે નિર્ણય લેવો યોગ્ય નહીં હોય, તો વાત અલગ છે, નહીંતર સમસ્યાને ટાળવી બુદ્ધિમાની નથી.

શું સમસ્યા ખરેખર છે ?

પાવર થિંકર હંમેશાં સમસ્યાના મૂળ સુધી જાય છે. શું સમસ્યાનું ખરેખર અસ્તિત્વ છે ? શું સમસ્યા પૂર્વગ્રહોને કારણે પેદા થઈ ગઈ ? શું સમસ્યા અપેક્ષાઓ પૂરી ના થવાને કારણે પેદા થઈ ગઈ ? શું સમસ્યા આપણી ધારણાઓને કારણે પેદા થઈ ગઈ? શું સમસ્યા આપણાં મનની અંદર વ્યાપ્ત ભયના કારણથી પેદા થઈ ગઈ છે ? શું સમસ્યા એવા કારણથી પેદા થઈ છે, જેનું કોઈ વજૂદ જ નથી. જ્યારે પાવર થિંકર આ ખૂણાઓને જુએ છે, તો મોટાભાગની સમસ્યાઓ ત્યાં જ ખતમ થઈ જાય છે.

એ જ મુદા પર વારં-વાર દુઃખી કેમ થવું

કૉમેડિયનના જોક્સ પર લોકો એટલા હસ્યા કે બધાના પેટમાં વળ પડી ગઈ. થોડાં સમય પછી કૉમેડિયને ફરી એ જ જોક્સ સંભળાવ્યો, હવે હસવાનો અવાજ ઓછો સંભળાયો. થોડા સમય પછી કૉમેડિયને એ જ જોક્સ સંભળાવ્યો, હવે ઘણા ઓછાં લોકો હસ્યા. થોડાં સમય પછી ફરી એ જ જોક્સ સંભળાવ્યો અને કોઈ પણ ના હસ્યું. લોકો કંટાળી ઊઠ્યાં કે એ જ જોક્સને કેમ વારંવાર કહેવામાં આવી રહ્યો છે.

એ કૉમેડિયને બધા શ્રોતાઓને એક અદ્ભુત સંદેશ આપ્યો. એણે કહ્યું - સાથીઓ, આ જોક્સે તમે પ્રથમ વખત એટલો ખુશ કર્યો હતો કે તમે હાસ્યને સંભાળી શક્તા ન હતા. જ્યારે એ જ જોક્સને બીજી ચોથી વખત સંભાળવામાં આવ્યો તો એનો પ્રભાવ ખતમ થઈ ચૂક્યો હતો. હવે તે તમને જરા પણ ખુશ નથી કરી રહ્યો.

જ્યારે ખુશીવાળી વાત પણ તમને વારંવાર ખુશ નતી કરી શકતી, તો જિન્દગીના એ જ દુઃખ તમને વારંવાર દુઃખી કેમ કરે છે ? જ્યારે ખુશની વાતનો પ્રભાવ થોડાં સમય પછી શૂન્ય થઈ જાય છે, તો દુઃખી કરવાવાળી યાદોના પ્રભાવને તમે થોડાં સમય પછી શૂન્ય કેમ નથી કરી દેતાં ? કેમ એનાથી વારં-વાર દુઃખી થાઓ છો ?

સાથીઓ, આપણી શક્તિર એક સમસ્યા મુક્ત જીવન પેદા કરવામાં ના લગાવવી જોઈએ કેમ કે જીવિત અવસ્થામાં એવું થવું શક્ય નથી. આપણી શક્તિ એ વાતમાં લગાવવી જોઈએ કે જ્યારે પણ આપણને સમસ્યાઓ ઘેરીને પ્રભાવિત કરવાનો પ્રયત્ન કરે, તો આપણે કેટલી જલદી બહાર આવી શકીએ છીએ.

પહેલાંની કોઈ ખરાબ ઘટનાને યાદ કરવા પર જો તમે આખો દિવસ ઉદાસ રહેતા હતા, અને એ જ ઘટનાને યાદ કરકીને પણ આજે તમે ફક્ત થોડી મિનિટ ઉદાસ રહો છો, તો એ પણ તમારો વિજય છે.

પાવર સૂત્ર - ડૉ. ઉજ્જવલ પાટની

પાવર યોજના

- પોતાની અંગત સમસ્યાઓને અંગત જ રાખશો, એને બિનજરૂરી સહાનુભૂતિ પ્રાપ્ત કરવા માટે બીજા લોકો સાથે શેયર નહીં કરો.
- જે પણ સમસ્યા છે, તમારા નિયંત્રણમાં નથી, અથવા તમારા દ્વારા પેદા નથી કરવામાં આવી, એને લઈને તણાવ નહીં લો.
- સમસ્યાને ટાળવાને બદલે શક્યતાઓ પર ચિંતન કરીને નક્કર નિર્ણય લેશો.
- પોતાના જીવનમાં કોટી ગુરૂ, મેન્ટર કે સાચ્ચા શુભચિંતકોને પસંદ કરીને ફક્ત એમની સાથે જ સમસ્યા વહેંચો.

૧૫

આવો, આજને ખુશીથી જીવી લઈએ

આનંદનો સૌથી મહત્ત્વપૂર્ણ નિયમ છે કે તમે જે ક્ષણમાં જ્યાં છો, ત્યાં સો ટકા રહો, અડધા-અધૂરા નહીં.

✍ પાવર સૂત્ર - જીવવું છે તો નિયમ તોડો

અમે 'એક દૂજે કે લીયે' નામનો એક કપલ વર્કશૉપ આયોજિત કરીએ છીએ. એ વર્કશૉપમાં એક નાની-એવી ગતિવિધિ હોય છે, જેમાં બધા કપલોને એક પેપર પર પોતાના જીવનના પ્રમુખ તણાવ વિસ્તારથી લખવાના હોય છે. એ મને પણ જાણ છે કે આંતરિક તણાવ લખવાને બદલે બધા સામાન્ય મુદ્દા લખે છે, છતાં પણ તે ગતિવિધઇ દરેક વખત એક નવી માણસાઈનું પાસુ સામે લાવે છે. કેટલીક વિશેષ યાદો તમારી સાથે વહેંચી રહ્યો છું.

એક કપલને એ વાતનો તણાવ હતો કે એમના બાળકોને આઈ.આઈ.ટી.માં એડમિશન થશે કે નહીં. મને તે કપલ જોવામાં એકદમ યુવાન લાગ્યું. મને લાગ્યું કે આ બાળક આટલો મોટો કેવી રીતે હોઈ શકે છે, જે આઈ.આઈ.ટી.ની તૈયારી કરી રહ્યો છે. પૂછવા પર હસતાં-હસતાં મારા પેટમાં વળ પડી ગઈ, જ્યારે એમણે જણાવ્યું કે એમનો બાળક અત્યારે નર્સરીમાં છે. તેઓ અત્યારથી જ એના આઈ.આઈ.ટી. એડમિશન માટે તણાવગ્રસ્ત છે.

એક સજ્જન ૨૮ વર્ષની ઉંમરમાં રિટાયરમેન્ટને લઈને પરેશાન હતા. તેઓ વર્તમાનને નિખારવાને બદલે એ ચિન્તામાં ડૂબેલા હતા કે રિટાયરમેન્ટ પછી એશો-આરામની જિન્દગી રહેશે કે નહીં.

એક યુવાન દરેક વખતે મૃત્યુની આશંકાથી ભયભીત હતો. એની ઑફિસના એક સરખી ઉંમરના કર્મચારીની આકસ્મિક મોતે એને અંદરથી હલાવી દીધો હતો. એણે ૩૨ વર્ષની ઉંમરમાં પોતાની વસીયત બનાવી લીધી છે. સામાન્ય માથાનો દુઃખાવો થવા પર પણ એને બ્રેન ટ્યૂમરનો ભય થતો હતો અને પેટ દર્દ થવા પર કેન્સરનો. એની જિન્દગી ચિંતાને કારણે ચિતા તરફ વધી રહી છે.

મહત્ત્વપૂર્ણ પ્રશ્ન એ છે કે આખરે આપણે વર્તમાન સારી રીતે કેમ નથી જીવી શકતા? 'વીતી ગયેલી કાલ' અથવા 'આવવાવાળી કાલ'ની ચિંતામાં 'વર્તમાન'ની બલિ કેમ ચઢાવી દઈએ છીએ?

> *વીતેલી કાલથી શીખો, આવવાવાળી કાલને પ્લાન કરો અને આજને મન લગાવીને જીવો.*
>
> *પાવર સૂત્ર - ડૉ. ઉજ્જવલ પાટની*

દુનિયામાં કોઈ પણ સો ટકા સુખી નથી હોઈ શકતું

એક કપલ સારું જીવન વિતાવી રહ્યું હતું પરંતુ એમને છતાં પણ જીવનમાં ઊણપો નજરે આવતી હતી. ત્યારે એમણે સાંભળ્યું કે પાસના ગામડામાં એક મહાત્મા આવ્યા છે, જે લોકોની તકલીફો દૂર કરે છે. તેઓ બંને અત્યંત આશાથી એમની પાસે ગયા.

મહાત્માએ કહ્યું - તમે દુનિયા ફરો અને પૂરી રીતે ખુશ કોઈ કપલને શોધો. જો તમને કોઈ એવો વ્યક્તિ મળી જાય તો એના કપડાંનો એક ભાગ લઈને મારી પાસે આવજો, પછી તમે હંમેશાં ખુશ રહેશો. તે બંને શોધવા માટે નિકળી પડ્યાં.

એક જગ્યાએ જઈને એમને લાગ્યું કે રાજ્યપાલ અને એમની પત્ની સૌથી વધારે ખુશ છે. તેઓ એમની પાસે ગયા અને પૂછ્યું - શું તમે સૌથી વધારે ખુશ છો ? એમણે જવાબ આપ્યો - હા, આમ તો અમે ખુશ છીએ પરંતુ અમારું કોઈ સંતાન નથી. નિરાશ થઈને કપલ આગળ વધી ગયું.

એક જગ્યાએ જાણ થઈ કે અહીંયા પર સૌથી વધારે ખુશ રહેવાવાળું કપલ રહે છે. તેઓ બંને ત્યાં ગયા અને પૂછ્યું - શું તમે પૂરી રીતે પ્રસન્ન છો ?

એ કપલે જવાબ આપ્યો - હા, અમે ખુશ રહીએ છીએ, પરંતુ એક જ દુઃખ છે. અમારા ખૂબ વધારે બાળકો છે જેના કારણે અમારી જિન્દગી મુશ્કેલી થઈ ગઈ છે. તેઓ બંને ત્યાંથી પણ નિરાશ થઈને ચાલી નિકળ્યા.

ચાલતા-ચાલતા તેઓ એક રણમાં પહોંચી ગયા. ત્યાં એક નાચતા-ગાતા વણઝારા નજરે આવ્યા. એમણે વણઝારાથી પણ આ સવાલ પૂછ્યો. વણઝારાએ માન્યું કે તે સૌથી વધારે ખુશ છે. કપલ આ સાંભળીને ખુશ થઈ ગયા અને એમણે તરત એના શર્ટનો ટુકડો એનાથી માંગ્યો.

વણઝારાએ ઉદાસ થતાં કહ્યું - જો હું તમને મારા શર્ટનો ટુકડો આપી દઈશ તો હું શું પહેરીશ. મારી પાસે એક જ શર્ટ છે.

હતાશ થઈને તે બંને મહાત્માની પાસે પાછા આવ્યા અને એમણે પોતાના અનુભવ બતાવ્યા.

મહાત્માએ કહ્યું - તમને સમજમાં આવી ગયું હશે કે દુનિયામાં કોઈ પણ પૂરી રીતે ખુશ નથી, આથી સો ટકા ખુશીની શોધમાં જીવન બરબાદ કરવું મૂર્ખતા છે. જે પણ તમારી પાસે છે, એનો ભરપૂર આનંદ લઈને જીવન વિતાવો.

ખુશી શું છે

ખુશી અંદરથી ઉત્પન્ન થાય છે. ખુશીને તમે બાંધી નથી શકતા. એને તમે સ્થાયી રૂપથી ખરીદી નથી શકતા, એને તમે જીતી નથી શકતા, એનાથી તમે લગ્ન નથી કરી શકતા, એને તમે વસીયતમાં નથી મેળવી શકતા. ખુશી કોઈ દવાના રૂપમાં નથી આવતી, ખુશીને તમે તાળું લગાવીને નથી રાખી શકતા, ખુશી તમને ભીખથી નથી મળી શકતી, ખુશી તમને ફરિયાદથી નથી મળી શકતી, ખુશી તમે પેદા કરી શકો છો. ખુશીને તમે, આજે અને અત્યારે જીવી શકો છો. ખુશી તમે બીજાઓને આપી શકો છો. તમે ક્યાંય પણ ખુશ રહી શકો છો, બસ શરત એટલી જ છે કે તમારે ખુશ રહેવાનું ઇચ્છો.

બધી ખુશી કે અડધી ખુશી જેવી કોઈ વસ્તુ નથી હોતી. ખુશી ફક્ત ખુશી હોય છે. જો તમે એમ વિચારો છો કે જે દિવસે મને અમુક વસ્તુઓ પ્રાપ્ત થઈ જશે તો હું ખુશ રહીશ, તો તમે જીવનભર અસંતુષ્ટ રહેશો.

તમે 'આજ'નો આભાર વ્યક્ત કરીને જિન્દગી જીવી શકો છો. તમે સ્વસ્થ છો, તમારી પાસે ઘર છે, હસવા-બોલવા માટે પરિવાર છે. રોજી-રોટી કમાવવા માટે આવડત છે, સાથ આપવા માટે મિત્ર છે, શું આ ખુશ રહેવાના કારણ નથી ? તમે આ પુસ્તક વાંચી રહ્યાં છો અને તમારું અન્તર્મન આંદોલિત થઈ રહ્યું છે, શું આ ખુશીનું કારણ નથી ?

બધું જ છોડો... શું તમે આજ સુધી જીવિત છો, એ ખુશીનું કારણ નથી.

જ્યારે હું નાનો હતો, તો સ્કૂલમાં મને પૂછવામાં આવ્યું,
મોટો થઈને શું મેળવવા ઇચ્છે છે,
મેં કહી દીધું 'ખુશી'...
એમણે કહ્યું કે મેં પ્રશ્નને સારી રીતે નથી સમજ્યો,
મેં કહ્યું, તમે જિન્દગીને સારી રીતે નથી સમજ્યા...

પ્રેક્ટિકલ બનો અને આ સત્યને સ્વીકાર કરો કે આ દુનિયામાં કોઈ પણ સો ટકા સુખી નથી થઈ શકતું.

દરેક ક્ષણને મન લગાવીને જીવો, જામીને જીવો, ખુશીથી જીવો, હાસ્ય સાથે જીવો, ઉલ્લાસ સાથે જીવો અને પોતાની આસ-પાસના લોકોને ખુશ કરતાં-કરતાં જીવો. ભવિષ્યની ખુશીની શોધમાં વર્તમાનને નષ્ટ ના કરો. આજે અને અત્યારે જે પ્રસન્નતાની ક્ષણ છે, એ ક્ષણોનો ચોરાવીને પોતાની જિન્દગીને શાનદાર બનાવી લો.

પાવર યોજના

દરેક સવારે પ્રાર્થના પછી હાસ્ય સાથે ખુદને કહો

- આજનો દિવસ હું અત્યંત ખુશીની સાથે હસતાં-હસતાં વિતાવીશ.
- આજે મારી ખૂબ જ શાનદાર લોકો સાથે મુલાકાત થશે.
- આજનો દિવસ જીવનનો એક ઉપલબ્ધિપૂર્ણ દિવસ હશે.
- અન્ય લાઈનો તમે તમારી ઇચ્છાનુસાર નક્કી કરી શકો છો.

૧૬

જીવવાનું તો નથી ભૂલી ગયા

પહેલાં હાઈસ્કૂલ સારા નંબરોથી પાસ કરવા માટે તેઓ મરતા રહ્યાં,
પછી કૉલેજ પૂરી કરવા માટે દટ્યાં રહ્યાં જેથી
કમાવવાનું શરૂ કરી શકે,
પછી લગ્ન માટે બેચેન રહ્યાં,
અને પછી બાળકો માટે,
પછી બાળકો મોટા થઈને કંઈક બની જાય,
એ પ્રયત્નમાં તપતા રહ્યાં,
પછી એક દિવસ તેઓ કામથી રિટાયર થઈ ગયા,
અને આજે જિન્દગીથી રિટાયર થઈ રહ્યાં છે,
કેમ કે મોત દરવાજા પર દસ્તક આપી રહી છે...
અને અચાનક એમને લાગી રહ્યું છે,
જિન્દગીની ભાગમભાગમાં તેઓ જીવવાનું તો ભૂલી જ ગયા હતા,
ક્યાંક તમે એ તો નથી...
તમે તમારી સાથે આવું ના થવા દેતાં, ઓ મિત્ર
મન લગાવીને અને ઉલ્લાસથી જીવો....

(સંકલિત)

૧૭

પાવર રીડિંગ

માનસિક સૌંદર્ય વિરુદ્ધ શારીરિક સૌંદર્ય

શું તમે વિચાર્યું છે કે તમે તમારા શરીરને સજાવવા અને નિખારવામાં ટકાવારીમાં કેટલો સમય લગાવો છો. સામાન્ય વ્યક્તિ ન્હાવા, તૈયાર થવા તેમજ અન્ય દૈનિક કાર્ય કરવામાં લગભગ દોઢ કલાક પ્રતિદિવસ આપે છે. વાળ કપાવવા, દાઢી બનાવવા, ફેશિયલ, બ્લીચિંગ વેગરેમાં મહીનામાં લગભગ પાંચ કલાક વધારે લાગે છે. શરીરના માટે કપડાં, જૂતા, સૌંદર્ય પ્રસાધન તથા અન્ય વસ્તુઓ ખરીદવામાં મહીનામાં લગભગ દસ કલાક લાગે છે. જો તમે શૉપિંગના શોખીન છો અથવા સૌંદર્ય હેતુ જાગૃત છો તો પછી આ સમય ડબલથી પણ વધારે થઈ શકે છે. કુલ સમય જોવામાં આવે તો શરીરની દેખભાળ કરવા અને સજાવટ કરવામાં સામાન્ય રીતે પંદર કલાક દર અઠવાડિયે લાગે છે. ખર્ચની તો વાત ના કરો કેમ કે તે પૂરી રીતે ખિસ્સા આધારિત શાસ્ત્ર છે. સાર કહેવામાં આવે તો શરીરની દેખભાળમાં લગભગ ૭૨૦ કલાક, અર્થાત્ વર્ષમાં એક મહીનો લાગે છે. આ આંકડા આનાથી પણ વધી શકે છે.

જ્યારે શરીરના સૌંદર્ય તેમજ સ્વાસ્થ્ય હેતુ અમે પ્રતિવર્ષ ૭૨૦ કલાક આપીએ છીએ, તો આ પ્રશ્ન ઊઠે છે, એ થોડા ઈંચ મગજને વિકસિત કરવા માટે કેટલો સમય આપીએ છે, જે બધા શરીરને ચલાવે છે ? જીવનના લક્ષ્ય બનાવવામાં કેટલો સમય આપીએ છે ? જીવન સાચી દિશામાં જઈ રહ્યું છે કે નહીં, એ જાણવા માટે કેટલો સમય આપીએ છીએ ?

સીધો પ્રશ્ન એ છે કે તમે શારીરિક સૌંદર્યની સાથે માનસિક શ્રેષ્ઠતા અથવા સૌંદર્ય હેતુ કેટલો સમય આપો છો ?

જ્યારે પણ આ પ્રશ્ન હું મારી કાર્યશાળાઓમાં પ્રતિભાગીઓને કરું છું, તો જવાબોથી ચિંતિત થઈ ઊઠું છું. બધા પ્રતિભાગીઓમાંથી મુશ્કેલથી કેટલાક લોકો માનસિક સૌંદર્યનું ધ્યાન રાખે છે. હું એવા અનેક લોકોને જાણું છું,જેઓ શનિવારની રાત્રે પોતાના પરિવારની સાથે પાંચ-દસ હજાર ખર્ચ કરી દેવામાં એક ક્ષણની પણ વાર નથી કરતાં, પરંતુ એક પુસ્તક ખરીદવી એમને વ્યર્થનો ખર્ચ લાગે છે. એમને ચહેરા પર એવી લકીરો હોય છે, માનો તે વ્યર્થ પૈસા ખર્ચ કરી રહ્યાં છે. દુનિયાના મહાનતમ પ્રેરકોની સીડી, જેમાં જીવન બદલવાની તાકાત હોય છે, એના પર પાંચસો રૂપિયા ખર્ચ કરવાને બદલે તેઓ એને દસ રૂપિયામાં ડુપ્લીકેટ કરવાનો રસ્તો શોધે છે.

સાથીઓ, જો તમારે શ્રેષ્ઠ થવું છે, જો તમારે મોટા સપના જોવા છે અને એને હકીકતમાં મેળવવા ઇચ્છો છો, જો તમે પ્રગતિ કરવા ઇચ્છો છો, તો તમારે માનસિક સૌંદર્ય પર કામ કરવું પડશે. બદલાતા જમાનાની સાથે વિચારોનું શુદ્ધિકરણ કરવું પડશે. આના અનેક રસ્તા હોઈ શકે છે.

- તમે શ્રેષ્ઠ પુસ્તકો વાંચો.
- તમે શ્રેષ્ઠ લોકોની સાથે રહો.
- તમે શ્રેષ્ઠ ઘટનાઓના સાક્ષી બનો.

શ્રેષ્ઠ લોકોનો સાથ દરેક પળે મળી શકવો શક્ય નથી હોતો. શ્રેષ્ઠ ઘટનાઓના સાક્ષી બનવું પણ હંમેશાં શક્ય નથી હોતું, પરંતુ એક સારી પુસ્તક તમને દરેક ક્ષણે પ્રેરિત કરી શકેછે. જો પુસ્તકો ને તમે સાથી બનાવી લીધી તો શ્રેષ્ઠતાના રસ્તા પર આગળ વધવાની ચાવી મળી જશે.

પાવર રીડિંગ તેમજ રીડિંગમાં ફરક

'પાવર થિંકિંગ' સેમિનારના પ્રશ્નોત્તર સત્રમાં એક પ્રતિભાગીએ પૂછ્યું કે પાવર રીડિંગ અને રીડિંગમાં શું ફરક છે ?

મેં જવાબ આપ્યો - રીડિંગનો અર્થ છે, દરેક એ પુસ્તક કે સાહિત્યને વાંચી લેવું જે હાથમાં આવે અથવા ઉપલબ્ધ થાય. દરેક સાહિત્યને વાંચી લેવું, ભલે જ સમય વ્યર્થ કરવાવાળું સાહિત્ય કેમ ના હોય.

આના વિપરીત પાવર રીડિંગનો અર્થ છે, વિચારીને વાંચવું. તે પુસ્તકો અને સાહિત્યને વાંચવા, જેઓ તમને જીવનના લક્ષ્યની નજીક લઈ આવે છે. તે વાંચવું, જેને વાંચીને તમારા વિચારોમાં શ્રેષ્ઠતા આવતી હોય. એમના વિશે વાંચવાં, જેવા તમે બનવા ઈચ્છો છો. એ સફળતાઓ વિશે વાંચવું, જેના વિશે તમે સપના જુઓ છો.

શ્રેષ્ઠતાથી પ્રતિરોધ કેમ હોય છે

દુનિયામાં એવા અનેક લોકો છે, જેઓ સ્વવિકાસ, શ્રેષ્ઠતા, પ્રભાવકારિતા અને સફળતા સાથે જોડાયેલી પુસ્તકોને જોઈને ખુશ નથી થતાં. એમનું માનવું છે કે, આવી પુસ્તકોથી કોઈ ફરક નથી પડતો. આમાંથી ઘણાં લોકો દિવસનો મોટાભાગનો ખાલી સમય ટી.વી. જોતાં-જોતાં વિતાવી શકે છે અને દરેક સમયે રિમોટ હાથમાં લઈને ચેનલોની સર્ફિંગ કરી શકે છે. તેઓ ઉપન્યાસ વાંચી શકે છે, ફિલ્મી ગૉસિપ વાંચી શકે છે, હૉરર અને સસ્પેન્સ વાંચી શકે છે, પરંતુ આત્મશ્રેષ્ઠતાની પુસ્તક વાંચતા-વાંચતા એમને કંટાળો અનુભવાય છે.

આ કલાકો વગર કામના ફોન પર ચિપકેલા રહી શકે છે. ઈન્ટરનેટ પર એક એવા વ્યક્તિ સાથે ચેટિંગમાં રોજ કલાકો વિતાવી શકે છે, જેના વિશે એને એ પણ કન્ફર્મ નથી હોતું કે તે છોકરી છે કે છોકરો. એની પાસે પિતા કે દાદાની પાસે બેસીને એમના જીવનનો અનુભવ લેવાનો સમય નથી હોતો, પરંતુ સોશિયલ નેટવર્ક પર અજાણ્યા વ્યક્તિ સાથે પોતાનાપણું વધારવાના કાર્યમાં લાગેલા રહે છે. આવા લોકો એમ પણ કહેતા જોવામાં આવે છે કે, શું ફરક પડી જશે, ઉત્કૃષ્ટ થઈને જે ભાગ્યમાં

છે, એ જ મળશે.

મારા મનમાં હંમેશાં એક પ્રશ્ન ઊઠે છે કે કેટલાક લોકોને શ્રેષ્ઠતાથી આટલો પ્રતિરોધ કેમ હોય છે ? આખરે આ લોકો નવા વિચાર ક્યાંથી લાવતા હશે ? આ લોકો પોતાની ખોટી ધારણાઓથી મુક્ત કેવી રીતે થતાં હશે ? આ લોકો માનસિક તેમજ આધ્યાત્મિક રૂપથી વિકસીત કેવી રીતે થતાં હશે ?

હું કૉર્પોરેટ પ્રશિક્ષણ કાર્યક્રમ કરું છું, તો પ્રતિભાગીઓને પૂછું છું -

- શું તમે રોજ વાંચવા માટે સમય કાઢો છો ?
- જે હાથમાં આવેછે, એ જ વાંચી લો છો કે યોજનાબદ્ધ રીતથી લક્ષ્યોની દિશામાં વાંચો છો ?

નવા વિચાર આવશે ક્યાંથી ?

દૈનિક જીવનમાં પોતાની દિનચર્યા પર નજર કરો. નોકરી-ધંધો હોય અથવા દુકાનદાર, મોટાભાગની જિન્દગી બિલ્કુલ નક્કી હોય છે. દરેકે સવારે ઊઠવું, તૈયાર થઈને ઑફિસે જવું, સાંજે મોડેથી પાછા ફરવું, આરામ કરવો, ખાવું, ટી.વી. જોવું, બાળકો સાથે રમવું, થોડું ઘણું અન્ય કાર્ય કરવું અને સૂઈ જવું. બીજી સવારે ફરી ઊઠવું અને એ જ ક્રમને દોહરાવવો. પ્રશ્ન એ ઊઠે છે કે ભાગમભાગ ભરી આ જિન્દગીમાં નવા વિચાર તમારી અંદર આવશે ક્યાંથી ?

અચાનક કોઈ સ્રોતથી આવી પણ ગયા, તો પણ એ પ્રશ્ન છે કે પ્રતિદિવસ નિયમિત રૂપથી માનસિક શ્રેષ્ઠતા હેતુ નવા વિચાર ક્યાંથી આવશે ?

જો નવા વિચાર સતત નહીં આવે, તો તમારી અંદર પરિવર્તન કેવી રીતે થશે અને શ્રેષ્ઠતા કેવી રીતે ઉત્પન્ન થશે ?

જો તમારી અંદર પરિવર્તન નહીં થાય, તો તમે પ્રગતિ કેવી રીતે કરશો કેમ કે પરિવર્તન જ સંસારનો સ્થાયી નિયમ છે.

શ્રેષ્ઠતાના છુપાયેલા લાભ

એક બજારમાં નવા વેપારીએ ખાંડની દુકાન ખોલી. એણે બજાર ભાવથી ઓછી કિંમત પર ખાંડ વેચવાનું શરૂ કર્યું. અન્ય ખાંડ વિક્રેતાઓને લાગ્યું કે તે ગ્રાહકને બનાવવા માટે આવું કરી રહ્યો છે. બધા વેપારીઓને વિશ્વાસ હતો કે થોડાં દિવસોમાં તે ભાવ વધારી દેશે, અથવા દુકાન બંધ કરી દેશે.

પરંતુ એની ઘરાકી વધતી ચાલી ગઈ. કેટલાય મહીના વીતી ગયા પરંતુ એને કિંમત ના વધારી. અન્ય વેપારીઓના ઘરાક એમનાથી તૂટી રહ્યાં હતા. તેઓ ઓછી કિંમત પર ખાંડ વેચવાનું રહસ્ય સમજી શકતા ન હતા.

એક દિવસ એક વ્યક્તિએ દુકાનદારને પૂછ્યું - તમે અન્ય લોકોને આટલા ઓછી કિંમત પર કેમ ખાંડ વેચો છો ? તમે શું કમાઓ છો ?

એ દુકાનદારે હસતાં-હસતાં કહ્યું - અન્ય લોકો ખાંડથી કમાય છે પરંતુ હું બોરીથી કમાઉ છું. મને દરેક ખાલી બોરી વેચવા પર ૫૦ રૂપિયા મળે છે. પહેલાં જ દિવસમાં કુલ પાંચ બોરી વેચતો હતો અને હવે હું સો બોરી વેચું છું. આ મારી છુપાયેલી કમાણી છે.

દિલની ઊંડાઈથી હું તમને આગ્રહ કરું છું કે શ્રેષ્ઠતાથી પ્રતિરોધ ના કરો. સારી પુસ્તક, સારા વિચાર, સારા લોકો, સારી આદત અને સારા કાર્યોને અપનાવીને જીવનસાથી બનાવીને રાખો. જો તમે પહેલાંથી જ યોગ્ય છો, તો આનાથી તમારી યોગ્યતા તેમજ પ્રભાવકારિતામાં વૃદ્ધિ થશે.

શ્રેષ્ઠતા ક્યારેય મિનિટોમાં ચમત્કાર નથી કરતી અને પ્રેરણાદાયક પુસ્કતો તમને રાતો-રાત સફળ નથી બનાવી શકતી. સારા લોકોની સંગતિથી તમે તરત શિખર પર નથી પહોંચી શકતા. આ બધું તમને ધીમેથી ઊપર ઊઠાવે છે. જ્યારે તમારી સામે જીવનમાં પસંદગી કરવાની તક આવે છે, આ શ્રેષ્ઠતા તમારાથી શ્રેજ્ઠ પસંદગી કરાવે છે અને તમે સફળતાની સીડીઓ ચઢો છો. જો તમે એવા વ્યક્તિ છો, જેમને શૉર્ટકટથી તરત પરિણામ જોઈએ, તો કદાચ તમને શ્રેષ્ઠતાની ભાષા સમજમાં ન આવે.

સાથીઓ, શ્રેષ્ઠતાના છુપાયેલા લાભ છે. ધીમે-ધીમે તમારા વિચારવાની અને કાર્ય કરવાની રીત બદલાય છે અને તમારી સફળતાનો ગ્રાફ વધતો જાય છે. આથી મારી સલાહ માનો, પોતાના જીવનને સમૃદ્ધ બનાવવા માટે નિયમિત રૂપથી શ્રેષ્ઠતાને પોતાના હસ્તાક્ષર બનાવો.

> *હું સંસારમાં લોકોને સફલ કે અસફળની શ્રેણીમાં નથી વહેંચતો. મારા અનુસાર દુનિયામાં ફક્ત બે શ્રેણીના લોકો છે, જે શીખવા ઇચ્છે છે, અને જે શીખવા નથી ઇચ્છતા.*
>
> ✍ *બેંજામિન બારબર*

પાવર યોજના

- પ્રતિદિવસ ૩૦ મિનિટ પાવર રીડિંગ જરૂર કરો.
- પોતાના ઘર અને ઑફિસમાં શ્રેષ્ઠ પુસ્તકોનો એક નાનો સંગ્રહ જરૂર રાખો.
- પોતાની કાર તેમજ બ્રીફકેસમાં હંમેશાં એક શ્રેષ્ઠ પુસ્તક રાખો જેથી ખાલી સમય મળતાં જ તમે માનસિક શ્રેષ્ઠતાની તરફ વધી શકો.
- પોતાના પરિવારને પણ પુસ્તકો વાંચવાની આદત નાખો. પ્રતિદિવસ શ્રેષ્ઠ વિચારોને પરિવાર સાથે શેયર કરો.

૧૮

મારા દરેક દિવસમાં છે ૨૪ કલાક અને ૯૦ મિનિટ

વેપાર કે કારકિર્દીની વ્યસ્તતાના કારણથી તમારી પાસે સારી પુસ્તકો વાંચવાનો સમય નથી, પ્રશિક્ષણ કાર્યક્રમમાં ભાગ લેવા માટે સમય નથી, શ્રેષ્ઠ લોકોની સંગતિનો સમય નથી, તો પરેશાન ના થાઓ. હું પણ સમયની આ કમી સાથે ઝઝૂમી રહ્યો છું.

એક ચિકિત્સક, એક લેખક, એક ઉદ્યમી અને એક મોટિવેશનલ સ્પીકર જેવી અને ભૂમિકાઓની વચ્ચે સામંજસ્ય બેસાડીને મને પણ સમયની ઊણપ અનુભવાય છે. પરંતુ ક્યાંક-ને-ક્યાંક મન એ સ્વીકાર કરવા તૈયાર નથી થતું કે સમયની ઊણપને કારણે હું વિકસિત થવાનું છોડી દઉં. આ પણ વિચાર આવે છે કે, જ્યારે દિવસના ૨૪ કલાકોના ઉપયોગથી સચિન તેંદુલકર, અબ્દુલ કલામ, મકબૂલ ફિદા હુસૈન અને અમિતાભ બચ્ચન આટલી અસાધારણ ઊંચાઈ પ્રાપ્ત કરી શકે છે, તો મારા જેવા સમાન્ય લોકોને સમયની ઊણપની વાત કરવાનો અધિકાર નથી.

પછી પાવર થિંકિંગની મદદ લીધી. આત્મનિરીક્ષણની મદદથી પોતાની દિનચર્યા પર ધ્યાન આપ્યું. આત્મનિરીક્ષણ પછી રોજની એવી ૯૦ મિનિટ નિકાળી જેનો શક્તિશાળી ઉપયોગ કરીને પોતાના જીવનને નવી દિશા આપી શકતો હતો. પ્રતિદિવસ ૯૦ મિનિટનો અર્થ છે, એક વર્ષના ૩૨૮૫૦ મિનિટ અર્થાત્ વર્ષમાં લગભગ ૫૪૭ કલાકોની વધારે ઉપલબ્ધતા. ૫૪૭ કલાકોની શુદ્ધ લર્નિંગ શું અદ્‌ભુત કમાલ કરી શકે છે, અજમાવીને જુઓ.

આને હું ૨૪ કલાક અને ૯૦ મિનિટ કહું છું કેમ કે ૨૪ કલાક તો હૂબહૂ એમ જ જીવી રહ્યો છું, અને એ જ કાર્ય કરી રહ્યો છું, છતાં પણ જિન્દગીમાં ૯૦ મિનિટ એક્સ્ટ્રા પેદા થઈ ગઈ, અને એ પણ ફક્ત શીખવા અને વિકસિત થવા માટે.

આ ૯૦ મિનિટ નિકળી, મૉર્નિંગ વૉક અને કાર ડ્રાઈવ મળીને. દરેક દિવસે કાર ડ્રાઈવિંગ તેમજ મૉર્નિંગ વૉક મળીને લગભગ ૯૦ મિનિટનું રોકાણ થાય છે. આ ૯૦ મિનિટ હજુ સુધી એફએમ ચેનલોને હવાલે હતી. આ એફએમ ચેનલ ગીતો, જાહેરાત, કૉમેડી અને શું-શું સંભળાવીને આ ૯૦ મિનિટના માલિક બની બેઠા હતા. મેં આ ૯૦ મિનિટોને આઝાદ કરી. મારા મોબાઈલ ફોન પર રૉબિન શર્મા, ટોની રૉબિન્સ, જેમ્સ એલન, બ્રાયન ટ્રેસી અને ખુદના ઑડિયો લૉડ કર્યા. દરેક મૉર્નિંગ વૉક પર હું ટેપ સાંભળવા લાગ્યો. આ નાની એવી મહેનતથી શારીરિક સ્વાસ્થ્યની સાથે માનસિક સ્વાસ્થ્ય પણ શ્રેષ્ઠતાની તરપ ચાલી નિકળ્યા. હવેદરેક સવાર વિશ્વપ્રસિદ્ધ હસ્તિઓની સાથે વીતે છે.

કાર ડ્રાઈવ પર પણ આ વિચારક સાથી બની ગયા છે. હવે સિગ્નલ, ક્રૉસિંગ અને ટ્રાફિક જામની રાજ જોવાનું પરેશાન નથી કરતું. હવે કોઈના માટે સ્ટેશન કે એયરપોર્ટ પર વેઇટિંગ પરેશાન નથી કરતી. હંમેશાં સવારે આટલા શક્તિશાળી વિચાર સામે થઈ જાય છે કે આખો દિવસ સુપરઊર્જાની સાથે વીતે છે. તે દિવસ અન્ય કોઈ પણ દિવસના મુકાબલામાં કેટલાય ગણો વધારે ઉત્પાદક સાબિત થતો હતો. આવી સમસ્યા જેનું સમાધાન શોધવામાં સમસ્યા થઈ રહી હોય, વિચારકોની સાથે સમય વિતાવ્યા પછી એમાં ખૂબ વધારે શક્યતાઓ પેદા થઈ જાય છે.

હું હંમેશાંથી શ્રેષ્ઠ સંગતિની વકિલાત કરું છું અને આ વાત પર વિશ્વાસ કરું છું કે જેવીજિન્દગી મેળવવી હોય, એવા સાથીઓ પસંદ કરો. આથી જેવી જિન્દગી જોઈએ, એવા સાથિઓને મેં પસંદ કરી લીધા છે. હવે ડેલ કારનેગી, સ્ટીફન કવી, ટોની રૉબિન્સન જેવા વિચારક મારી સાથે મૉર્નિંગ વૉક કરે છે અને લાંબી ડ્રાઈવ પર પણ આવે છે.

પાવર યોજના

- પ્રતિદિવસ ૧૫ મિનિટ પ્રેરણાદાયક ઑડિયો ટેપ જરૂર સાંભળો.

- સવારે ઘરમાં ટેપ લગાવી દો, જેનાથી ઘરના અન્ય સભ્યો પણ પ્રેરિત થઈ શકે.

- મોબાઈલમાં પ્રેરણા, વ્યવસ્થા તેમજ વ્યક્તિત્વ વિકાસ વગેરે વિષયો પર લેક્ચર લૉડ કરી લો, જેને ક્યારેય પણ, ક્યાંય પણ સાંભળી શકો.

- કારમાં પ્રેરણાદાયક સીડી રાખો, જેનાથી સામાન્ય સફર પણ જિન્દગી બદલવાવાળી સફરમાં બદલાઈ જાય.

- મારી અનેક સીડી ઈંગ્લીશ તેમજ હિન્દીમાં ઉપલબ્ધ છે, જે તમારી મદદ કરી શકે છે. હું મુખ્ય રૂપથી તમને ''જીત કે હાર'' તથા ''શાનદાર જિન્દગી માટે ત્રીસ મિનિટ'' નામની સીડી સાંભળવાની સલાહ આપીશ. તમે અન્ય વિશ્વસ્તરીય વક્તાઓની ઑડિયો સીડીની પણ મદદ જરૂર લો.

૧૯

પાવર ભાષા

એક ફર્નીચર સ્ટોરના માલિક મારી સાથે પરિચિત હતા. ખરીદારી પછી બિલિંગ દરમિયાન એમણે પૂછ્યું - કેમ છો, પાટનીજી.

મેં કહ્યું - બસ, ઠીક છું.

એમણે ફરી પૂછ્યું - ઠીક કેમ છો, 'સારા' કેમ નથી ?

હું આ પ્રશ્નથી અચકાઈ ગયો - સારો છું, કહીને નિકળવાનો પ્રયત્ન કર્યો.

એમણે ફરી પલટીને પૂછ્યું - ફક્ત 'સારા' કેમ છો પાટનીજી, તમારે તો 'ખૂબ જ સારા' હોવું જોઈએ.

મેં કંટાળતા કહ્યું - ખૂબ જ સારો છું, ભાઈ.

અસહજ થઈને હું ત્યાંથી નિકળી આવ્યો પરંતુ ઘેર પહોંચીને આ ઘટના પર વિચાર કરતો રહ્યો. આખરે કેમ જીવન વિશે આટલો નિરાશાજનક જવાબ આપ્યો? કેમ ઉત્સાહિત તેમજ પ્રફુલ્લિત ન હતો ? કેમ મેં એ પ્રશ્નને મહત્ત્વપૂર્ણ ના સમજ્યો અને ખરેખર મારા મનમાં ઉત્સાહની કમી હતી ? કઈ પરિસ્થિતિઓમાં આપણાં મ્હોંમાંથી આવી ભાષા નિકળે છે ?

મેં કેટલાક અન્ય લોકોને પણ પૂછ્યું - 'તમે કેમ છો'. પૂછવા પર અલગ-અલગ જવાબ મળ્યા. ઉદાહરણ -

એક સજ્જને કહ્યું - બસ, દિવસો કપાઈ રહ્યાં છે.

બીજો સજ્જન - જીવી રહ્યાં છીએ.

ત્રીજો સજ્જન - ઠીક છું.

સારાંશ કહું તો કેટલાક જવાબ એવા હતા જાણે એ લોકોએ જિન્દગીને જીવવાનું શરૂ જ કર્યું ન હતું. કેટલાક જવાબ એવા હતા કે જાણે જબરદસ્તી જિન્દગી જીવી રહ્યાં હોય. બે સજ્જન તો એવા ઉદાસ, નિરાશ અને હતાશ હતા જાણે તેઓ મૃત જ પેદા થયાં હોય. આંકડાઓમાં કહું તો વીસમાંથી ફક્ત ચાર લોકો એવા હતા, જેમણે ઊર્જાથી ભરેલાં જિંદાદિલ જવાબ આપ્યા. ''ફર્સ્ટ ક્લાસ ચાલી રહ્યું છે, ફેન્ટાસ્ટિક અને શાનદાર.'' આ જવાબ જીવંત લોકોના હતા.

પાવર યોજના

- પોતાના ભાષાનું નિયમિત નિરીક્ષણ કરો.
- ઉદાસી, હતાશા, શંકા, હીનતા ભરેલા શબ્દોને દૂર કરીને જોશ, જીત, ખુશી અને વિશ્વાસ ભરેલાં શબ્દોનો પ્રયોગ કરો.
- ''મ્હોં ખોલો, તો સારું બોલો''નો સિદ્ધાંત અમલમાં લાવો.
- તમારાથી મળીને બીજાઓની જિન્દગીમાં પણ જોશ પેદા થઈ જાય, આજથી આવી ભાષાનો પ્રયોગ કરો.

૨૦

પાવર સ્પીકિંગના ૧૪ નિયમ

> *દુનિયામાં સૌથી વધારે મહત્ત્વપૂર્ણ ખુદથી વાત કરવાની કળા છે. જો તમે ખુદથી એક વી.આઈ.પી.ની જેમ વાતચીત અને વ્યવહાર કરી શકો છો, તો તમે એક શાનદાર વક્તા છો.*
>
> *✍ પાવર સૂત્ર - જીવવું હોય તો નિયમ તોડો*

હું કેટલાક અનુભવો તમારી સાથે વહેંચવા ઇચ્છું છું, જે પ્રોફેશનલ સ્પીકર બનવાની યાત્રામાં અર્જિત કર્યા છે. અનુભવથી ઉપજેલા આ નિયમોનો પ્રયોગ પાવર થિંકર બનવાના રસ્તામાં મદદરૂપ થશે :-

- જ્યાં સુધી અત્યંત જરૂરી ના હોય, વગર માંગે ક્યારેય સલાહ ના આપો.
- જ્યાં સુધી અત્યંત જરૂરી ના હોય, ત્યાં સુધી કોઈને પણ, બીજાઓની સામે પોતાના વાકચાતુર્યથી હરાવો નહીં.
- ઓછું બોલવું, વધારે બોલવાથી વધારે શક્તિશાળી હોય છે.
- તમે ફક્ત એટલો જ સમય બોલો, જેટલો સમય લોકોના કાન ખુલ્લાં હોય, જેવા જ લોકોના કાન બંધ થયા (ગ્રહણ કરવાનું બંધ કર્યું) તમે તરત પોતાનું મ્હોં બંધ કરી લો.
- વધારે બોલવાથી તમારું મહત્ત્વ ઓછું થવાની શક્યતા હોય છે.

- જ્યારે તમે કોઈ ચર્ચામાં મૌન રાખો છો તો સામેવાળા બે વાતો વિચારી શકે છે, પ્રથમ - તમે ખૂબ જ જ્ઞાની છો, દ્વિતીય - તમને જ્ઞાન નથી, પરંતુ બંને જ વિશે એ સુનિશ્ચિત નથી થતું. આથી કોઈ વિષય પૂરું જ્ઞાન ના હોય, તો મૌન રહેવામાં જ ભલાઈ છે.

- કડવું બોલીને, ટીકા કરીને, ઠેસ પહોંચાડીને, નીચા દેખાડીને તમે ક્યારેય લોકોના દિલમાં જગ્યા નથી બનાવી શકતા.

- તમે જેટલું જાણો છો, બધું જ બતાવવાની દોડમાં ના રહો. સામેવાળાને ફક્ત એટલા શબ્દોમાં રૂચિ છે, જેટલા શબ્દોની એને જરૂર છે.

- બોલવાનું હંમેશાં કોઈ મકસદ હોવું જોઈએ અને એમાંથી ૯૦ ટકા મકસદ સકારાત્મક હોવા જોઈએ. પાવર થિંકર ના નકારાત્મકતા વહેંચે છે, અને ના તો સ્વીકાર કરે છે.

- બુદ્ધિશાળી વક્તા તે હોય છે, જે પોતાની વાત પણ મનાવી લે, અને સામેવાળાને જાણ પણ ના થાય.

- જે બોલે છે, તે ક્યારેય જ્ઞાન પ્રાપ્ત નથી કરતો, કેમ કે જ્ઞાન ફક્ત શ્રોતા બનીને જ પ્રાપ્ત કરી શકાય છે.

- જિન્દગીમાં લક્ષ્યોને યોગ્ય સમય પર મેળવવા માટે ''હા''થી વધારે ''ના'' બોલવાની કળા આવડવી જોઈએ.

- બોલવામાં પણ ઊર્જા ખર્ચ થાય છે, આથી યોગ્ય જગ્યા પર, યોગ્ય માત્રામાં બોલવાની કળા વિકસિત કરો.

- દરેક મોકા પર બોલવાનું પ્રલોભન છોડી દો, નહીંતર લોકો માટે તમારા શબ્દોનું મહત્ત્વ ખતમ થઈ જશે.

૨૧

શું મૃત્યુ પછી ભુલાવી દેશો

મારા ગયા પછી પરિવાર, સમાજ અને શહેર કેટલાં દિવસ સુધી ક્યારે મહેસૂસ કરશે ? શું થોડી વાર પાઠ કરીને ભિક્ષુકોને ભોજન કરાવીને, સમાચાર પત્રમાં પુણ્યતિથિની નાની જાહેરાત આપીને, એક રિવાજની જેમ ફક્ત પુણ્યતિથિના દિવસે લોકો મને યાદ કરશે ?

નહીં, હું મૃત્યુ પછી યાદ રખાવા ઇચ્છું છું, તરત ગુમનામ નથી થવા ઇચ્છતો. મને એ ક્યારેય સારું નહીં લાગે કે મારા જવાથી કોઈને કોઈ ફરક જ ના પડે. હું ઇચ્છું છું કે દુનિયા લાંબા સમય સુધી કમી અનુભવે. દોસ્ત તો દોસ્ત, દુશ્મન પણ સરળતાથી ના ભુલાવી શકે.

આની વ્યવસ્થા તો આજથી કરવી પડશે. આથી દરેક ક્ષણે ખુદથી પ્રશ્ન કરી રહ્યો છું કે યાદ રાખે એ માટે કેવાં કાર્ય કર્યું, કયા ક્ષેત્રમાં વિશેષજ્ઞતા પ્રાપ્ત કરું, કોનાથી કેવો વ્યવહાર કરું. હું જાણું છું કે આના માટે પોતાના દિલના દરવાજા ખોલીને થોડી પળો બીજાઓ માટે જીવવું પડશે. લીડરશિપ બતાવીને સમાજ અને શહેર માટે કંઈક એવું કાર્ય કરવું પડશે, જે મીલનો પથ્થર બની જાય. જો વધારે મોટા સપના ના પણ હોય તો ઓછામાં ઓછું એટલું તો કરું કે પરિવાર યાદ રાખે. માતા-પિતા દરેક જન્મમાં અમારા જેવી સંતાનની કામના કરી શકે, અમારા જીવનસાથી દરેક જન્મમાં અમને મેળવવા ઇચ્છે અને અમારી સંતાન અમને રોલ મૉડલ માને. દરેક સામાન્ય માણસ જિન્દગીનું લક્ષ્ય બનાવે છે, એક પાવર થિંકર બનીને તમે મૃત્યુ પછીનું લક્ષ્ય બનાવીને જુઓ, જીવવામાં મજા આવવા લાગશે.

ખુદથી વાયદો કરો કે ભીડની જેમ નહીં મરીશ, ખાસની જેમ જીવીને ખાસની જેમ વિદાય લઈશ અને ખાસની જેમ મૃત્યુ પછી પણ યાદ રાખવામાં આવીશ.

૨૨

પાવર સંગતિ

તમે મને પોતાના આજના સાથીઓને મળાવો, હું તમને તમારી આવવાવાળી જિન્દગી સાથે મળાવી દઈશ.

✍પાવર સૂત્ર - ડૉ. ઉજ્જવલ પાટની

કેટલાક મહીના પહેલાં ભારતની એક પ્રતિષ્ઠિત કંપનીના ચેરમેનના જન્મદિવસ પર મારો મોટિવેશનલ સેમિનાર આયોજિત કરવામાં આવ્યો હતો. એમના વિચારોની શ્રેષ્ઠતા આ વાતથી સમજી શકાતી હતી કે એમણે પોતાના જન્મદિવસ પર કવિ સમ્મેલન, ડાન્સ પાર્ટી અથવા સ્ટાર નાઈટ આયોજિત કરવાને બદલે એક મોટિવેશનલ સેમિનાર કર્યો. જ્યારે તેઓ કેક કાપવા લાગ્યા તો હજારો કર્મચારીઓની વચ્ચે મેં એમને એક પ્રશ્ન પૂછવાની પરવાનગી માંગી.

હું પ્રશ્ન કેમ પૂછવા માગતો હતો, એ પણ તમારા માટે જાણવું જરૂરી છે. મને જાણકારી થઈ હતી કે એમણે ખૂબ ઓછા સમયમાં અસાધારણ પ્રગતિ કરી છે. કેમ કે પહેરવેશ, વાતચીત અને આચરણથી તેઓ એક સીધા-સાદા વ્યક્તિ નજરે આવી રહ્યાં હતા, આથી મારા મનમાં એ વિચાર આવી રહ્યો હતો કે આ તિકડમ ભરેલી દુનિયામાં એક સામાન્ય વ્યક્તિ આટલી ઝડપથી પ્રગતિ કેવી રીતે કરી શકે છે.

મેં એમને પૂછ્યું - આટલા ઓછા સમયમાં તમારી અસાધારણ પ્રગતિનું રહસ્ય શું છે ?

ત્યાં ઉપસ્થિત હજારો કર્મચારીઓ પણ આ પ્રશ્ન સાંભળીને પોતાના

માલિકના મ્હોંથી એ રહસ્ય જાણવા આતુર થઈ ઊઠ્યાં.

ચેરમેન ધીમેથી હસ્યા અને મારાથી કહેવા લાગ્યા કે તમને બતાવીશ તો તમને ખૂબ જ સાધારણ વાત લાગશે. મેં એમને ફરીથી બતાવવાનો આગ્રહ કર્યો.

એમણે જવાબ આપ્યો - મેં મારા જીવનમાં હંમેશાં પોતાનાથી ઉત્તમ, સફળ કે શ્રેષ્ઠ લોકોની સંગતિ કરી. પોતાનાથી શ્રેષ્ઠ લોકોની સાથે રહેવું મુશ્કેલ હોય છે કેમ કે ત્યાં તમારી વાતને વજન નથી મળતું. છતાં પણ મેં હંમેશાં શ્રેષ્ઠ લોકોની સંગતિ કરી કેમ કે એમની સાથે હું દર રોજ કંઈક શીખીને નિકળતો હતો. તેઓ મારી સાથે વિકસિત થઈ શકતા ન હતા. પરંતુ હું એમની સાથે દરરોજ વિકસિત થતો હતો.

સાંભળવામાંતો આ વાત સાધારણ જ લાગે છે પંરતુ ગંભીરતાથી વિચારો. શું તમે દોસ્તી કરતાં-કરતાં કે કોઈની સાથે સમય વિતાવતા પહેલાં એ વિચારો છો કે એ વ્યક્તિ મારાથી શ્રેષ્ઠ છે કે નહીં? શું તમે ખરેખર પસંદગી કરીને દોસ્તી કરો છો? શું તમે જાણો છો કે તે સકારાત્મક વ્યક્તિ છે કે નકારાત્મક?

સાથીઓ, તમે જેવા લોકોની સાથે સમય વિતાવે છે, એનાથી તમારી જીવનની ઊંચાઈ નક્કી થાય છે. તમે અતીતમાં નજર કરશો તો એવા અનેક મહત્ત્વપૂર્ણ કાર્ય નજરે આવશે, જે તમે નથી કરી શક્યા કેમ કે તમને લોકોએ હતોસ્તાહિત કરી દીધા હતા. જો તમે ખુદ પર વિશ્વાસ કર્યો હોતો તો કદાચ તમે વધારે ઊંચાઈ પર હોત.

હંમેશાં આપણાં પરિચયના દાયરામાં એવા લોકો હોય છે, જે નવી યોજનાનો વિધ્વંસ કરવામાં કાબેલ હોય છે. એવા લોકો જ્યારે બોલવાનું શરૂ કરે છે, ફક્ત મુશ્કેલીઓ અને નાકામીઓની વાત કરે છે. આવા લોકો તમારા ઘરમાં પણ હોઈ શકે છે અને બહાર પણ. આવા લોકોની સાથે સંબંધ તો રાખો પરંતુ આની સાથે વધારે સમય ના વિતાવો, નહીં તો આમની સંગતિ તમારા સપનાઓને અસમય જ ખતમ કરી દેશે.

બીજાઓના વિશે પૂછતાં પહેલાં આ પ્રશ્ન તમરો ખુદથી પણ કરવાનો છે કે તમે કઈ શ્રેણીમાં આવો છો. સંગતિના વિષયમાં આ અતૂટ સત્ય છે કે

- જો તમારે શ્રેષ્ઠતા પ્રાપ્ત કરવી છે, તો ખુદથી શ્રેષ્ઠ લોકોની સંગતિ કરવી પડશે.

- જો તમે કોઈ ક્ષેત્રમાં ટોચ પર પહોંચવા ઈચ્છો છો, તો એ ક્ષેત્રમાં શિખર પર બેઠેલા વ્યક્તિની સંગત કરો. જો સંગત કરવાની તક ના મળે તો અનુસરણ કરો અને એ જ રસ્તા પર ચાલો.

> *પાવર સંગતિનો અર્થ છે - પોતાનાથી કમતર લોકોની સાથે સંગતિ કરીને બૉસ બનવાને બદલે પોતાનાથી સારા લોકોની સંગતિ કરવી, ભલે જ કેટલીક તકો પર હીનતા અનુભવાય.*
>
> ✍ *પાવર સૂત્ર - ડૉ. ઉજ્જલ પાટની*

સંગતિની ચાર શ્રેણીઓ

આટલાં વર્ષોના અનુભવની મદદથી હું સંગતિને ચાર શ્રેણીઓમાં વહેંચુ છું. દુનિયાના મોટાભાગના લોકો આ ચાર શ્રેણીઓમાં કોઈ એક શ્રેણીના વધારે લક્ષણ દેખાડે છે. એમના વ્યક્તિત્વના કેટલાક ટકા કોઈ અન્ય શ્રેણીના પણ હોઈ શકે છે. લોકો અલગ-અલગ લોકોની સાથે અલગ શ્રેણીનો વ્યવહાર પણ કરે છે.

જ્યારે તમે આ શ્રેણીઓને વાંચ્યા પછી, પોતાની સંગતિનું ઑડિટ કરશો તો કોઈ પૂર્વાગ્રહ વગર નિષ્પક્ષ થઈને કરજો. સામેવાળા વ્યક્તિ કોઈ અન્ય વ્યક્તિની સાથે કેવો વ્યવહાર કરે છે, એ તમારો માપદંડ નથી હોઈ શકતો. તે વ્યક્તિ તમારી સાથે કેવો વ્યવહાર કરે છે, ફક્ત એ જ તમારો માપદંડ હોવો જોઈએ.

સંગતિની ચાર શ્રેણીઓ

આમની સાથે સમય વિતાવવા સમયની બરબાદી છે ⇦	**શ્રેણી-૧** ખુદનું જીવન સફળતાપૂર્ણ નથી તેમજ અન્ય લોકોને પણ હતોસ્તાહિત કરો છો.	**શ્રેણી-૨** ખુદનું જીવન સફળતાપૂર્ણ છે પરંતુ અન્ય લોકોનો હતોત્સાહિત કરો છો.	⇨ આમની કાર્યશૈલીને દૂરથી જોઈને પ્રેરણા લો. નજીકથી નિરાશ કરશે.
આ સારા સાથી તેમજ શુભચિંતક હોય છે. ચોથી શ્રેણી પછી સર્વશ્રેષ્ઠ શ્રેણી ⇦	**શ્રેણી-૩** ખુદનું જીવન સફળતાપૂર્ણ નથી પરંતુ અન્ય લોકોનો પ્રોત્સાહિત કરો છો.	**શ્રેણી-૪** ખુદનું જીવન સફળતાપૂર્ણ છે અને અન્ય લોકોને પણ પ્રોત્સાહિત કરો છો.	⇨ સર્વશ્રેષ્ઠ શ્રેણી, સારા ગુરૂ, પ્રેરક, માર્ગદર્શક

શ્રેણી ૧ આ પૂર્ણ નકારાત્મક શ્રેણી છે, એનાથી દૂર રહેવું જ હિતકારી રહેશે.

શ્રેણી ૨ આ નકારાત્મક શ્રેણી છે પરંતુ કાર્યશૈલીનું અનુસરણ કરી શકાય છે. દૂરથી અનુસરણ યોગ્ય થશે.

શ્રેણી ૩ સકારાત્મક શ્રેણી છે. સાથે રહો, સંબંધ પ્રગાઢ રાખો. આ શ્રેણીના લોકો સારા દોસ્ત અને શુભચિંતક બને છે.

શ્રેણી ૪ જબરદસ્ત અને સર્વશ્રેષ્ઠ. મોટાભાગનો સમય આમની સાથે વિતાવો આમનાથી પ્રેરણા લો, અનુસરણ કરો, રોલ મૉડલ બનાવો.

વર્કશીટ ૦૧ સંગતિની ઑડિટ વર્કશીટ

પોતાની આસપાસના લોકો પર ધ્યાન આપો. પોતાની સંગતિ અનુસાર નીચે આપવામાં આવેલી શ્રેણીઓમાં ઉપયુક્ત વ્યક્તિઓના નામ લખો અથવા કોડ વર્ડમાં લખો.

શ્રેણી - ૧. તમારું જીવન સફળતાપૂર્ણ છે કે નહીં. તમને પણ આગળ વધવાથી રોકે છે તેમજ હતોત્સાહિત કરે છે.

પરિવાર	કાર્યક્ષેત્ર	અન્ય
૧	૧	૧
૨	૨	૨

શ્રેણી - ૨. એમનું જીવન અત્યંત સફળતાપૂર્ણ છે, પરંતુ તમને હંમેશાં હતોત્સાહિત કરે છે તેમજ મુશ્કેલીઓ દેખાડે છે.

પરિવાર	કાર્યક્ષેત્ર	અન્ય
૧	૧	૧
૨	૨	૨

શ્રેણી - ૩. એમનું જીવન સફળતાપૂર્ણ નથી, પરંતુ તમને હંમેશાં આગળ વધવા માટે પ્રોત્સાહિત કરે છે.

૧

૨

પરિવાર

૧

૨

કાર્યક્ષેત્ર

૧

૨

અન્ય

શ્રેણી - ૪. એમનું જીવન અત્યંત સફળતાપૂર્ણ છે, અને તેઓ તમને પણ આગળ વધવા માટે પ્રોત્સાહિત કરે છે.

૧

૨

પરિવાર

૧

૨

કાર્યક્ષેત્ર

૧

૨

અન્ય

૨૩

એક ચકલીનું પાવર થિંકિંગ

એક મોટી ઈમારતના વાડામાં અત્યંત જૂનું ઝાડ હતું. એ ઝાડ પર એક વાંદરો અને એક ચકલી રહેતા હતા. એક દિવસ એ ઈમારતમાં આગ લાગી ગઈ. બધા લોકો આગ ઓલવવામાં લાગી ગયા. કોઈ ફાયર બ્રિગેડને ફોન કરી રહ્યો હતો, તો કોઈ આગ પર પાણી ફેંકી રહ્યો હતો.

દુઃખી થઈને ચકલીએ વાનરને કહ્યું - વાનર ભાઈ, આપણે વર્ષોથી આ ઈમારતનો ભાગ છીએ, આપણે પણ કંઈક કરવું જોઈએ.

આ સાંભળતા જ વાનર લહેકાથી બોલ્યો - તું સાવ નાની ચકલી શું કરી શકીશ, શું આ ઈમારતની આગ ઓલવી લઈશ ?

ચકલી ચૂપ થઈ ગઈ. થોડા સમય પછી ચકલીએ ફરી અનુરોધ કર્યો, પરંતુ વાનરે ફરી મજાક ઉડાવી દીધી.

હવે ચકલીથી રહેવાયું નહીં. ઝાડથી ઉડીને તે પાસના જ પાણીના એક નાના ખાડામાં ગઈ અને પોતાની ચાંચમાં પાણી લાવીને આગ પર નાંખ્યું. થોડી વાર સુધી ખાડાથી પાણી લાવીને નાંખતી રહી. વાનર આ જોઈને સતત હસી રહ્યો હતો. વધારે સમય પછી ખૂબ બધા લોકોના હળેલા-મળેલા પ્રયત્નોથી આગ ઓલવાઈ ગઈ.

ચકલીએ ઝાડ પર પાછા ફરતાં જ વાનરે કહ્યું - તને શું લાગે છે, પોતાની બે ઈંચની ચાંચથી પાણી લાવીને તે આગ ઓલવી છે ?

ચકલીએ તિરસ્કારથી વાનરને જોયો અને જવાબ આપ્યો - સાંભળ વાનર, આ વાતથી કોઈ ફરક નથી પડતો કે મારી ચાંચની સાઇઝ શું છે. આ વાતથી પણ કોઈ ફરક નથી પડતો કે આ આગને ઓલવવામાં મારું કેટલું યોગદાન હતું. પરંતુ તું એ હંમેશાં યાદ રાખજે કે જે દિવસે આ ઈમારતમાં આગ લાગવા અને ઓલવવાનો ઈતિહાસ લખવામાં આવશે, એ દિવસે મારું નામ આગ ઓલવવામાં આવશે, અને તારું નામ કિનારે બેસીને હસવાવાળાઓમાં.

આ વાર્તા મેં ક્રાંતિકારી સંત મુનિ તરૂણ સાગરજીથી સાંભળી હતી અને તે આજે પણ મને ઉદ્વેલિત કરે છે. હું સેમિનારમાં હજારો લોકોની વચ્ચે આ વાર્તાનો ઉપયોગ કરું છું તો મારી સાથે શ્રોતા પણ આંદોલિત થઈ ઊઠે છે.

સાથીઓ, એ સત્ય છે કે આપણાં બધાની ક્ષમતાઓ અલગ છે, પરિસ્થિતિ અલગ છે, યોગ્યતાઓ અલગ છે, અથવા એમ કહી લો કે આપણા બધાની ચાંચની સાઇઝ અલગ છે. હું વિશ્વાસથી કહી શકું છું કે આ વાતથી ફરક નથી પડતો કે આપણી ચાંચની સાઇઝ શું છે. ફરક એ વાતથી પડે છે કે આપણે એટલો પ્રયત્ન કર્યો છે અથવા નહીં, જેટલો આપણે કરી શકતા હતા. આપણે એટલી તાકાત લગાવી છે કે નહીં, જેટલી આપણે લગાવી શકતા હતા. આપણે આપણી પૂરી ક્ષમતાથી મુશ્કેલીઓનો સામનો કરી રહ્યાં છીએ કે નહીં.

આપણી અંદર એ ચકલી જેવો વ્યવહાર કરવાની ક્ષમતા હોવી જોઈએ, જે વાનરને વણસાંભળ્યો કરીને સાચા કાર્યમાં લાગી રહી. ચકલીએ જ્યારે આગ ઓલવવાનું મન બનાવી લીધું, તો એ ના વિચાર્યું કે તે કેટલું યોગદાન આપી શકશે. તે પૂરી લગનથી કાર્યમાં લાગેલી રહી.

શું આપણે આ જ રીતે પોતાના કાર્યમાં લાગી શકીએ છીએ ? શું આપણે નિંદકો અને વિરોધીઓને વણસાંભળ્યા કરી શકીએ છીએ ? જો આપણે તમામની વચ્ચે પોતાના કાર્યને પૂરી મહેનતની સાથે કરી શકીએ છીએ, તો એક દિવસ આપણો વિજય નિશ્ચિત છે. આપણે જીવનની જવાબદારી લેવી પડશે. જીવનમાં કોઈ પણ પ્રકારની બહાનાબાજી કે દોષારોપણ માટે જગ્યા ના હોવી જોઈએ. દરેક વ્યક્તિ બીજાઓને બદલવા ઇચ્છે છે અને આ જ સમસ્યાનો આધાર છે.

બીજાઓને બદલવાને બદલે આપણે બધા આપણી જવાબદારી લઈ લઈએ, તો શું નથી થઈ શકતું.

પાવર થિંકિંગમાં દરેક પરિવર્તનની શરૂઆત ખુદથી જ થાય છે. ખુદથી સંપૂર્ણ જવાબદારી જ પાવર થિંકિંગનો આધાર છે.

પોતાની ચાંચની સાઇઝની ચિંતા છોડો. પોતાની પૂરી તાકાતથી સપનાઓને મેળવવાની દિશામાં લાગી જાઓ. જ્યારે તમે જિન્દગીના કોઈ પાસા પર પૂરા સમર્પણથી તાકાત લગાવીને એટલો પ્રયત્ન કરી લો છો, જેટલી તમારી અંદર ક્ષમતા છે, તો અસફળતા હાથ લાગવા પર પણ તમારા દિલમાં અફસોસ નથી રહેતો. તમને આ વાતનો સંતોષ રહે છે કે તમે પૂરી તાકાત લગાવી દીધી.

આ સમયે તમારે ખુદથી એક મહત્ત્વપૂર્ણ પ્રશ્ન કરવાનો છે કે તમે જિન્દગીના અલગ-અલગ ક્ષેત્રોમાં એટલી મહેનત કરી રહ્યાં છો કે નહીં, જેટલી તમારી અંદર ક્ષમતા છે ?

પાવર થિંકિંગના આવવાવાળા અધ્યાયોને આ ચકલીની ચાંચની સાથે વાંચો. પોતાની બધી શક્તિ અને સમજ લગાવીને સિદ્ધાંતોને આત્મસાત કરો અને જીવનને નવી ઊંચાઈઓ આપો. ખુદના જીવનની સંપૂર્ણ જવાબદારી લો.

પાવર થિંકિંગ

ચાર સિદ્ધાંત તેમજ જીવનમાં ઉપયોગ

વિચારવું, યોજના બનાવવી, સફળતાની આશા રાખવી, પૂરી તાકાતથી કાર્ય કરવું અને કરેલા કાર્યની જવાબદારી લેવી, સફળતાના આ જ ચરણ છે. અફસોસ એ છે કે દુનિયામાં મોટાભાગના લોકો છેલ્લાં બે ચરણો પર કાર્ય નથી કરતાં.

✍ પાવર સૂત્ર - ડૉ. ઉજ્જવલ પાટની

મગજને ફોકસ કરો

વચ્ચે આપવામાં આવેલા ચાર બિંદુઓ પર ત્રીસ સેકંડ સુધી ધ્યાન કેન્દ્રિત કરો. એના પછી થોડી સેકંડ માટે આંખો બંધ કરો. પછી પલકોને ઝબકાવો અને નજીકની કોઈ દીવાલ પર જુઓ, કયું ચિત્ર નજરે આવે છે ? જો રહસ્ય ના શોધી શકો તો અમને મેઇલ કરો.

આ અદ્‌ભુત રચનાના અજ્ઞાત રચયિતાને

મારા સલામ

૨૪

તમે વિચારધારા વિશે શું વિચારો છો

અહીંયા કેટલાક સામાન્ય પ્રશ્ન આપવામાં આવ્યા છે, પરંતુ હું તમારાથી આગ્રહ કરું છું કે આનો જવાબ વિચારીને આપજો. હડબડી ના કરો અને જૂની ધારણાઓને દૂર કરીને તટસ્થ વ્યક્તિની જેમ જવાબ વિચારો. પોતાના જવાબ પર ચિન્હ લગાવો-

૧ શું તમને લાગે છે કે વિચાર મૂલ્યવાન હોય છે ?

હા - નહીં - હું નિશ્ચિત નથી

૨ શું તમે વિશ્વાસ કરો છો કે માણસની વિચારધારા એના જીવનને સફળ કે અસફળ બનાવવામાં મહત્ત્વપૂર્ણ ભૂમિકા નિભાવે છે ?

હા - નહીં - હું નિશ્ચિત નથી

૩ જો તમે માણસની વિચારધારાને મહત્ત્વપૂર્ણ માનો છો, તો શું તમે વિચારતા પહેલાં નક્કી કરો છો, શું વિચારીએ અને શું નહીં ?

હા - નહીં - ક્યારેક-ક્યારેક - હંમેશાં

૪ જો વિચારધારા જીવનને સફળ કે અસફળ બનાવી શકે છે તો શું તમે ઈર્ષ્યા, હીનતા, ક્રોધ, નિરાશા, હતાશા, દુર્ભાગ્ય વગેરે સાથે જોડાયેલી વિચારધારાથી હંમેશાં દૂર રહો છો ?

હા - નહીં - ક્યારેક-ક્યારેક - હંમેશાં

૫ શું તમે દરેક દિવસ અલગથી સમય નક્કી કરીને જિન્દગી અને લક્ષ્યો વિશે ગંભીરતાથી વિચારો છો ?

હા - નહીં - ક્યારેક-ક્યારેક - હંમેશાં

પોતાના જવાબોનું વિશ્લેષણ કરો

- જો તમે પ્રશ્ન ૧ તેમજ ૨ના જવાબમાં 'નહીં'નો વિકલ્પ પસંદ કર્યો છે, તો તમે વિચારધારા, વિચાર અને લક્ષ્યોના મહત્ત્વથી વાકેફ નથી. જો તમે પ્રશ્ન ૩ તેમજ ૪ના જવાબમાં 'નહીં'નો વિકલ્પ પસંદ કર્યો છે, તો તેમે વિચારધારાના મહત્ત્વને જાણો છો, પરંતુ અમલ નથી કરતાં. જો તમે ફક્ત ૫(પાંચ)ના જવાબમાં 'નહીં' વિકલ્પ પસંદ કર્યો છે, તો તમારે અનુશાસિત ઢંગથી સમય નક્કી કરીને લક્ષ્ય વિશે પ્રતિદિવસ વિચારવાનું શરૂ કરવું પડશે.

- જો તમે જવાબમાં ''ક્યારેક-ક્યારેક'' વિકલ્પનો પસંદ કર્યો છે, તો તમારા જીવનમાં અપેક્ષિત સફળતા નહીં મળે. તમારી ગતિ અને સમર્પણમાં પરિવર્તન થતું રહેશે.

- જો તમે ''હંમેશાં'' વિકલ્પ પસંદ કર્યો છે, તો તમે સાચી દિશામાં જઈ રહ્યાં છો, પરંતુ તમારે તમારી ગતિ ઝડપી કરવી પડશે. ઉત્તમ થશે કે એ કાર્યને પોતાની ટેવ બનાવી લો.

- જો તમારા જવાબ પ્રામાણિક રૂપથી ''હા'' છે, તો તમે સાચી દિશામાં જઈ રહ્યાં છો. તમારે ચિંતા કરવાની કોઈ જરૂર નથી.

વિચારધારા વિશે દુનિયાના મહાન લોકો શું કહે છે

હું આશાવાદી વિચારધારાની સાથે જીવવા ઇચ્છું છું, કેમ કે આના સિવાય જીવવાનો કોઈ રસ્તો નથી.

✍ વિન્સ્ટન ચર્ચિલ

દરેક વ્યક્તિ પોતાના વિચારોનું પરિણામ હોય છે, જે તે વિચારે છે, તે જ બની જાય છે.

✍ મહાત્મા ગાંધી

તમે ફક્ત વારં-વાર વિચારો અને વિશ્વાસ કરો. આ વાતની ચિંતા છોડો કે તે કેવી રીતે થશે. પ્રકૃતિ ખુદ રસ્તો બનાવીને તમારા વિચારોને સત્યમાં બદલે છે.

✍ જૈક કૈનફીલ્ડ

લોકોની વિચારધારાનો નાનો-એવો સંપર્ક પરિણામોથી ઘણો મોટો ફરક પડે છે. તે ફરક છે ''દૃષ્ટિકોણનો ફરક''.

✍ ડબ્લ્યૂ. ક્લેમેન્ટ સ્ટોન

જો તમે વિચારો છો કે તમે અમુક કાર્ય કરી શકો છો, તો તમે સાચા છો, જો તમે વિચારો છે કે નથી કરી શકતાં, તો પણ તમે સાચા છો.

✍ હેનરી ફોર્ડ

એ અત્યંત જરૂરી છે કે તમે સારું વિચારો. જ્યારે તમે સારું વિચારો છો, તો તે તરંગો બ્રહ્માંડમાં ફેલાય છે, અને ઇચ્છિત વસ્તુઓને પોતાની તરફ ખેંચે છે.

✍ ડૉ. જૉય વિટાલ

ફક્ત વિચારધારા જ એટલી શક્તિશાળી હોય છે જે સાચા અને ખોટામાં ભેદ કરી શકે છે, જે વ્યક્તિને ઊપર ઉઠાવી શકે છે અને નીચે પાડી પણ શકે છે.

✍ જૉર્જ મૂરે

જો આ મહાન લોકો સત્ય કહી રહ્યાં છે

મારી સાથે તમને પણ વિશ્વાસ થશે કે સંસારની મહાન હસ્તિઓ જો વિચારધારાને આટલી શક્તિશાળી માને છે, તો તે સત્ય જ હશે. જો આ સત્ય છે, તો દરેક વિચાર અતિકિંમતી છે. આ દુનિયાની રીતની અનુસાર દરેક અતિકિંમતી વસ્તુ વિચારી સમજીને ખર્ચ કરવામાં આવે છે, તો વિચારોને માણસ આટલા હલ્કામાં કેમ લે છે ?

જો વિચારોમાં આટલી શક્તિ છે, તો દરેક વખત વિચારતા પહેલાં મનમાં પ્રશ્ન આવવો જોઈએ કે આ વિચાર જીવનને સંવારશે કે બગાડશે.

અવચેતન મસ્તિષ્કના વિશેષજ્ઞ કહે છે કે, જે તમે સતત વિચારો છો, પૂરા સમર્પણથી વિચારો છો, પૂરી શક્તિથી વિચારો છો, એવા જ પરિણામોને તમે તમારી તરફ આકર્ષિત કરો છો. જો આ સત્ય છે, તો શું દરેક વિચારને જીવનમાં સ્થાન આપતાં પહેલાં તમે વિચારો છો કે તમે એવા જ પરિણામ મેળવવા ઇચ્છો છો કે નહીં ?

સાથીઓ,

જો વિચારધારા હકીકતમાં આટલી શક્તિશાળી છે,

જો વિચારેલું હકીકત બની શકે છે,

જો વિચારવામાં પૈસા નથી લાગતા,

જો વિચાર જીવનને સુખમય અને સમૃદ્ધ બનાવી શકે છે,

તો દુનિયાનો દરેક માણસ હંમેશાં તે કેમ નથી વિચારતો

"જે તે મેળવવા ઇચ્છે છે"

કદાચ ઉપરવાળો વિચારો પર ટેક્સ લગાવી દેતો

જો ઉપરવાળાની દુનિયા બનાવવાવાળી કમિટીનો હું ભાગ હોત તો વિચારો પર નિશ્ચિત રૂપથી ટેક્સ લગાવી દેતો. દરેક માણસને વિચાર કરવાની કિંમત આપવી પડતી. દરેક સારા વિચાર પર પણ તમારા એકાઉન્ટથી થોડું ધન નિકળી જતું, અને દરેક ખરાબ વિચાર પર પણ.

હું વિશ્વાસથી કહું છું કે, દુનિયા એના પછી વધારે ખુશગવાર થતી. દરેક માણસ યોજના બનાવીને વિચારતો, અને ફક્ત શ્રેષ્ઠ વિચારતો. દરેક વ્યક્તિ ઈર્ષ્યા, હીનતા, નિરાશા, હતાશા, નકારાત્મકતા વગેરે વિચારોથી દૂર રહેતો કેમ કે આ અનુત્પાદક વિચારો પર પણ કિંમત લાગતી. ધીમે-ધીમે માણસ વિચારતો કે જો પૈસા ખર્ચ કરવા જ છે, તો ખરાબ વિચારવામાં કેમ કરીએ.

સાથીઓ, જો તમે માનસિક રૂપથી સામાન્ય છો, તો એ શક્ય નથી કે તમમને સારા અને ખરાબ વિચારોમાં ફરકની જાણ ના હોય. બધા હીન વિચાર અને શ્રેષ્ઠ વિચારોમાં ફરક જાણે છે. સમૃદ્ધિ અને ગરીબીના વિચારોમાં ફરક જાણે છે. સદાચાર અને દુરાચારના વિચારોમાં ફરક જાણે છે. ઊર્જા અને આળસના વિચારોમાં ફરક જાણે છે. મુશ્કેલી એ છે કે આપણે આપણાં વિચારો પર ધ્યાન નથી આપતાં. જો આપણે જાણીએ પણ છીએ કે ક્યાં ભૂલ કરી રહ્યાં છીએ, તો પણ આપણે એ સત્યનો સામનો નથી કરવા ઇચ્છતા. કેમ કે આપણે વિચારો પર નિયંત્રણ નથી રાખતા, આથી વણગમતા વિચાર પણ આપણને ઘેરીને પ્રભાવિત કરી દે છે.

મારો અનુભવ કહે છે કે માણસને ઘટિયા અને સંકુચિત વિચારધારાની કિંમત આજે પણ ચુકવવી પડે છે. ભલે જ એકાઉન્ટથી તરત પૈસા ના નિકળતા હોય, પરંતુ નકારાત્મક વિચારધારાથી જીવનમાં સુખ અને સમૃદ્ધિનું એકાઉન્ટ ઓછું થતું જાય છે. આપણે કારણોને સીધા સમજી નથી શકતા પરંતુ એનું મૂળ કારણ આપણી વિચારધારા હોય છે.

આખરે માણસ મોટાભાગે કયા વિચારોના ઘેરામાં હોય છે

જે મુદ્દા તમારા નિયંત્રણથી બહાર છે, એમની ચિંતાથી મુક્ત થઈ જાઓ અને જે મુદ્દા તમારા નિયંત્રણમાં છે, એની ચિંતાને બદલે સમાધાન પર કાર્ય કરો.

✍ પાવર સૂત્ર - જીવવું છે તો નિયમ તોડો

ભારત તેમજ અન્ય દેશોમાં છેલ્લાં બે વર્ષોમાં અમારી ટીમે વિચારવાની પ્રવૃત્તિ પર રિસર્ચ કર્યું. એ સર્વેમાં અનેક પ્રશ્ન હતાં. એમાંથી બે પ્રશ્ન અને એના જવાબ અહીંયા પ્રસ્તુત છે.

પ્રશ્ન - તમે દિવસનો મોટાભાગનો સમય નકારાત્મક વિચારોની સાથે વિતાવો છો, અથવા સકારાત્મક વિચારોની સાથે ?

જવાબ - મોટાભાગનો જવાબ હતો, નકારાત્મક વિચારોની ટકાવારી વધારે છે.

પ્રશ્ન - નકારાત્મક વિચારોમાં કયા-કયા વિચારો વારં-વાર આવે છે ?

જવાબ - મોટાભાગના લોકોએ નિમ્ન ૧૩ વિચારોનો ઉલ્લેખ કર્યો :-

- બીમારીનો ભય.
- કોઈ પણ કારણથી અપમાનનો ભય.
- નુકસાનનો ભય.
- બીજાની સમૃદ્ધિથી ઈર્ષ્યા.
- દગાબાજીનો ભય.
- દુર્ઘટનાનો ભય.
- બાળકોના ભવિષ્યની ચિંતા.
- યોગ્ય માન-સન્માન ના મળવાનું દુઃખ.

- તમારી ઈચ્છાનુસાર અન્ય લોકો કાર્ય નથી કરતા, એનું દુઃખ.
- તમે જેટલું અન્ય લોકો માટે કરો છો, એટલો યશ ના મળવાનું દુઃખ.
- હરિફાઈનો નકારાત્મક તણાવ.
- અસફળતાનો ભય.
- મૃત્યુનો ભય.

લોકોના ઉપર લખેલા નકારાત્મક વિચાર અલગ-અલગ ક્રમમાં વ્યક્ત કર્યા હતા. જ્યારે અમારી ટીમે જવાબોના ઊંડાણમાં ગઈ, તો મોટાભાગના લોકોને બે પ્રકારની ચિંતા હતી.

સંસારમાં ચિંતા તેમજ તણાવના બે પ્રમુખ કારણ	
વીતેલી કાલ સાથે જોડાયેલી ઘટનાઓ જેને બદલી નથી શકાતી.	આવવાવાળા ભવિષ્ય સાથે જોડાયેલી અજાણી આશંકાઓ અને ડર.

બધાએ એ પણ માન્યું કે વીતેલી કાલને બદલી નથી શકાતી, એનાથી ફક્ત શીખ લઈ શકાય છે, પરંતુ છતાં પણ વીતેલી કાલ સતાવે છે. બધાની ઈચ્છા હતી કે કોઈ પ્રકારે ભૂતકાળ અને ભવિષ્યના તણાવથી મુક્ત થઈ શકે.

પ્રશ્ન એ છે

- એવું શું કરીએ, જેનાથી અમે ટકાવારીથી વિચારવાવાળા માણસને બદલે પાવર થિંકરમાં બદલાઈ શકીએ ?
- એવું શું કરીએ, જેનાથી અમારી અંદર અમારી જિન્દગીના નિર્ણય લેવાની શક્તિ પેદા થઈ શકે ?
- એવું શું કરીએ, જેનાથી અમારું વ્યક્તિત્વ અને કાર્ય દુનિયાવાળાઓને અમારા ગયા પછી પણ યાદ રહે ?

વિચારધારાની શ્રેણીઓ

દુનિયામાં તમામ વ્યક્તિઓની વિચારધારાને ચાર પ્રમુખ શ્રેણીઓમાં વહેંચી શકાય છે :-

પ્રથમ શ્રેણી - નકારાત્મક વિચારધારાવાળા - (Nagative Thinker)

એવા લોકો જિન્દગીને મોટાભાગે નકારાત્મક દૃષ્ટિથી જુએ છે.

દ્વિતીય શ્રેણી - સાધારણ વિચારધારાવાળા - (Passive Thinker)

આવા લોકોનું વિચારો પર નિયંત્રણ નથી હોતું. જ્યારે ઇચ્છે, જેવું ઇચ્છે વિચારોના ઘેરામાં ચાલી જાય છે. આનું નિયંત્રણ પરિસ્થિતિ તેમજ અન્ય લોકોના હાથમાં હોય છે. આ વિચારોની પસંદગી નથી કરી શકતા.

તૃતીય શ્રેણી - સકારાત્મક વિચારધારાવાળા - (Positive Thinker)

આવા લોકો જિન્દગીના ઉજળા પક્ષને જોવાનો પ્રયત્ન કરવા ઇચ્છે છે. સારું જુએ છે, સારું સાંભળે છે અને સારું વિચારે છે. આ બધા છતાં ફક્ત પૉઝિટિવ થિંકિંગ અપેક્ષિત સફળતાની ગેરેંટી નથી હોતી. જ્યાં સુધી આ પૉઝિટિવ વિચારધારા એક્શનમાં પરિવર્તિત નથી હોતી, ત્યાં સુધી સફલતા સંદિગ્ધ રહે છે. પૉઝિટિવ થિંકિંગની એક ખામી એ છે કે તે હંમેશાં આદર્શવાદ, બીજાઓને ખુશ કરવા, બધાને ''હા'' કહેવી અને દરેક પરિસ્થિતિમાં એડજસ્ટ કરવા પર આધારિત હોય છે.

ચતુર્થ શ્રેણી - પાવર વિચારધારાવાળા - (Power Thinker)

આ એક્શન પ્રધાન હોય છે. આ ફક્ત પોતાના લક્ષ્યોની દિશામાં વિચારે છે. અન્ય લોકો આમની વિચારધારાને પ્રભાવિત નથી કરી શકતા. સમસ્યાને બદલે સમાધાન શોધે છે. તેઓ ફક્ત સારું વિચારતા નથી, પરંતુ એને સત્ય કરીને બતાવે છે. આમના જીવનનું રિમોટ કંટ્રોલ આમની પાસે હોય છે. આમની ભાષા અને વિચારધારા સામાન્ય લોકોથી અલગ હોય છે.

ખૂબ જ ઓછા લોકો સ્થાયી રૂપથી પૉઝિટિવ થિંકર કે પાવર થિંકર થાય છે. અલગ-અલગ ઘટનાઓ દરમિયાન વિચારધારાની શ્રેણીઓ પણ બદલાય છે પરંતુ પ્રશ્ન એ છે કે મોટાભાગે તમે કઈ શ્રેણીમાં રહો છો.

પાવર થિંકિંગના ચાર સિદ્ધાંત

જીતવા માટે એ જરૂરી નથી કે આપણે બીજાઓને નાના બનાવીએ, આપણે ખુદને મોટા બનાવીને પણ જીતી શકીએ છીએ.

✍ પાવર સૂત્ર - ડૉ. ઉજ્જવલ પાટની

જિન્દગીમાં સીમિત સમય છે, એને કોઈ બીજાની નકલી જિન્દગી જીવીને વ્યર્થ ના કરો. બીજા શું વિચારશે, જીવનનો આ આધાર ના હોવો જોઈએ. બીજાઓની સલાહના શોરમાં પોતાના અંતર્મનના અવાજને દબાવા ના દો, પોતાના દિલની સાંભળવાનું સાહસ કરો.

✍ સ્ટીવ જૉબ્સ

૨૫

પાવર થિંકિંગનો પ્રથમ સિદ્ધાંત

આત્મનિરીક્ષણ

આત્મનિરીક્ષણ શું છે

શું આત્મનિરીક્ષણ સરળ છે

સચ્ચાઈ શું છે

આત્મનિરીક્ષણ કરતાં-કરતાં ધ્યાન આપો

ઈશ્વરે કરાવ્યું આત્મનિરીક્ષણ

આત્મનિરીક્ષણ વર્કશીટ

પાવર થિંકિંગનો પ્રથમ સિદ્ધાંત
આત્મનિરીક્ષણ

દરેક વ્યક્તિ સુધાર ઈચ્છે છે. સમસ્યા એ છે કે, શું ઈચ્છે કે તે સુધાર બીજાઓથી શરૂ થાય.

✍ પાવર સૂત્ર - જીવવું છે તો નિયમ તોડો

આત્મનિરીક્ષણ શું છે

પાવર થિંકિંગનો પ્રથમ સિદ્ધાંત છે ''આત્મનિરીક્ષણ''. આત્મનિરીક્ષણનો અર્થ છે ''પોતાની વિચારધારાનું નિરીક્ષણ''. આપણે એ જાણવાનાનું છે કે સામાન્ય રૂપથી આપણે કયા વિચારોના પ્રભાવમાં હોઈએ છીએ. આપણા વિચારવાનો મૂળ સિદ્ધાંત શ્રેષ્ઠતાનો છે, કે સામાન્યતાનો. આપણે જીવનમાં ખુશ રહેવામાં વિશ્વાસ કરીએ છીએ, અથવા નિરાશ રહેવામાં. આપણે દરેક સફળતાનો આનંદ લઈએ છીએ, અથવા હંમેશાં તણાવ પાળીને રાખીએ છીએ. બીજા લોકોની પ્રતિક્રિયાથી આપણે તરત પ્રભાવિત થઈ જઈએ છીએ, અથવા આપણી અંદર સ્વતંત્ર નિર્ણય લેવાની ક્ષમતા છે.

આત્મનિરીક્ષણ પોતાના જીવનની લાઇવ મેચ જોવાની જેમ છે. આ સિદ્ધાંતમાં તમારા જીવનમાં જે ઘટી રહ્યું છે, એને ફક્ત જોતાં જવાનું છે. આત્મનિરીક્ષણ કરતાં-કરતાં તમને અનેક કડવા તેમજ મીઠા અનુભવ થશે. જો તમે જીવનમાં કેટલાક લક્ષ્ય બનાવ્યા છે, તો આત્મનિરીક્ષણ કરતાં-કરતાં તમે પોતાની દિશાનું મૂલ્યાંકન કરી શકશો. તમે જાણશો કે તમારું જીવન લક્ષ્યની દિશામાં જઈ રહ્યું છે અથવા નહીં. જો

તમારા જીવનમાં કોઈ લક્ષ્ય નથી તો એ પણ આત્મનિરીક્ષણ દરમિયાન તમને અનુભવ થશે.

''આત્મનિરીક્ષણ'' કરવાનું કાર્ય તમારા સિવાય કોઈ અન્ય વ્યક્તિ નથી કરી શકતું. આ પ્રામાણિક જવાબદારી તમારે ખુદ ઊઠાવવી પડશે. આ કાર્યમાં તમારે જોવાનું છે કે તમારી મનોદશા કેવી રહે છે. કઈ પરિસ્થિતિઓમાં તમારા ચહેરા પર હાસ્ય આવે છે, અને કઈમાં ઉદાસી.

પૂરી પ્રામાણિકતાથી તમારે તમારા વિચારોનું નિરીક્ષણ કરવાનું છે. તમારે કોઈ પરિવર્તન નથી કરવાનું. કંઈ કરવાનું કે રોકવાનું નથી, ફક્ત જોવાનું છે. જે રીતે તમે એક પસાર થતી ટ્રેનને જુઓ છો, આકાશમાં ઈન્દ્રધનુષને જુઓ છો, અથવા કડકડાતી વીજળીને જુઓ છો. તમે એ બધાને ફક્ત જોઈ શકો છો, એમાં કોઈ પરિવર્તન નથી કરી શકતા.

જ્યાં સુધી તમે તમારી વર્તમાન મનોદશાને સારી રીતે નહીં સમજો, પાવર થિંકિંગની પ્રક્રિયા આગળ નથી વધી શકતી. પાવર થિંકિંગની શરૂઆત જ અંદરથી થાય છે. પહેલાં માણસ ખુદ અંદરથી શુદ્ધિકરણ કરીને સશક્ત બને છે, પછી બાહ્ય દુનિયા તરફ પગલા વધારે છે.

કોઈ પણ બીમારીની ચિકિત્સા માટે એ જરૂરી હોય છે કે ચિકિત્સક બીમારીની યોગ્ય ઓળખાણ કરે. ચિકિત્સક યોગ્ય ઓળખાણ કરે, એના માટે એ જરૂરી છે કે દરદી સાચી સમસ્યા બતાવે. દરદી સાચી સમસ્યા બતાવી શકે, એના માટે જરૂરી છે કે દરદી ખુદ ઊંડાણતાથી નિરીક્ષણ કરે. પાવર થિંકિંગ દ્વારા વિચારોના શુદ્ધિકરણની આ પ્રક્રિયામાં તમે જ દરદી છો અને તમે જ ચિકિત્સક.

જીવનમાં તમે શું સાચું અને શું ખોટું કરી રહ્યાં છો, આની સૌથી વધારે જાણકારી તમને છે. તમે તમારી ક્ષમતાઓ તેમજ ખૂબીઓનો કેટલો ઉપયોગ કરી રહ્યાં છો, તમે તમારા કાર્યમાં કેટલાં સમર્પિત છો, એ પણ તમારાથી વધારે કોઈ નથી જાણતું. તેથી, આત્મનિરીક્ષણની સો ટકા જવાબદારી તમારી છે.

શું આત્મનિરીક્ષણ કરવું સરળ છે

આત્મનિરીક્ષણ સાંભળવામાં તો સરળ લાગે છે, પરંતુ એ એટલું સરળ નથી કેમ કે વિચાર સ્થિર નથી રહેતાં. જો તમે નકારાત્મક વિચારી રહ્યાં છો, તો તમે નકારાત્મકતાની ઊંડાણતામાં ઉતરતાં જઈ રહ્યાં છો. જો તમે કોઈ આનંદદાયક સપનું જોઈ રહ્યાં છો, તો આનંદમાં વહેતા ચાલી જાઓ છો. તમને જાણ ત્યારે થાય છે, જ્યારે કોઈ તમારી તન્મયતાને ભંગ કરી દે છે. જ્યારે અચાનક તમારું ધ્યાન ઘડીયાળ પર જાય છે, તો તમે આશ્ચર્યચકિત થઈ જાઓ છો, આટલો સમય કેવી રીતે વીતી ગયો. ઘણાં લોકો એકાંતમાં ખુદથી ક્યારેક સંવાદ કરવાનો પ્રયત્ન જ નથી કરતાં. કેટલાક લોકો કરે પણ છે, તો ખુદથી પ્રામાણિક નથી રહી શકતા. મને લાગે છે કે ખુદના વિચારોનું નિરીક્ષણ કરવું, દુનિયાના મુશ્કેલમાં મુશ્કેલ કાર્યોમાંથી એક છે.

પ્રયોગોના પરિણામ

પાવર થિંકિંગના આ સિધ્ધાંતોને વિકસિત કરવા દરમિયાન અમે પ્રારંભિક પ્રયોગ પોતાની ટીમ પર કર્યા. ''આત્મનિરીક્ષણ''નો પ્રયત્ન કર્યો તો વધારે દિવસો સુધી અસફળ થતાં રહ્યાં. એનું પ્રમુખ કારણ એ હતું કે, જ્યારે સકારાત્મક કે નકારાત્મક વિચાર ઘેરી લેતા હતા, તો અમે વિચારોના ઘેરામાં તલ્લીન થઈ જતાં હતા. એટલા તલ્લીન કે અમે ભૂલી જતાં હતા કે આત્મનિરીક્ષણ કરવાનું છે. ખૂબ જ પરેશાન રહ્યાં પછી અમે એક મોબાઈલ લીધો, જેમાં ખૂબ વધારે ઍલાર્મ સેટ કરવાનું શક્ય હતું. સવારથી રાત સુધી દરેક કલાકના વિરામ પર ૧૫ ઍલાર્મ સેટ કર્યા.

બધાના મોબીલ દર એક કલાકના વિરામમાં વાઈબ્રેટ કરતા હતા. એ સમયે અમારે નિરીક્ષણ કરવાનું હતું કે અમે નકારાત્મક વિચારી રહ્યાં છીએ કે સકારાત્મક. શક્તિના વિચાર હાવી છે કે હીનાતાના ? અમે વિચારી રહ્યાં છી, જે અમારું લક્ષ્ય છે, અથવા જે પણ સામે ઘટી રહ્યું છે, એના વિશે વિચારી રહ્યાં છીએ. એક મહીનાના પ્રયોગ પછી આશ્ચર્યજનક પરિણામ આવ્યા.

મોટાભાગના લોકો ૮૦ ટકા સમય નકારાત્મક વિચારતાં-વિચારતાં ખુદના દ્વારા પકડાઈ ગયા. દીર્ઘ લક્ષ્યોને બદલે સામાન્ય બાબતો પર વિચારતા મળ્યા. ખુદ પર સંદેહ કરતાં, ગૉસિપ કરીને સમય વ્યર્થ કરતાં, અથવા બિનજરૂરી ચિંતા કરતાં નજરે પડ્યાં.

જો સારાંશ કહેવામાં આવે તો

- ટીમના સાથી મોટાભાગનો સમય એ વિચારવામાં વિતાવી રહ્યાં હતા, જે હકીકતમાં મેળવવા ઇચ્છી રહ્યાં ન હતા.

- ટીમના સાથી યોજનાબદ્ધ રીતથી વિચારવાને બદલે પ્રતિક્રિયાત્મક ઢંગથી વિચારીને સમય વિતાવી રહ્યાં હતા. જે સામેથી નિકળ્યું, એના વિશે વિચાર્યું. જે ગૉસિપ સાંભળી, એના વિશે વિચાર્યું. જે દિવસભર ઘટ્યું, એના વિશે વિચાર્યું અને એમાં જ આખો સમય સમાપ્ત થઈ જતો હતો.

એવું ન હતું કે, જીવનમાં સકારાત્મકતા માટે સમયની ઊણપ હતી. ખાલી સમય તો હતો પરંતુ એને વ્યર્થના વિચારોમાં ઉપયોગ કરીને શૂન્ય બનાવી દેતા હતા.

પાવર થિંકિંગના પ્રથમ સિદ્ધાંત ''આત્મનિરીક્ષણ''એ આંખો ખોલી દીધી હતી. જીવન એક ખુલ્લી તસવીરની જેમ સામે હતું. પહેલાં ક્યારેય વિચારો પર આટલું ધ્યાન આપ્યું જ ન હતું. પાવર થિંકિંગના પ્રથમ સિદ્ધાંતે ખુદનું સ્ટિંગ ઑપરેશન કરી દીધું.

પ્રથમ સિદ્ધાંત દ્વારા આત્મનિરીક્ષણ કર્યા પછી એક મહત્ત્વપૂર્ણ સત્યનો સામનો થયો કે વિચારધારા પૂર્ણ રૂપથી લક્ષ્ય પર કેન્દ્રિત ન હતી અને પરિસ્થિતિઓ અનુસાર અહીં-તહીં ભટકી જતી હતી. ઘણાં એવા લોકોને ખુદના લક્ષ્યો વિશે નક્કર જાણકારી ન હતી, આથી એમની વિચારધારાના સ્થિર રહેવાનો તો પ્રશ્ન જ ઊઠતો ન હતો.

સચ્ચાઈ શું છે

સાથીઓ, સચ્ચાઈ એ છે કે આપણી પાસે આખી દુનિયામાં જે ઘટનાઓ ઘટી રહી છે, એના પર વિચારવા માટે સમયની કોઈ કમી નથી હોતી. એના વિપરીત આપણા અંતર્મનમાં, આપણી મનોદશામાં શું થઈ રહ્યું છે, એ વિચારવા માટે સમયની કમી હોય છે. આ એથી પણ હોય છે, કેમ કે એકાંતમાં બેસવાની આદત નથી હોતી, અને આપણે આત્મનિરીક્ષણને મહત્ત્વપૂર્ણ નથી સમજતા. પાવર થિંકિંગનો પ્રથમ સિદ્ધાંત આપણને ખુદ પર ધ્યાન આપવા માટે પ્રેરિત કરે છે. આત્મનિરીક્ષણ દરમિયાન હું જ્યારે વિચારોને આશ્ચર્યજનક રીતે અહીં-તહીં ભાગતા જોઉં છું, વ્યર્થની ઇચ્છાઓ કરતાં જોઉં છું, તો ઈસ્વરનો આભાર વ્યક્ત કરું છું -

> *હે ઈશ્વર, હું તારો આભારી છું કે તેં મારી દરેક ઇચ્છાને પૂરી ના કરી. આજે જ્યારે હું જિન્દગીના પાનાઓ પલટીને પોતાની ઇચ્છાઓ પર ધ્યાન કરું છું તો મન એ વિચારીને કાંપી ઊઠે છે, જો તે પૂરી થઈ જતી તો કેટલો અનર્થ થઈ જતો.*
>
> *✍ પાવર સૂત્ર - ડૉ. ઉજ્જવલ પાટની*

સાથીઓ, વિચારધારાના નિરીક્ષણ દરમિયાન પોતાના કાર્યો અને આદતોનું પણ નિરીક્ષણ કરવું જરૂરી છે. લોકોને એવું લાગે છે કે તેઓ પોતાના સમયનો સર્વશ્રેષ્ઠ ઉપયોગ કરે છે પરંતુ આત્મનિરીક્ષણ પછી એમને સત્યની જાણ થાય છે કે તેઓ વધારે સમય બિનજરૂરી કાર્યોમાં વ્યતીત કરે છે.

લોકોને એમ લાગે છે કે તેઓ હંમેશાં લક્ષ્ય પર ચાલે છે, પરંતુ જ્યારે તેઓ આત્મનિરીક્ષણ કરે છે તો એમને સત્યની જાણ થાય છે કે એમની પ્રાથમિકતાઓ ગડબડાયેલી છે. તેઓ બિનજરૂરી કાર્યોને પ્રાથમિકતા આપી દે છે, એના કારણથી જરૂરી કાર્ય પાછળ છૂટી જાય છે.

આત્મનિરીક્ષણ તમારી આદતોને તમારો પરિચય કરાવે છે. તમે ટાળમટોળ કરો છો, તમે બહાનાબાજી કરો છો, તમે નવી વસ્તુઓને ગ્રહણ કરવામાં કેટલો પ્રતિરોધ કરો છો, તમે ટીવી, મોબાઇલ વગેરે પર કેટલો સમય વિતાવો છો, તમે બિનજરૂરી

રૂપથી કેટલો સમય બરબાદ કરો છો, વગેરે. પોતાની આદતો પર ધ્યાન કર્યા પછી તમારે આગળના વિસ્તારોમાં એને સુધારવાની તક મળે છે.

રહસ્ય બે પ્રકારના હોય છે, જે તમે અન્ય લોકોથી છુપાવો છો, અને જે તમે ખુદથી છુપાવો છો. આત્મનિરીક્ષણ દરમિયાન બંને જ રહસ્યોથી તમારો સામનો થાય છે.

આત્મનિરીક્ષણ કરતાં-કરતાં ધ્યાન આપો

➲ તમે હંમેશાં ખુદના વિશે શું વિચારો છો ?

➲ રોજબરોજના જીવનમાં કઈ વસ્તુઓ પર તમારું સૌથી વધુ ધ્યાન હોય છે, મોટાભાગે તે મૂલ્યવાન હોય છે કે અર્થહીન ?

➲ તમે અંદરથી શું છો અને બહારથી કેવા દેખાવ છો ?

➲ તમારી સામે વર્તમાનમાં કઈ વાસ્તવિક સમસ્યાઓ છે ?

➲ એ સમસ્યાઓના વાસ્તવિક કારણ શું છે ?

➲ જીવનમાં શ્રેષ્ઠતા લાવવામાં કઈ-કઈ આદતો તમને રોકી રહી છે ?

➲ કઈ વાતોથી તમે હંમેશાં પરેશાન થઈ જાઓ છો, શું તે હકીકતમાં તમને પરેશાન કરવા જેટલી મહત્ત્વપૂર્ણ છે ?

➲ શું તમારી દિનચર્યા તમને સફળતા અપાવવામાં મદદ કરશે ?

➲ તમે કઈ પરિસ્થિતિમાં બધા દુઃખ ભૂલીને પ્રસન્ન થઈ ઊઠો છો ?

સાથીઓ, તમે ફક્ત સાત દિવસ આત્મનિરીક્ષણ કરી લો, તો તમારી જિન્દગીમાં પરિવર્તન આવવા લાગશે, કેમ કે તમને જાણ થશે કે :-

☯ તમે શું છો ?

☯ તમે આજે ક્યાં છો ?

☯ તમે ક્યાં જવા ઇચ્છો છો ?

☯ તમારી વર્તમાન સ્થિતિનો જવાબદાર કોણ છે ?

ઈશ્વરે કરાવ્યું આત્મનિરીક્ષણ

એક અત્યંત સમૃદ્ધ તેમજ સફળ વ્યક્તિના જીવનમાં એ બધા સાધન હતા, જેના સપના દુનિયાના કરોડો લોકો જોયા કરે છે. શાનદાર બંગલો, ગાડીઓ, અનેક ફેક્ટરીઓ, હજારો કર્મચારી, ખૂબસૂરત પત્ની, એક પુત્ર, બેહિસાબ બેંક બેલેન્સ, એની પાસે બધું જ હતું.

અચાનક થોડાં વર્ષોમાં એના જીવનમાં એવી ઘટના ઘટી કે તે આકાશ પરથી જમીન પર આવી ગયો. બંગલા વેચાઈ ગયા, ફેક્ટરીઓ બંધ થઈ ગઈ, પત્ની ઘર છોડીને ચાલી ગઈ, પુત્ર ડ્રગ એડિક્ટ થઈ ગયો અને તે કરજમાં ડૂબી ગયો. એ વ્યક્તિને ઈશ્વરથી નફરત થઈ ગઈ. એને લાગ્યું કે ઈશ્વરે જાણી-વિચારીને એના પર મુશ્કેલીઓનો આટલો મોટો ભાર નાંખ્યો છે.

એક રાત્રે ઊંડી ઊંઘમાં ઈશ્વર એના સપનામાં આવ્યા. તે ઈશ્વર પર વરસી પડ્યો અને બધી તકલીફોનો દોષ ઈશ્વર પર ઢોળી દીધો. ઈશ્વરે કહ્યું - બેટા, મેં તો તમને એક ખાસ વ્યક્તિ બનાવીને મોકલ્યો હતો અને તારી ઝોળીમાં બધા સુખ-સુવિધાઓ આપી હતી. આજે તું જે હાલતમાં છે, તે તારી ખોટી પસંદગીને કારણથી છે, આમાં મને દોષ ના આપ. પોતાની અંદર જોઈશ તો તને બધા કારણ ખુદ જ મળી જશે.

વ્યક્તિ નારાજ થઈ ગયો. એણે ઈશ્વરને કહ્યું કે પોતાની કરણીથી આંખો ના ચોરાવો. શું મારો બંગલો વેચવાની પસંદગી મેં કરી હતી ?

ઈશ્વર - હા, તેં લાલચમાં પોતાની ક્ષમતાથી વધારે વેપાર ફેલાવ્યો પરંતુ અય્યાશીની જાળમાં ફસાઈને વેપાર પર ધ્યાન આપવાનું બંધ કરી દીધું. તું ભૂલી ગયો કે વેપાર વધારવા માટે બંગલાના અવેજમાં તેં લોન લીધી હતી. બંગલાના વેચાવાનો જવાબદાર તું છે.

વ્યક્તિ - વાતો ના બનાવો. શું ફેક્ટરીઓમાં કામ કરવાવાળા લોકોને મેં કહ્યું હતું કે કામ છોડી દો અને વિરોધીઓને ત્યાં નોકરી કરી લો.

ઈશ્વર - આ બધાનો જવાબદાર તું છે. શરુઆતમાં તેં કર્મચારીઓની તકલીફોનું ધ્યાન રાખતો હતો અને એમના દુઃખ-સુખમાં ભાગીદાર બનતો હતો. તેં ખુદ ફેક્ટરી જવાનું છોડ્યું અને ક્યારેય જવાનો પ્રયત્ન ના કર્યો કે તારી અનુપસ્થિતિમાં શું થઈ રહ્યું છે. જેના ભરોસે તેં ફેક્ટરી છોડી હતી, વિરોધી કંપનીઓના હાથોએ તે લોકો વેચાઈ ગયા હતા. કર્મચારીઓએ પત્ર લખ્યા, મેઈલ કર્યા પરંતુ તારી પાસે વાંચવા માટે સમય ન હતો.

એ વ્યક્તિ હાંફળો-ફાંફળો હતો. એને વાત સમજમાં આવી રહી હતી. પરંતુ એમાં દોષ પોતાના ઉપર લેવાની હિમ્મત ન હતી.

વ્યક્તિ - તમારી વાતો માની પણ લઉં પરંતુ મારી પત્નીને તો આ મુશ્કેલ પરિસ્થિતિમાં સાથે રહેવું હતું. મેં એને જીવનની દરેક સુવિધાઓ આપી.

ઈશ્વર - એને પણ તેં ભાગવા પર મજબૂર કરી છે. જ્યારે પણ તે નજીક આવવા ઈચ્છતી હતી, તારી પાસે સમય ન હતો. તું એનો જન્મદિવસ પણ ભૂલી ગયો હતો. પછી મનાવવાની જગ્યાએ સ્ટાફના હાથો દ્વારા મોંઘી ગિફ્ટ મોકલી દીધી. એની શારીરિક તેમજ માનસિક જરૂરિયાતોને વણદેખી કરી. ક્યાં સુધી સહન કરતી, એક દિવસ તો આ થવાનું જ હતું. પત્નીના છોડીને ચાલ્યા જવાનો જવાબદાર પણ તું છે.

હવે તે વ્યક્તિ ફૂટીફૂટીને રોવા લાગ્યો અને એણે ઈશ્વરને કહ્યું - તમારી બધી વાતો સત્ય છે પરંતુ મારા પુત્રને ડ્રગ એડિક્ટ મેં નથી બનાવ્યો. મેં એને સર્વશ્રેષ્ઠ સ્કૂલમાં નાખ્યો, સૌથી સારું કૉમ્પ્યૂટર આપ્યું અને સૌથી સારી કોચિંગ અપાવી. એના માટે અલગ ગાડી અને ડ્રાઈવર આપ્યો. એના ડ્રગ એડિક્ટ બનવાનીજવાબદારી તમે મારા પર ના નાંખો.

ઈશ્વર - પોતાના પુત્રને બરબાદ કરવા માટે પણ જવાબદાર તું છે. એ અબોધ બાળકે પોતાનો બધો સમય ડ્રાઈવર, નોકર તેમજ આયાની સાથે વિતાવ્યો. એમનાથી જે જીવન મૂલ્ય મળ્યાં, એણે અપનાવી લીધા. જ્યારે એને પિતાની જરૂર હતી, તેં એના હાથમાં પૈસા ધરી દીધા. આજે તું જે કંઈ પણ છે, તારી સાથે જે પણ બન્યું છે, તે તારી પસંદગીને કારણથી જ થયું છે.

એ વ્યક્તિએ પશ્ચાતાપમાં આંખો બંધ કરી લીધી અને રોવા લાગ્યો.

ઈશ્વરે ધીમેથી એના ખભા પર હાથ રાખીને કહ્યું - બન્દા, આત્મનિરીક્ષણ કરો, તું શરૂઆતમાં અમીર ન હતો. તારા સુખ-સુવિધા ભલે ચાલ્યા ગયા હોય પરંતુ તારી વિચારધારા, આવડત અને મહેનત આજે પણ તારી પાસે છે. તું ઈચ્છે તો પત્નીને મેળવી શકે છે, તું ઈચ્છે તો પુત્રને સાચા રસ્તા પર લાવી શકે છે, તું ઈચ્છે તો ફરીથી બંગલો અને ફેક્ટરી બનાવી શકે છે. સમય થોડો વધારે લાગી શકે છે પરંતુ તું જૂની વાર્તા ફરીથી લખી શકે છે. એક વખત પરી જિન્દગીની પસંદગી તારા હાથમાં છે. આ વખતે સાચી પસંદગી કરી લે.

સાથીઓ, મારો વાયદો છે કે જો તમે પ્રામાણિકતાથી આત્મનિરીક્ષણ કરશો અને પોતાના બધા વિચારોને લખશો તો તમારી અંદર વિચારો અને ભાવનાઓનો વિસ્ફોટ થશે. બની શકે છે કે તમારા આંસૂ નિકળી પડે, તમે ચિડાઈને આ કાર્ય વચ્ચેથી જ છોડી દો, તમે થોડાં સમય માટે અસ્થિર અને વિચલિત થઈ જાઓ પરંતુ એના પછી ચમત્કાર જેવું થશે. તમને જીવનના અલગ-અલગ વિસ્તારોમાં સફળતાના નવા રસ્તા દેખાવા લાગશે. તમે અંદરથી અત્યંત ભક્તિશાળી અને સમર્થ અનુભવ કરશો.

આથી આ કૃતિમાં ''વ્યક્તિગત જીવનમાં પાવર થિંકિંગ'' અધ્યાયમાં આપવામાં આવેલી, આત્મનિરીક્ષણ વર્કશીટ પર પૂર્ણ સમર્પણ તેમજ ક્ષમતાથી કાર્ય કરો.

વર્કશીટ ૦૨ આત્મનિરીક્ષણની વર્કશીટ

તરત પુસ્તક વાંચવાનું રોકીને પોતાની વિચારધારાનું નિરીક્ષણ કરો. આ સમયે કયા વિચારોના ઘેરામાં છો, પ્રામાણિકતાથી જવાબ આપો.

---

૧ શું વાંચતાં-વાંચતાં વિષયથી હટીને તમે કોઈ અન્ય વસ્તુ વિશે વિચારી રહ્યાં હતાં ?

હા ના

૨ શું તમારું ધ્યાન આસ-પાસની હલચલ પર હતું ? હા ના

૩ શું તમે થોડાં સમય પહેલાં ઘટેલી કોઈ ઘટના વિશે વિચારી રહ્યાં હતા ?

હા ના

૪ શું પુસ્તક વાંચવાની સાથે-સાથે તમે ટીવી જોઈ રહ્યાં હતા કે મોબાઈલ પર વાત કરી રહ્યાં હતા ? હા ના

૫ શું તમને મનમાં પુસ્તકમાં લખેલી વાતોનો વિરોધ હતો ?

હા ના

૬ શું તમે કંટાળતા-કંટાળતા વાંચી રહ્યાં છો ?

હા ના

૭ શું તમે ફક્ત વાંચી રહ્યા હતા, એના પર ચિન્તન કરી રહ્યાં ન હતા ?

હા ના

૮ શું વાંચતા-વાંચતા સારાંશ ગ્રહણ કરવાથી વધારે તમારા મનમાં લેખક અથવા પુસ્કતકના મૂલ્યાંકનના વિચાર હતા.

હા ના

૯ શું પુસ્તકના પાનાઓને તમે ફટાફટ નજરથી પલટાવી રહ્યાં હતા ?

હા ના

૧૦ શું તમે અલગ-અલગ પૃષ્ઠો પર આપવામાં આવેલા નિર્દેશો અનુસાર, લખતાં-લખતાં પુસ્તક વાંચી રહ્યાં હતા ? હા ના

સાથીઓ, જો તમે ૧,૨,૩,૪ નંબરના પ્રશ્નો ''હા''માં આપ્યા છે, તો આ કૃતિ તમને લાભ નહીં આપે. જો તમને ૫,૬,૭,૮,૯નો જવાબ ''હા''માં આપ્યો છે તો તમને વિષયની થોડી ઘણી જાણકારી થઈ જશે પરંતુ તમારી અંદર કોઈ પણ પરિવર્તનની શરૂઆત થવી મુશ્કેલ છે. જો તમે પ્રશ્ન ૧૦નો જવાબ ''હા''માં આપ્યો છે. તો મારી બધાઈ સ્વીકાર કરો, કેમ કે તમે પાવર થિંકર બનવાની રસ્તામાં આગળ વધી ચૂક્યા છો.

દિલ્હીમાં પાવર થિંકિંગ વર્કશૉપમાં બે દિવસોમાં ડૉ. પાટનીની સાથે રહ્યો. આત્મનિરીક્ષણ વર્કશીટ હળ કરતાં-કરતાં હું ભાવુક થઈ પડ્યો. વીતેલાં દસ વર્ષોમાં મેં ખૂબ જ પૈસા કમાયા, પરંતુ આ દોડમાં પરિવારને સમય ના આપી શક્યો. આજે મારી પાસે બધું જ છે પરંતુ મારો પરિવાર વિખરાઈ ગયો છે. કદાચ હું કાર્ય અને પરિવારની વચ્ચે સંતુલન રાખી શકતો.

✍ *પાવર સૂત્ર - બલવિંદર સિંહ*

મલ્ટીનેશનલ કંપનીમાં મુખ્ય ઉચ્ચ અધિકારી

૨૬

પાવર થિંકિંગનો દ્વિતીય સિદ્ધાંત

ફક્ત એ જ વિચારો, જે તમે મેળવવા ઈચ્છો છો

એક નાની-અમથી રિસર્ચ

દ્વિતીય સિદ્ધાંતનો અપ્રત્યક્ષ અર્થ

યોજનાબદ્ધ વિચારધારા તેમજ પ્રતિક્રિયાત્મક

વિચારધારા દ્વિતીય સિદ્ધાંત આશા પેદા કરે છે

દ્વિતીય સિદ્ધાંત અને જીવન મૂલ્ય

પાવર થિંકિંગનો દ્વિતીય સિદ્ધાંત

ફક્ત એ જ વિચારો જે તમે મેળવવા ઈચ્છો છો

આ સિદ્ધાંત પ્રથમ નજરમાં જ સાંભળેલો હોય એવો લાગી શકે છે, પરંતુ આ સિદ્ધાંતની ઊંડાણતા સામાન્ય માણસની સમજથી વધારે છે. તમારા વિચાર અને તમારી વિચારધારા એક અલગ પ્રકારની ચુંબક છે. તમારા વિચાર સમાન પરિસ્થિતિઓને, લોકોને, ઘટનાઓને અને વસ્તુઓને પોતાની વિચારધારાથી આકર્ષિત કરી શકે છે. તમે આ બધી વાતોને સમજતા ના હોવ, તો પણ તમે આ સિદ્ધાંતના અસ્તિત્વને નકારી નથી શકતા.

તમે હવાને જોઈ નથી, તમા તારોમાં દોડવાવાળી વીજળીને દેખી નથી શકતા, તમે મોબાઈલની તરંગો નથી દેખી શકતા પરંતુ આનો અર્થ એ તો નથી કે એનું અસ્તિત્વ જ નથી. તમે આજે અને અત્યારે જે વિચારી રહ્યાં છો, એનાથી તમારા જીવનનું નિર્માણ જારી છે. તમે આ સિદ્ધાંતને નજરઅંદાજ કરવાનું રિસ્ક નથી લઈ શકતા. આથી જીવનને સજાગ થઈને અવાંચ્છિત વિચારનો દૂર કરો. ફક્ત અને ફક્ત એ જ વિચારો, જે તમે જીવનથી મેળવવા ઈચ્છો છો. સાચા વિચારોને પેદા કરવા અથવા સપના જોવાને ભાર ના સમજો. આને એક રમતની જેમ લઈને આ પ્રક્રિયાનો આનંદ લેવાનું શરૂ કરો. સપનાઓની દિશામાં વિચારવાની ક્રિયાને ધીમે-ધીમે એક આદતમાં પરિવર્તિત કરો.

ગત અધ્યાયમાં આપવામાં આવેલો પ્રથમ સિદ્ધાંત - ''આત્મનિરીક્ષણ'' તમને તમારા જીવનની વર્તમાન સ્થિતિથી વાકેફ કરાવે છે.

દ્વિતીય સિદ્ધાંત - 'એ જ વિચારો જે તમે મેળવવા ઈચ્છો છો'ની મદદથી તમે લક્ષ્યોને શોધવા અને એ દિશામાં વિચારવાનું શરૂ કરો છો. જો તમારા લક્ષ્ય નથી તો

પછી તમે પાવર થિંકિંગ નથી કરી શકતા. જો તમે કોઈ લક્ષ્ય નક્કી નથી કર્યું, તો સૌથી પહેલાં લક્ષ્ય નક્કી કરો. ફક્ત ઇચ્છા કરવાથી કશું નથી બદલાય, મજબૂત લક્ષ્ય હોવું જોઈએ. આના માટે તમારા દ્વિતીય સિદ્ધાંતને જીવવનો પડશે.

કોઈ પણ વ્યક્તિ દુર્ઘટના, ભય, નુકસાન, અપમાન, અપજશ, વિવાદ, અનિદ્રા, રોગ, ગરીબી, આકસ્મિક મૃત્યુ વગેરેને નથી મેળવવા ઇચ્છતો, પરંતુ એ પણ સત્ય છે કે લોકો મોટાભાગનો સમય આ જ નકારાત્મક વિચારો પર વિચારે છે. આ હીન વિચારોને શ્રેષ્ઠ વિચારોમાં બદલવા પડશે. આના માટે તમે તરત નક્કી કરો કે તમે જીવનથી શું મેળવવા ઇચ્છો છો.

ફક્ત ઇચ્છાઓ નહીં, મજબૂત લક્ષ્ય જોઈએ

અમારી ટીમે આ વિષય પર રિસર્ચ દરમિયાન લગભગ પાંચસો લોકોને પૂછ્યું, તમે શું મેળવવા ઇચ્છો છો, તો લોકોએ મુખ્યતઃ નિમ્ન ઇચ્છાઓ કહી. ધન, સુખ, પ્રસિદ્ધિ, સૌંદર્ય, સ્વાસ્થ્ય, પરિવારની પ્રગતિ, એશોઆરામ, સારું ઘર, સારી ગાડી, કારકિર્દીમાં સફળતા વગેરે. આપણે સવાલો પર ફરી સવાલ લગાવતા રહીએ છીએ. અમે એમને પૂછ્યું -

ધન જોઈએ - કેટલા ધનથી સંતુષ્ટ થશો, ક્યાં સુધી મેળવશો ?

સુખ જોઈએ - શું મેળવીને સુખી થશો ?

પ્રસિદ્ધિ - કેટલી પ્રસિદ્ધિ જોઈએ. કેટલાં દિવસોમાં જોઈએ ?

કારકિર્દીમાં સફળતા - કેવી સફળતા ? કેટલાં દિવસોમાં જોઈએ ?

મોટાભાગના લોકોની પાસે ઇચ્છાઓ તો હતી પરંતુ તે સ્પષ્ટ ન હતી. ઇચ્છાઓ કેવી રીતે પ્રાપ્ત થશે, એનો આઇડિયા ન હતો. ક્યાં સુધી પ્રાપ્ત કરવી છે, એની સમય સીમા ન હતી. ખાસ વાત એ હતી કે જેમની પાસે મજબૂત ઇચ્છાઓ અથવા લક્ષ્ય હતા, તેઓ પણ મોટાભાગે એમના વિશે વિચાર કરતાં ન હતા. એમના પણ વિચાર અહીં-તહીં ભટકતાં રહેતા હતા.

એ જ રીતે જાણે તમારે રેલ યાત્રા કરવી છે, પરંતુ તમને એ જ ખબર નથી કે તમારે જવાનું ક્યાં છે, ક્યારે જવાનું છે, કેટલા દિવસ માટે જવાનું છે, કયા કામથી

જવાનું છે, કયો સામાન લઈ જવાનો છે વગેરે. આ પ્રશ્નોના જવાબ શોધ્યા વગર જો તમે રેલ યાત્રા પર નિકળી પડ્યા, તો તમે ફરતાં જ રહેશો, પરંતુ પડાવ નહીં મળે.

દ્વિતીય સિદ્ધાંતથી ફાયદો

સાથીઓ, જે દિવસે તમે પાવર થિંકિંગના દ્વિતીય સિદ્ધાંત ' એ જ વિચારો, જે તમે મેળવવા ઈચ્છો છો''માં વિશ્વાસ કરવા લાગશો, એ દિવસથી -

- તમે જીવનમાં બિલકુલ સમય વ્યર્થ નહીં કરો.
- તમારી બધી ઊર્જા સાચી દિશામાં કેન્દ્રિત થઈ જશે.
- તમને અન્ય લોકોની સલાહ પ્રભાવિત નહીં કરે.
- તમે લક્ષ્યની દિશાવાળા લોકોની સાથે મિત્રતા કરશો.

તમે તમારી જરૂરિયાત અનુસાર પરિવાર, કાર્યક્ષેત્ર, આર્થિક, સ્વાસ્થ્ય, વ્યક્તિગત, સામાજિક વગેરે કોઈ પણ ક્ષેત્રમાં લક્ષ્ય બનાવી શકો છો. આ વિશે ''વ્યક્તિગત જીવનમાં પાવર થિંકિંગ'' નામના અધ્યાયમાં વાંચો.

દ્વિતીય સિદ્ધાંતનો અપ્રત્યક્ષ અર્થ

દ્વિતીય સિદ્ધાંત તમને એ મહત્ત્વપૂર્ણ સંદેશ પણ અપ્રત્યક્ષ રૂપથી આપે છે કે, **"તમે એ ના વિચારો, જે તમે મેળવવા નથી ઈચ્છતા"**. આનો સીધો અર્થ એ છે કે તમારી હીનતા, નબળાઈ, બહાના, નિરાશા, હતાશા, સીમાઓ વગેરે પેદા કરવાવાળા વિચારોને પોષણ આપવાનું બંધ કરવું પડશે. જ્યારે પણ તમને આવા નબળા વિચાર ઘેરી લે, તમારે એને ઝાટકીને કાઢી ફેંકવા પડશે.

તમે પ્રથમ સિદ્ધાંતમાં પોતાના વિચારો પર ધ્યાન કરશો. પછી દ્વિતીય સિદ્ધાંતમાં તમે નક્કી કરશો કે તમે શું મેળવવા ઈચ્છો છો. જે મેળવવા ઈચ્છો છો, એને છોડીને બધા વિચારોને ત્યાગવાની પ્રક્રિયા શરૂ કરવી પડશે.

પાવર થિંકર તેમજ સામાન્ય લોકોમાં ફરક

દ્વિતીય સિદ્ધાંત તમને જીવનમાં યોજનાબદ્ધ વિચારધારા હેતુ પ્રેરિત કરે છે. જ્યારે લક્ષ્ય તમારી સામે સ્પષ્ટ હોય છે, તો તમે એક યોજના બનાવીને જીવન જીવો છો અને તમારો દરેક દિવસ તમારા પડાવની તરફ લઈ જાય છે.

એના વિપરીત જ્યારે તમારી પાસે લક્ષ્ય નથી હોતા, તો તમારી પાસે કોઈ યોજના નથી હોતી, આથી તમે પ્રતિક્રિયાત્મક ઢંગથી વિચારો છો. જે પણ તમારી આસ-પાસ ઘટે છે, તમે પ્રતિક્રિયા આપવામાં પોતાનો સમય નષ્ટ કરી દો છો. પાવર થિંકર અને સામાન્ય લોકોના વિચારવાના પ્રકારમાં નીચે દર્શાવેલ ફરક હોય છે -

ફરક

પાવર થિંકર **યોજનાબદ્ધ પ્રકારથી વિચારવું**	**સામાન્ય લોકો** **પ્રતિક્રિયાત્મક પ્રકારથી વિચારવું**
તમે એ વિચારો છો જે તમે મેળવવા ઇચ્છો છો.	તમારી વિચારધારા ભટકતી રહે છે.
તમારું રિમોટ કંટ્રોલ તમારા હાથમાં રહે છે. તમે જેવું ઇચ્છો છો, એવું કરો છો.	તમારું રિમોટ કંટ્રોલ અન્ય લોકોના હાથમાં રહે છે. તે જેમ ઇચ્છે છે, તમે કરતાં ચાલ્યા જાઓ છો.
તમે વિચલિત થયા વગર સાચી દિશામાં જાઓ છો.	તમારી દિશા અન્ય લોકોના પ્રભાવમાં બદલાતી રહે છે.
તમારી ગતિ ઝડપી હોય છે. તમે સતત કાર્ય કરો છો.	તમારી ગતિ અનિશ્ચિત હોય છે. તમારા કાર્યમાં સ્થાયિત્વ નથી હોતું.
તમે એક દૃઢ કે સૈદ્ધાંતિક વ્યક્તિના રૂપમાં ઓળખાઓ છો.	તમે એક અસ્થિર વ્યક્તિના રૂપમાં ઓળખવામાં આવો છો.

સમય સીમાની અંદર કાર્ય પૂરાં કરો છો કેમ કે તમારા સમય પર તમારું પૂરું નિયંત્રણ હોય છે.	તમે સમય સીમાની અદંર કાર્ય પૂરું નથી કરી શકતા કેમ કે સમય પર તમારું નિયંત્રણ નથી હોતું.
તમે ઓછી વાતો કરો છો અને વધારે પરિણામ આપો છો.	તમે વધારે વાતો કરો છો અને ઓછું પરિણામ આપો છો.
લોકોના જીવનમાં બિનજરૂરી હસ્તક્ષેપ નથી કરી શકતા.	અન્ય લોકો તમારા જીવનમાં સતત હસ્તક્ષેપ કરતાં રહે છે.
હંમેશાં સફળતા સુનિશ્ચિત હોય છે.	અપેક્ષિત સફળતા નથી મળી શકતી, અનિશ્ચિત હોય છે.
બીજાઓના શબ્દ, વિચાર કે કાર્યોથી તમારે લેવાદેવા નથી હોતા. તમે પોતાનું કાર્ય કરીને લક્ષ્ય મેળવવામાં વ્યસ્ત રહો છો.	બીજાઓના શબ્દ, વિચાર કે કાર્યોથી તમે પરેશાન થઈ જાઓ છો અને પોતાની ઊર્જા એના પર વ્યર્થ કરી દો છો.
ખાસ લોકો યોજનાબદ્ધ પ્રકારે વિચારે છે.	સામાન્ય લોકો પ્રતિક્રિયાત્મક પ્રકારથી વિચારે છે.

ખુદથી પ્રશ્ન કરો

તમે મોટાભાગનો સમય યોજનાબદ્ધ વિચારધારાની સાથે વિતાવો છો, અથવા પ્રતિક્રિયાત્મક વિચારધારાની સાથે ?

દ્વિતીય સિદ્ધાંત આશા પેદા કરે છે

જ્યારે તમે સિદ્ધાંત (એ જ વિચારો, જે તમે મેળવવા ઈચ્છો છો)ના આધાર પર વિચારો છો, તો સારી વિચારધારાના પ્રભાવથી તમારી જિન્દગીમાં આશા પેદા થઈ જાય છે. તમે જિન્દગી પ્રત્યે આશાવાદી થઈ જાઓ છો. તમે ખુશ રહેવા લાગો છો કેમ કે તમે મનપસંદ વસ્તુઓ અથવા કાર્યો વિશે વિચારો છો. તમને સારા વિચારો, વસ્તુઓ તેમજ લોકોથી લગાવ અનુભવાય છે. તમે વણગમતી વસ્તુઓથી દૂરી બનાવી લો છો.

જ્યારે તમે યોજનાબદ્ધ રીતથી વિચારો છો, ત્યારે તમે ઉપલબ્ધ સંસાધનોનો ઉપયોગ કરી શકો છો. તમારા ઘરમાં જો એક લેટેસ્ટ કૉમ્પ્યૂટર રાખ્યું છે પરંતુ તમને કૉમ્પ્યૂટર ચલાવવા નથી ઈચ્છતા, તો તે એક પ્લાસ્ટિકના ડબ્બા સમાન છે. તમારા ઘરમાં બૉડિ બિલ્ડિંગના આધુનિક સાધન છે, પરંતુ સુગઠિત શરીરનું તમારું સ્વપ્ન જ નથી, તો તે સાધન લોખંડના સામાન્ય ટુકડાઓ બરાબર છે.

કહેવાનો અર્થ છે, જ્યાં સુધી તમારી વિચારધારામાં કોઈ નિશ્ચિત લક્ષ્ય નથી, ત્યાં સુધી તમે ઉપલબ્ધ સંસાધનોનો ઉપયોગ નથી કરી શકો, ઉપલબ્ધ વિદ્વાનોની સંગત નહી કરી શકો, અને જિન્દગીમાં અપેક્ષિત સફળતા પ્રાપ્ત નહીં કરી શકો.

દ્વિતીય સિદ્ધાંતમાં જરૂરી છે, જીવન મૂલ્ય

''એ જ વિચારો જે તમે મેળવવા ઈચ્છો છો''ના દ્વિતીય સિદ્ધાંતમાં જીવન મૂલ્ય ગાઈડની ભૂમિકા નિભાવે છે. તમારા સંસ્કાર માર્ગદર્શક સાબિત થાય છે. માણસ કેટલીય ખોટી વસ્તુઓની ઈચ્છા પણ કરે છે અને સાચી વસ્તુઓની પણ, પરંતુ જ્યારે મેળવવાની નક્કર વાત આવે છે, તો તે પોતાના દૃષ્ટિકોણથી જીવન મૂલ્યોના આધાર પર નિર્ણય કરે છે.

બે લોકોની પાસે અચાનક ક્યાંકથી ધન આવી જાય, તો એમાંથી એક પોતાનો વેપાર વધારવા માટે લેપટૉપ ખરીદી શકે છે, અને બીજો પોતાનો વેપાર વધારવા

માટે રિવૉલ્વર અથવા બૉમ્બ ખરીદી શકે છે. જીવન મૂલ્ય અને લક્ષ્યોના આધાર પર આ પસંદગી થાય છે.

વ્યક્ગિત, પારિવારિક, બિઝનેસ, આધ્યાત્મિક, સામાજિક વગેરે બધા ક્ષેત્રોમાં વ્યક્તિના જીવન મૂલ્ય હોય છે. બની શકે છે, ક્યારેક તમે જીવન મૂલ્યો વિશે ગંભીરતાથી ના વિચાર્યું હોય, પરંતુ એનો અર્થ એ નથી કે તમારા જીવન મૂલ્ય છે જ નહીં. કોઈ પણ પરિસ્થિતિમાં જીવનભર જો તમે પસંદગી કરો છો, તો તમે જીવન મૂલ્યોથી પ્રેરિત થઈને જ કરો છો. આથી આ સિદ્ધાંતમાં સકારાત્મક સફળતા પ્રાપ્ત કરવા હેતુ તમારે જીવન મૂલ્યોનું ધ્યાન રાખવું પડશે.

સારાંશ

- પ્રથમ સિદ્ધાંત આત્મનિરીક્ષણ પછી તમારે તમારી વિચારધારામાં જે નકારાત્મકતા નજરે આવે, એને દૂર કરવાની પ્રક્રિયા શરૂ કરો.
- એ નક્કી કરો કે તમે જીવનના અલગ-અલગ વિસ્તારો-સ્વાસ્થ્ય, કારકિર્દી, આર્થિક, પરિવાર, શોખ, દેશ વગેરેમાં શું ઉપલબ્ધિઓ પ્રાપ્ત કરવા ઇચ્છો છો.
- જ્યારે ''શું મેળવવા ઇચ્છો છો'' એ નક્કી થઈ જાય, તો અન્ય વિચારોને દૂર કરીને ફક્ત ''એ જ વિચારો, જે તમે મેળવવા ઇચ્છો છો.''
- લક્ષ્યો અને પોતાના સપનાઓને વિધિવત્ લખીને રાખો, જેનાથી તમે વારંવાર એમને જોઈને પ્રેરિત થઈ શકો.

૨૭

પાવર થિંકિંગનો તૃતીય સિદ્ધાંત

જે વિચાર્યું છે, એના પર કાર્ય કરો

લોકો પૉઝિટિવ થિંકિંગની ટીકા કેમ કરે છે

શું લોકો લક્ષ્ય નક્કી કરીને કાર્ય કરે છે

ખુદથી પૂરી પ્રામાણિકતાથી પ્રશ્ન કરો

સ્ટાફે ખરીદી એક કાર

પૂર્વાગ્રહથી બચો

તમે તમારી આસપાસના લોકો પર નજર કરશો, તો જાણશો કે એવા અનેક લોકો છે જેમનામાં શ્રેષ્ઠતા અને કાબેલિયત હતી, પરંતુ તેઓ સાચા અર્થમાં સફળ ના થઈ શક્યા. તેઓ વધ્યા જરૂર, પરંતુ નાના પડાવોને પ્રાપ્ત કરીને રોકાઈ ગયા. આવું એથી થયું કેમ કે પૉઝિટિવ વિચારધારા અને સ્પષ્ટ લક્ષ્યો છતાં એમનામાં એક્શનની ઊણપ હતી, સંઘર્ષશીલતાની ઊણપ હતી, પરિસ્થિતિઓની સામે લડવાની ઊણપ હતી, જોશની ઊણપ હતી. આત્મનિરીક્ષણ કરીને એમણે નક્કી તો કર્યુ કે જીવનમાં શું મેળવવાનું છે, પરંતુ એ ઈચ્છામાં એક્શનનો પાવર ના નાખી શક્યા અને એ જ બધી ગડબડ થઈ ગઈ.

પાવર થિંકિંગનો ત્રીજો સિદ્ધાંત, પૉઝિટિવ થિંકિંગના અક્રિયાશીલ સિદ્ધાંતને પાછળ છોડીને, તમને એક્શનની તરફ પ્રેરિત કરે છે. અહીંયાથી અસલી પાવર થિંકિંગનો જન્મ થાય છે. પાવર થિંકિંગ એક એક્શન આધારિત સિદ્ધાંત છે. જો તમે ફક્ત વિચારતા રહી ગયા અને વિચારધારા પર કાર્ય ના કરી શક્યા તો તમે ક્યારેય પડાવોને પૂરી રીતે પ્રાપ્ત નહીં કરી શકો.

સકારાત્મક વિચારધારા + એક્શન ⟹ પાવર થિંકિંગ

પ્રથમ સિદ્ધાંત અને દ્વિતીય સિદ્ધાંતના વગર તમને ત્રીજા સિદ્ધાંત માટે માર્ગદર્શન નથી મળી શકતું. જ્યારે તમે ''આત્મનિરીક્ષણ'' નહીં કરો અને ''જીવનમાં જે શું મેળવવું છે'' એ નક્કી નહીં કરો, ત્યાં સુધી તમે એક્શન કઈ દિશામાં કરશો.

તૃતીય સિદ્ધાંત તમને પ્રેરિત કરે છે કે પોતાની પૂરી ક્ષમતા અને સમર્પણ પોતાના લક્ષ્યો પર લગાવી દો. કાર્ય કરવા માટે એવા લોકોની સંગતિમાં જાઓ, એવી પુસ્તકો વાંચો, મહેનત કરો, ગુણ વિકસિત કરો, ઝઝૂમીને પરસેવો વહાવો પરંતુ લાગેલા રહો. બની શકે છે કે લોકો મજાક ઉડાવે પરંતુ તમે લાગેલા રહો, કેમ કે એમને નથી ખબર કે તેઓ શું કરી રહ્યાં છે, પરંતુ તમને તો ખબર છે કે તમે શું કરી રહ્યાં છો.

કેટલાક લોકો પૉઝિટિવ થિંકિંગની ટીકા કેમ કરે છે

> *''કરવાની ઈચ્છા રાખવી'' અને '' કરી દેવું''ની વચ્ચેનો ફરક જ સામાન્ય અને સફળ લોકોની વચ્ચેનો ફરક છે.*
>
> ✍ પાવર સૂત્ર - જીવવું છે તો નિયમ તોડો

અનેક ટીકાકાર કહે છે કે પૉઝિટિવ થિંકિંગથી કોઈ ફરક નથી પડતો કેમ કે એમણે એવા સેંકડો પૉઝિટિવ થિંકર જોયા છે, જેઓ જિન્દગીમાં કશું જ પ્રાપ્ત નથી કરી શક્યા. આ વાત વધારે હદ સુધી સાચી છે કે ફક્ત પૉઝિટિવ થિંકિંગ કરવાથી તમે એક સારા માણસ તો કહેવાઓ છો પરંતુ સફળ કહેવામાં આવશો કે નહીં, એમાં સંદેહ છે. પૉઝિટિવ થિંકિંગ અને પાવર થિંકિંગની વચ્ચે એક્શનનો પરસેવો વહાવવાનો, અને લોકોના પ્રતિરોધનો સામનો કરવામાં ફરક હોય છે.

સાથીઓ, તમારી પાસે એક મર્સિડીઝ કાર છે, પરંતુ એમાં પૅટ્રોલ નથી, તો તે કાર બેકાર છે. તમારી પાસે અત્યાધુનિક ફ્રિજ છે પરંતુ વીજળી નથી તો ફ્રિજ બેકાર છે. એવી જ રીતે તમારી પાસે પૉઝિટિવ વિચાર તો છે પરંતુ એમાં એક્શન પાવર નથી, ઝનૂન નથી, તો તે વિચાર ક્યારેય અપેક્ષિત ઊંચાઈ સુધી નથી પહોંચી શકતા.

દ્વિતીય સિદ્ધાંતમાં બનાવવામાં આવેલા લક્ષ્યો પર કાર્ય કરવા માટે તૃતીય સિદ્ધાંતમાં તમારે મજબૂત કાર્ય યોજના બનાવીને જબરદસ્ત કાર્ય કરવું પડશે.

- પોતાના બધા લક્ષ્યો વિશે વિચારો અને નક્કી કરો કે એમાંથી વધારે જરૂરી શું છે.
- નાના અને લાંબા સમયગાળાના લક્ષ્યોને અલગ-અલગ લખી લો.
- હવે મોટા લક્ષ્યોને નાના ભાગોમાં વહેંચી લો.
- બધા લક્ષ્યોને પૂરા કરવાની અપેક્ષિત સમય સીમા લખી નાખો.

શું લોકો લક્ષ્ય નક્કી કર્યા પછી એના પર કાર્ય કરે છે

> *એક્શન માટે અન્ય લોકોથી પ્રેરણાની રાહ ના જુઓ. મહાન સંગીતજ્ઞ પ્રેરણા મેળવીને કામ કરવાને બદલે, કામ કરીને પ્રેરણા મેળવે છે. તેઓ દરેક દિવસે એવી રીતે રચનાઓ કરે છે, જાણે એક એકાઉન્ટન્ટ દરેક દિવસે હિસાબ લખે છે.*
>
> ✍ અર્નસ્ટ ન્યૂમૈન

વિચારવામાં અને કાર્ય કરવાની વચ્ચે ખૂબ જ અંતર હોય છે. તમે એવા અનેક લોકોને જાણતા હશો, જેઓ દરેક નવા વર્ષે, જન્મદિવસે અથવા દીવાળી પર લક્ષ્ય બનાવે છે અને સૌગંદ લે છે, જેમ કે -

- આજથી મૉર્નિંગ વૉક કરીશ.
- જર્દા ખાવી કે સિગારેટ પીવાની છોડી દઈશ.
- સમય પર કામ પર જઈશ.
- ગુસ્સો નહીં કરું.
- ક્લાસમાં ફર્સ્ટ આવીને બતાવીશ.
- બાળકો પર હાથ નહીં ઊઠાવું.
- ટાઈમટેબલ બનાવીને કાર્ય કરીશ.
- સમય પર સૂઈ જઈશ, સવારે જલદી ઊઠીશ.

પરંતુ શું દરેક વ્યક્તિ લક્ષ્યને પ્રાપ્ત કરી શકે છે ? મોટાભાગના લોકો મહેનત છોડી દે છે અને પોતાની સૌગંદ ભૂલી જાય છે, આથી ફક્ત પૉઝિટિવ વિચારવાથી પરિણામ પેદા નથી થઈ શકતા.

તમે પ્રથમ સિદ્ધાંત ''આત્મનિરીક્ષણ'' અને દ્વિતીય સિદ્ધાંત '' એ જ વિચારો જે તમે મેળવવા ઇચ્છો છો''ને જીવવાનું શાનદાર કાર્ય કર્યું, પરંતુ ફક્ત અહીંયા સુધી પહોંચવાથી સફળતા સુનિશ્ચિત થતી નથી. અસલી ફરક ત્રીજા સિદ્ધાંત ''જે વિચાર્યું છે એના પર કાર્ય કરો''થી પેદા થાય છે. **કાર્ય ના કર્યું તો બધું જ શૂન્ય.** તૃતીય સિદ્ધાંત એક એક્ટિવ સિદ્ધાંત છે, જેમાં બહાનાબાજી માટે કોઈ જગ્યા નથી.

સંસારમાં સફળ તેમજ સાધારણ લોકોની વચ્ચે આ જ વિસ્તારમાં ફરક પેદા થાય છે. સાધારણ લોકો પણ ''આત્મનિરીક્ષણ'' કરી શકે છે. સાધારણ લોકો પણ ''એ જ વિચારી શકે છે જે એમને મેળવવાનું છે''. પરંતુ સાધારણ લોકો પોતાની વિચારધારા પર એક્શનની ક્ષમતા જોડી શકે એ જરૂરી નથી. તેઓ બહાર નિકળીને પડકાર સ્વીકાર કરી શકે, પોતાના સપનાઓને દુનિયાની સામે રજૂ કરી શકે, પરસેવો વહાવી શકે, એ ક્યારેય જરૂરી નથી.

ખુદથી પૂરી પ્રામાણિકતાથી આ પ્રશ્ન કરો

- કેટલાક કાર્ય કરવામાં મારી સામે પ્રમુખ વિઘ્ન શું છે ?
- કેટલાક કાર્ય શાનદાર પ્રકારથી કરવા હેતુ મારે કયા ગુણોને વિકસિત કરવા પડશે ?
- કાર્યને સફળતાપૂર્વક કરવા હેતુ મારે કઈ આદતોને તાત્કાલિક ત્યાગવી પડશે?
- કેટલાક કાર્યને પૂરા કરવા માટે ઉપલબ્ધ સંસાધન શું છે ?
- તેઓ કોણ લોકો છે જેઓ એ કાર્યને સફળતાપૂર્વક પૂરા કરવામાં મારા મદદગાર, માર્ગદર્શક કે સહયોગી સાબિત થઈ શકે છે ?
- આ કાર્યને પૂરું કરવા હેતુ મારી કાર્યયોજના શું હશે અને આને કઈ સમય સીમામાં પૂરું કરીશ ?

જયારે તમે આ પ્રકારના વ્યવસ્થિત પ્રકારથી કોઈ મુદ્દા પર વિચારો છો, તો તમે અનિશ્ચિતતા અને ભટકાવથી બચો છો. તમને તમારી ક્ષમતાઓ અને કમીઓની જાણ થાય છે.

સ્ટાફે ખરીદી એક કાર

મારા એક સ્ટાફે કાર ખરીદવાની ઇચ્છાને પાવર થિંકિંગના સિદ્ધાંત પર કસી દીધું.

પ્રથમ સિદ્ધાંત - આત્મનિરીક્ષણ

બીજાઓની કાર જોઈને ઈર્ષ્યા થાય છે. પત્ની અને બાળકો જ્યારે સમાન સ્તરના બીજા લોકોની કાર જુએ છે, તો એમની નજરો જોઈને શરમ અનુભવાય છે. માતા-પિતાને ડૉક્ટરને ત્યાં લઈ જવા હેતુ ગાડીની વ્યવસ્થા કરવી પડે છે. માનસિક તણાવ રહે છે. હીન ભાવના અનુભવાય છે.

દ્વિતીય સિદ્ધાંત - એ જ વિચારો, જે તમે મેળવવા ઇચ્છો છો

- સફેદ રંગની અલ્ટો આ વર્ષે લેવી છે.

- જ્યારે એમ વિચારું છું કે હું કારમાં ફરી રહ્યો છું, તો એવું લાગે છે કે સોસાયટીમાં સ્ટેટસ વધી ગયું. પરિવારજનોના ગર્વભર્યા ચહેરા નજરે આવે છે, તો સુખદ અહેસાસ થાય છે.

તૃતીય સિદ્ધાંત - જે વિચાર્યું છે એના પર કાર્ય કરો

★ પ્રમુખ બાધા શું છે ?

- એક લાખ રૂપિયા ઓછાં છે, અચાનક પૈસા આવવાના સ્ત્રોત નથી.

★ કાર્યને પૂરું કરવા માટે ઉપલબ્ધ સંસાધન શું છે ?

- કારની કિંમતના અડધા પૈસા પાસે છે.

★ કાર્ય યોજના શું હોઈ શકે છે ?

સંભાવના વિચારધારાનો ઉપયોગ કરીને એક્શન શરૂ કરો

❶ બૉસ જો લોન આપી દે તો મામલો તરત હલ થઈ જશે. તે પગારથી ધીમે-ધીમે કાપી લેશે. ઓવરટાઇમ કરીને ઝડપથી ચુકવી દઈશ.

❷ બૉસ લોન ન આપે, તો બેંકમાં મારા ગેરેંટર બની જાય.

③ સહકર્મચારી આર્થિક મદદ કરી દે.

તૃતીય સિદ્ધાંત પર સ્ટાફની એક્શન

એણે બતાવ્યું કે તે પ્રથમ સિદ્ધાંત અને દ્વિતીય સિદ્ધાંત પર તો ઘણાં દિવસોથી સપનું સજાવી રહ્યો હતો પરંતુ તૃતીય સિદ્ધાંત પર આવવાની હિમ્મત એનામાં ન હતી. પાવર થિંકિંગે હિમ્મત ભરી દીધી. એક પગલું અને આગળ વધતાં-વધતાં એણે મારી સામે બધી સંભાવનાઓ રાખી દીધી. તે એક સારો સ્ટાફ હતો આથી મને એની મદદ કરવામાં હિચક ના થઈ. હું બેંકમાં એનો ગેરેંટર બની ગયો. એણે એક અઠવાડિયા પછી કાર ખરીદી લીધી. એ કારના આવ્યા પછી એનો આત્મવિશ્વાસ ખૂબ જ વધી ગયો તથા તે પોતાના કાર્ય પ્રત્યે વધારે સમર્પિત થઈ ગયો. અમે લોકો પણ ખુશ થઈ ગયા અને રિસર્ચ સ્તર પર જ એક કેસ સ્ટડી સફળ થઈ ગઈ.

પૂર્વાગ્રહથી બચો, શક્યતાઓ શોધો

તૃતીય સિદ્ધાંતમાં મહત્ત્વપૂર્ણ કાર્ય હોય છે, ''જે મેળવવા ઇચ્છો છો, એના પર સફળતાપૂર્વક કાર્ય કરવાના રસ્તામાં નિષ્પક્ષ થઈને બાધાઓને ઓળખવી''. પછી એ બાધાઓનું નિરાકરણ કરવા માટે નિષ્પક્ષ થઈને ''શક્યતાઓને શોધવી''.

હંમેશાં શક્યતાઓની શોધ કરતાં-કરતાં આપણે પૂર્વાગ્રહથી ગ્રસિત થઈ જઈએ છીએ. આપણે પહેલેથી જ નિર્ણય કરવા લાગીએ છીએ કે ફલાણો વ્યક્તિ મદદ નહીં કરે, ફલાણો વ્યક્તિ વાત નહીં સાંભળે, અમુક યુક્તિ કામ નહીં કરે વગેરે. આને બદલે એક વખત બધી શક્યતાઓને લખી લેવી યોગ્ય હોય છે. જો આપણે કાર ખરીદવા વાળા સ્ટાફની શીટ પર ધ્યાન કરીએ તો એણે ચાર શક્યતાઓ લખી હતી.

જો સ્ટાફ પહેલેથી એમ વિચારી બેસતો કે બૉસ મદદ નહીં કરે અને ના તો તેઓ ગેરેંટર બનશે તો બધું ગડબડ થઈ જતું. એણે હિમ્મત બતાવી, અને મેં સંમતિ આપી દીધી. આથી પૂર્વાગ્રહથી બચો અને શક્યતાઓને નિષ્પક્ષ થઈને શોધો.

સ્વપુરસ્કાર અને સ્વદંડ

પાવર થિંકર પોતાના જીવનના સમસ્ત નિર્ણય ખુદ કરે છે અને પરિણામોની જવાબદારી પણ પોતાના ખભાઓ પર લે છે. આવી સ્થિતિમાં તેઓ અન્ય લોકોની પ્રશંસા અથવા દંડ પર નિર્ભર નથી હોતા.

પોતાની કાર્ય યોજનામાં પાવર થિંકર દરેક ઉપલબ્ધિની પ્રાપ્તિ હેતુ સમય સીમા નિર્ધારિત કરે છે. આશા અનુસાર ઉપલબ્ધિ પ્રાપ્ત થવા પર પાવર થિંકર ખુદને પુરસ્કૃત કરે છે. કોઈ પણ કારણથી વિલંબ થવા પર કે ભટકાવ થવા પર ખુદને દંડ આપે છે. (સ્વપુરસ્કાર અને સ્વદંડ વિસ્તારથી અન્ય અધ્યાયમાં આપવામાં આવ્યા છે.)

સારાંશ

- સમયસીમા યુક્ત કાર્યયોજના પર તાત્કાલિક કાર્ય શરૂ કરો.
- બધી શક્યતાઓને પ્રામાણિકતાથી શોધો.
- લક્ષ્ય પ્રાપ્તિના રસ્તામાં ખુદને પુરસ્કાર અને દંડ આપો.
- આ સિદ્ધાંત હિમ્મત અને દૃઢ નિશ્ચય પર આધારિત છે.
- આ અત્યંત ક્રિયાશીલ સિદ્ધાંત છે, આથી દુનિયાથી પ્રતિરોધ પણ મળે છે, અને સમર્થન પણ.
- આ સિદ્ધાંતને જીવવા માટે શ્રેષ્ઠ સંગત અને રોલ મૉડલની જરૂર હોય છે.

૨૮

પાવર થિંકિંગનો ચતુર્થ સિદ્ધાંત

પોતાની વિચારધારા તેમજ કાર્યોથી ઉત્પન્ન પરિણામોની સો ટકા જવાબદારી લો

ચોથો સિદ્ધાંત લીડરશીપનું મૂલ્યાંકન કરે છે

ચોથો સિદ્ધાંત આંતરિક શ્રેષ્ઠતાનો સિદ્ધાંત છે

ઓસામા બિન લાદેન અને પાવર થિંકિંગ

ખુદથી પ્રામાણિક પ્રશ્ન કરો

ચોથો સિદ્ધાંત અનુમતિ નથી આપતો

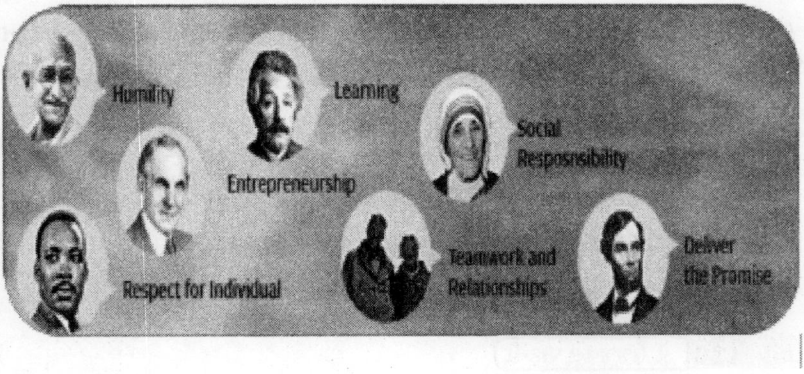

પાવર થિંકિંગનો ચતુર્થ સિદ્ધાંત

વિચારધારા અને કાર્યોથી ઉત્પન્ન પરિણામોની જવાબદારી

આ લીડરશિપનો સિદ્ધાંત છે. પોતાની વિચારધારાથી ઉપજેલા શબ્દ અને કાર્યોની જવાબદારી લેવી અત્યંત મુશ્કેલ હોય છે. સફળતાની જવાબદારી લેવા માટે બધા તૈયાર રહે છે, પરંતુ અસફળતાની જવાબદારી એ જ લોકો લઈ શકે છે, જેઓમાં લીડરશિપનો આંતરિક ગુણ હોય છે.

સંસારમાં મારી નજરમાં એક પણ એવો મહાનાયક નથી જેણે પોતાના જીવનમાં અસફળતાનો સામનો ના કરવો પડ્યો હોય. ઈતિહાસ સાક્ષી છે કે મહાત્મા ગાંધીથી લઈને અબ્રાહમ લિંકન સુધી બધાને અસફળતાઓનો સામનો કરવો પડ્યો હતો. આ મહાનાયકો તેમજ અન્ય સામાન્ય લોકોની વચ્ચે ફરક એ હતો કે આ મહાનાયક અસફળતાઓ પછી પણ પોતાના કાર્યોની જવાબદારી લઈને દટ્યા રહ્યાં અને સંઘર્ષ કરતાં રહ્યાં.

હું એમ નથી કહેતો કે પાવર થિંકર અસફળ નથી થતાં. ક્યારેક ખોટી યોજનાઓના કારણથી, ક્યારેક ખોટા લક્ષ્યોના કારણથી, ક્યારેક સમર્પણની ઊણપના કારણથી, ક્યારેક અન્ય પરિસ્થિતિઓના કારણથી પાવર થિંકર પણ સામાન્ય લોકોની જેમ અસફળ થાય છે, પરંતુ એની ખૂબી એ હોય છે કે તેઓ પોતાની ભૂલથી શીખીને તરત ઊભા થઈ જાય છે.

> *વ્યક્તિની મહાનતા ક્યારેય એના પડવામાં નથી હોતી, પરંતુ પડ્યાં પછી જલદીથી ઊઠી જવામાં કાબેલિયત નિહિત થાય છે.*

પોતાની આસપાસ જોશો તો તમને અનેક પ્રતિભાશાળી લોકો નજરે આવશે, જેઓ એક ઠંડું અને ઉપલબ્ધિહીન જીવન વિતાવી રહ્યાં છે. આવરણને હટાવીને જ્યારે તમે ઊંડા ઉતરશો, તો તમને જાણ થશે કે તેઓ હંમેશાં ઠંડા ન હતા. એક સમય એવો પણ હતો, જ્યારે એમનામાં જબરદસ્ત જોશ અને વિચારોમાં ઊર્જા હતી, પરંતુ અસફળતાઓએ એમને તોડી નાંખ્યા. ઊઠીને ઝઝૂમવાને બદલે એમણે એને જ ભાગ્ય માનીને સ્વીકાર કરી લીધું.

તમે એવા પણ અનેક લોકો જોયા હશે જે દરેક સારા કાર્યનો શ્રેય લેવા માટે તૈયાર હતા, ખૂબ જ શક્તિશાળી અને જવાબદાર નજરે આવતા હતા, પરંતુ અસફળ થતાં જ એમને સૂર બદલાઈ ગયા. અસફળતાઓના ઠીકરા એમણે અન્ય લોકો પર ફોડી દીધા. તેઓ અંદરથી સચ્ચાઈ જાણતા હતા, પરંતુ એમની અંદર સ્વીકારવાની તાકાત ન હતી.

તમે પોતાની આંખોને એ વસ્તુઓ માટે બંધ કરી શકો છો, જેને તમે જોવા નથી ઇચ્છતા, પરંતુ તમે પોતાના દિલને એ વસ્તુઓ માટે બંધ નથી કરી શકતા, જેને તમે અનુભવ કરવા નથી ઇચ્છતા.

✍ અજ્ઞાત્

ચોથો સિદ્ધાંત લીડરશિપનો સિદ્ધાંત

ચોથા સિદ્ધાંતનું પાલન કરવા માટે ચરિત્રની જરૂર હોય છે. અંદરથી શ્રેષ્ઠ વ્યક્તિ જ સ્થાયી રૂપથી એનું પાલન કરી શકે છે. અસલી લીડરની ઓળખાણ આ જ સિદ્ધાંતથી થાય છે.

એક વખત મેં ભારતીય અંતરિક્ષ કેન્દ્રના ચેરમેન શ્રી રાધાકૃષ્ણન્‌ને પૂછ્યું – જ્યારે અબજોનું રોકાણ અને વર્ષોની મહેનત, ઉપગ્રહના ફેલ થવાથી એક ક્ષણમાં ખતમ થઈ જાય છે, તો કોણ જવાબદારી લે છે ?

એમણે જવાબ આપ્યો – થોડી જ મિનિટો પછી એક પ્રેસ કોન્ફરન્સ કરીને ચેરમેન અસફળતાની ઘોષણા કરી દે છે અને બધા વૈજ્ઞાનિક ફરીથી કામ પર લાગી જાય છે.

મેં પૂછ્યું – શું દોષારોપણ, વિવાદ, છાંટાકશી વગેરે નથી થતું ?

એમણે કહ્યું - ઈસરોમાં આ બધા માટે કોઈ જગ્યા નથી. અમે માનીને ચાલીએ છીએ કે, પ્રોજેક્ટ સફળ પણ થાય છે અને અસફળ પણ. બંને જ પરિસ્થિતિઓને અમે નિષ્પક્ષતા અને સાહસથી સ્વીકાર કરીએ છીએ.

આ સાચ્ચા લીડરનું સાચ્ચો જવાબ હતો. સંપૂર્ણ પાવર થિંકર, જે બાહ્ય દબાવોથી આઝાદ હોય, એ જ આવો ઉત્તર આપી શકે છે. સામાન્ય માણસોની માનસિકતા દોષ દેવાની હોય છે. ક્યારેક ભાગ્યને, ક્યારેક સમાજને, ક્યારેક પાલન-પોષણને, ક્યારેક સિસ્ટમને દોષ આપવાનો સિલસિલો મૃત્યુશૈય્યા સુધી ચાલતો રહે છે. મોટાભાગના લોકો પોતાની ઊર્જા આ દોષારોપણ અને બહાનાબાજીમાં ખર્ચ કરી દે છે.

> *જો તમારી અંદર અખંડતા છે, તો કોઈ વસ્તુથી કોઈ ફરક નથી પડતો, જો તમારી અંદર અખંડતા નથી, તો પણ કોઈ વસ્તુથી કોઈ ફરક નથી પડતો.*
>
> ✍ એલન સિમ્પસન

ચોથો સિદ્ધાંત તમને વચનબદ્ધ કરે છે

પાવર થિંકિંગનો ચતુર્થ સિદ્ધાંત તમને તમારી વિચારધારાના સો ટકા જવાબદાર બનાવે છે. વિચારધારાના આધાર પર કરવામાં આવેલા કાર્યોના જવાબદાર બનાવે છે. વિચારધારા અને કાર્યોથી જે પણ સકારાત્મક કે નકારાત્મક પરિણામ પ્રાપ્ત થયા, એના જવાબદાર બનાવે છે.

ચતુર્થ સિદ્ધાંતનું પાલન કરવા પર તમે એક સાચ્ચા પાવર થિંકર બનો છો. જ્યાં સુધી જવાબદારી લેવાનું સાહસ પેદા નહીં થાય, ત્યાં સુધી આત્મવિશ્લેષણ કરવાની હિમ્મત નહીં થાય. જ્યાં સુધી આત્મવિશ્લેષણ નહીં થાય ત્યાં સુધી સુધારની પ્રક્રિયા શરૂ નહીં થાય. પાવર થિંકિંગનો ચોથો સિદ્ધાંત તમારી આંતરિક શ્રેષ્ઠતાથી સંચાલિત થાય છે, અને બદલામાં તમને આંતરિક શ્રેષ્ઠતાથી પ્રદાન કરે છે. આ સિદ્ધાંતનું પાલન કરીને તમે નિમ્ન માટે વચનબદ્ધ થઈ જાઓ છો.

- હું મારા વિચારોની પૂર્ણ જવાબદારી લઉં છું.
- હું મારા શબ્દોની પૂર્ણ જવાબદારી લઉં છું.
- હું મારા કાર્યોની પૂર્ણ જવાબદારી લઉં છું.
- હું મારા કાર્યોથી પ્રાપ્ત પરિણામોની પૂર્ણ જવાબદારી લઉં છું.
- હું મારા જીવનની સંપૂર્ણ જવાબદારી લઉં છું.

ઓસામા બિન લાદેનની પાવર થિંકિંગ

ઓસામા બિન લાદેન પણ ત્રીજા સિદ્ધાંત સુધીની પાવર થિંકિંગ કરતો હશે. તે પણ પ્રથમ સિદ્ધાંત અનુસાર ''આત્મનિરીક્ષણ'' કરતો હશે. તે પણ દ્વિતીય સિદ્ધાંત અનુસાર 'એ જ વિચારતો હશે જે તે મેળવવા ઈચ્છે છે''. તે પણ તૃતીય સિદ્ધાંત અનુસાર ''જે વિચાર્યું છે, એના પર કાર્ય કરતો હશે''. પરંતુ તે ચોથા સિદ્ધાંતનું પાલન કરી શકતો ન હતો.

ઓસામા બિન લાદેન પોતાના કૃત્યોની સો ટકા જવાબદારી લઈ શકતો ન હતો. ૧૧ સપ્ટેમ્બરના હમલામાં હજારો લોકોના જીવ ગયા હતા અને એ નિર્દોષ જીવો પર ઓસામાનો અધિકાર ન હતો. આથી બધા નકારાત્મક લોકો અધૂરા પાવર થિંકર રહી જાય છે. જ્યાં સુધી તમે પાવર થિંકિંગના ચોથા સિદ્ધાંતને આત્મસાત કરીને કાર્યોથી, શબ્દોથી, વિચારોથી લીડર નથી બનતા ત્યાં સુધી તમે સંપૂર્ણ પાવર થિંકર નથી બની શકતા.

આ જ સિદ્ધાંતની કસોટી પર દુનિયા તમારી પ્રશંસા કરે છે. તમારા કાર્યનું મહત્ત્વ અન્ય લોકો દ્વારા આંકવામાં આવે છે અને તમને એના અનુસાર પ્રસિદ્ધિ અને પદ પ્રાપ્ત થાય છે. જો ચોથો સિદ્ધાંત હટાવી દેવામાં આવે તો આ દુનિયા એક જંગલમાં બદલાઈ જશે, જ્યાં ફક્ત શક્તિશાળી લોકોનું રાજ હશે. આ સિદ્ધાંતમાં જીવન મૂલ્યો તેમજ વ્યક્તિની ગરિમાનું મહત્ત્વ છે, અને સમાજ તેમજ સંસારના પ્રત્યે જવાબદારીનો અહેસાસ છે.

ખુદથી પ્રામાણિક પ્રશ્ન કરો

ચતુર્થ સિદ્ધાંત એક પ્રકારથી છેલ્લાં ત્રણેય સિદ્ધાંતોનું ઑડિટ છે. તમારી ઈચ્છાઓ અને લક્ષ્ય સાચા હતા કે ખોટા, તમારા કાર્ય કરવાની રીત સાચી હતી કે ખોટી, આ વિશ્લેષણ આ જ સિદ્ધાંત દ્વારા શક્ય થાય છે. ચોથા સિદ્ધાંતની કસોટી પર પ્રામાણિક પ્રશ્ન કરો.

- શું મેં સાચા કાર્ય કર્યા છે ?
- શું મેં પોતાના કાર્ય યોગ્ય ગતિથી કર્યા છે ?
- શું મારા કાર્યની ગુણવત્તા ઉચ્ચ સ્તરીય હતી કે એમાં વધારે યોગ્યતાની જરૂર છે ?
- હું મારા પ્રતિદ્વંદ્વિઓની તુલનામાં ક્યાં છું ?
- કયા એવા કાર્યો છે જેને મારે તરત કરવા જોઈએ ?
- મારા કાર્યો પર મને ભવિષ્યમાં શરમ અનુભવાશે કે ગર્વ થશે ?

ચતુર્થ સિદ્ધાંત પરવાનગી નથી આપતો

- આ અસફળતાઓને ભાગ્ય પર નાંખવાની પરવાનગી નથી આપતો.
- અસફળતાઓને પરિસ્થિતિઓ પર નાંખવાની પરવાનગી નથી આપતો.
- ખુદની ખોટી પસંદગીઓથી થયેલા નુકસાનને બીજાઓના ખભાઓ પર નાંખવાની પરવાનગી નથી આપતો.
- પોતાની વર્તમાન સ્થિતિ હેતુ પોતાનો જન્મ, પરિવારની સ્થિતિ અને લાલન-પાલન પર દોષ નાંખવાની પરવાનગી નથી આપતો.
- જો તમે નવા ગુણ ના શીખવાને બદલે કોઈ તક ગુમાવી તો આ બહાનોની પરવાનગી નથી આપતો.
- આ ખુદને હીન કે નબળા માનવાની પરવાનગી નથી આપતો.
- આ વ્યર્થની ફરિયાદોની પરવાનગી નથી આપતો.

ચાર સિદ્ધાંત અને પરિણામ

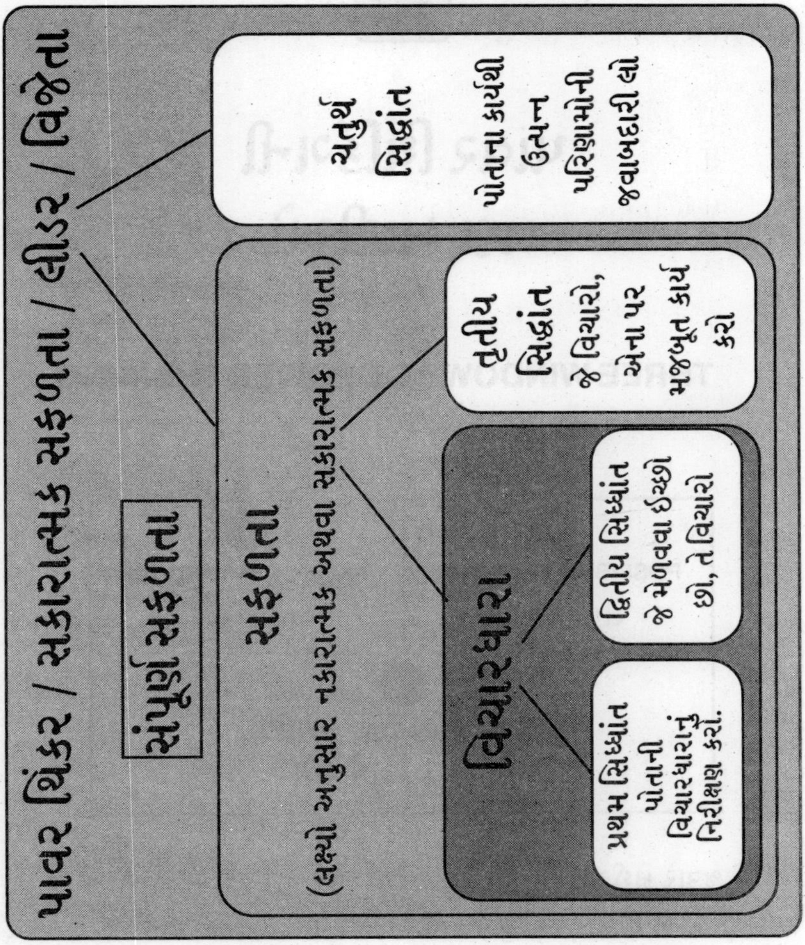

આ પુસ્તકમાં અનેક સ્થાનો પર "જીવવું હોય તો નિયમ તોડો" શબ્દનો ઉલ્લેખ છે. આ ડૉ. ઉજ્જવલ પાટનીની આગામી કૃતિ છે, જે પાવર થિંકિંગ પછી પ્રકાશિત થશે.

૨૯

પાવર થિંકિંગની ત્રણ બારીઓ

THREE WINDOWS OF POWER THINKING

૧ **POSSIBILITY WINDOW** શક્યતા બારી	૨ **PROACTIVE WINDOW** પહેલ બારી
૩ **HONEST ANALYSIS WINDOW** પ્રામાણિક તપાસ બારી	

તમે જ્યારે કોઈ મુદ્દાને અનેક પાસાઓથી જોવાની ક્ષમતા રાખો છો, તો જ તમે પાવર થિંકર બની શકો છો. દુનિયામાં મોટાભાગની તકલીફો અને વિવાદ એથી થાય છે કેમ કે લોકો કોઈ પણ મુદ્દાને એક સીમિત દષ્ટિકોણથી જુએ છે, પોતાની ધારણાઓની સીમામાં જુએ છે અને મુદ્દા ઉલઝતા ચાલ્યા જાય છે. કોઈ પણ પરિસ્થિતિમાં એક પાવર થિંકર આ બધી બારીઓમાં પ્રાકાશ નાખીને સફળતા પ્રાપ્ત કરે છે.

૧ શક્યતા બારી

વિપત્તિ આવવા પર કે નિરાશ થવા પર એક પાવર થિંકર નિરાશા કે દુઃખમાં જવાને બદલે શક્યતા (સંભાવના) આધારિત વિચારધારાને પ્રધાનતા આપે છે. તે તે મુશ્કેલ પરિસ્થિતિઓની વચ્ચે ખુદને છ (૬) પ્રશ્ન કરે છે અને ખુદને લેખિત જવાબ આપે છે .

જ્યારે એક દરવાજો બંધ હોય છે, તો બીજો ખુલી જાય છે, પરંતુ આપણે બંધ દરવાજાની તરફ ટકટકી લગાવીને જોતાં રહીએ છીએ, અને ખુલ્લાં દરવાજાની તરફ ધ્યાન નથી જતું.

✍ એલેક્જેંડર ગ્રાહમ બેલ

મુશ્કેલ પરિસ્થિતિમાં શક્યતા ટટોળવા હેતુ ખુદને છ (૬) પ્રશ્ન કરો.

૧ જો હું પ્રામાણિકતાથી વિચારું, તો આ પરિસ્થિતિ શું ખરેખર આટલી મુશ્કેલ છે કે કોઈ પણ નિરાકરણ શક્ય નથી ?

૨ આ પરિસ્થઈતિમાં કયા સકારાત્મક પાસા છે ?

૩ તેઓ કોણ લોકો છે, જેઓ આવી પરિસ્થિતિઓથી સફળતાપૂર્વક બહાર આવે છે, જે મારું માર્ગદર્શન કરી શકે છે ?

૪ જો મારી જગ્યાએ અમુક (કોઈ શ્રેષ્ઠ વ્યક્તિ કે રોલ મૉડલના વિશે વિચારો) વ્યક્તિ હોત, તો કેવો વ્યવહાર કરતો ?

૫ આ પૂરી સમસ્યાને ટુકડાઓમાં તોડી દઉં, તો કેટલા ભાગો પર હું વિજય મેળવી શકું છું ?

૬ આ પરિસ્થિતિ વધારે-માં-વધારે કેટલા દિવસ રહેવાવાળી છે ?

આ છ પ્રશ્ન તમારી વિચારધારામાં ક્રાંતિકારી પરિવર્તન લાવે છે. જો તમે કોઈ શંકા કે પૂર્વાગ્રહ વગર નિષ્પક્ષ થઈને શક્યતાની બારીથી જુઓ છો, તો અનેક નવા ભક્તિશાળી દરવાજા તમારા માટે ખુલે છે.

સમસ્યા પર ચિંતન કરીને એ સમસ્યાઓને મોટી કરવાને બદલે શક્યતાઓ પર ચિન્તન કરો. શક્યતાની બારી તમારે ફક્ત મુશ્કેલીના મોકા પર નથી ખોલવાની, પરંતુ સફળતાના રસ્તા પર પણ ખોલવાની છે. પ્રામાણિકતાથી શક્યતાની બારીનો ઉપયોગ કરશો, તો ચમતકાની જેમ સમસ્યાઓનું નિરાકરણ મળવાનું શરૂ થઈ જશે.

સુખદ પરિસ્થિતિમાં પણ શક્યતાની વિચારધારા જરૂરી

જ્યારે તમે સફળતાના રસ્તા પર, સુખના રસ્તા પર, ખુશીઓના રસ્તા પર વધી રહ્યાં હોવ છો, તો પણ તમારે શક્યતાભરી વિચારધારાના માધ્યમથી સફળતાને જાળવી રાખવાની જરૂર હોય છે. પાવર થિંકર સફળતાના રસ્તા પર ખુદથી પ્રશ્ન કરે છે :-

- હું મારા કાર્યોને શ્રેષ્ઠ કેવી રીતે બનાવી શકું છું ?
- કયા એવા લોકો છે, જે આ મુકામ પર મને માર્ગદર્શન આપી શકે છે ?
- મારે કોની સંગતિ કરવી જોઈએ, જેનાથી આગલા પડાવ સુધી પ્રભાવશાળી ઢંગથી પહોંચી શકું ?
- મારી જગ્યાએ અમુક વ્યક્તિ હોત (કોઈ સફળ વ્યક્તિ વિશે વિચારો) તો આ પરિસ્થિતિમાં શું કરતાં ?
- મારે કયા-કયા નવા ગુણ વિકસિત કરવા જોઈએ, જેનાથી હું આવવાવાળા પડકારો માટે તૈયાર થઈ શકું ?

શક્યતાની બારીથી જોવાના નિયમ

- પૂર્વાગ્રહ વગર જુઓ.
- સીમાઓ વગર જુઓ.
- જે પણ સલાહ આપી રહ્યું છે, એને સાવ નકારી દેવાને બદલે તટસ્થ થઈને વિચાર કરો.
- એ વિશ્વાસ અંદર જગાવી રાખો કે રસ્તો મળવો નક્કી છે.
- પહેલાંથી જ ગુણ અને દોષ નક્કી ના કરો.
- હંમેશાં આપણી બધી શક્યતાઓ પર લખીને વિચાર કરો.
- વિશેષજ્ઞોની સલાહ લો.
- એમનાથી સલાહ લો, જેઓ આવી પરિસ્થિતિઓમાંથી પસાર થયા છે.
- એકદમ અલગ મૂડમાં, અલગ જગ્યામાં, તાજા વિચારોની સાથે શક્યતાઓને શોધો.

જો તમે જીવનમાં પાવર થિંકર બનવા ઇચ્છો છો, તો સફળતા કે અસફળતા, દરેક માર્ગ પર શક્યતાની બારીના માધ્યમથી ખુદથી ખૂબ વધારે પ્રશ્ન જરૂર કરો.

> *જયપુરમાં એક સેમિનારમાં ડૉ. પાટનીએ શક્યતા બારીનો ઉપયોગ શીખવીને મારા જીવનને બદલી નાખ્યું. પહેલાં હું નાની અડચણોથી વિચલિત થઈ જતો હતો, પરંતુ હવે મોટી મુશ્કેલીઓ આવવા પર પણ ખુદથી ૬ પ્રશ્ન કરું છું. શક્યતાની બારીથી હવે મારી દરેક મુશ્કેલીનું નિરાકરણ થઈ જાય છે.*
>
> *✍ ડૉ. અનિરુદ્ધ બહલ (પ્રખ્યાત પુરાતત્વવિદ)*

૨ પહેલ બારી

દુનિયામાં મોટાભાગના લોકો પહેલ કરવાથી ગભરાય છે અને બીજાઓની રાહ જુએ છે. એના વિપરીત પાવર થિંકરને હંમેશાં મુશ્કેલીઓ આવતાં પહેલાં સમાધાન તૈયાર કરવું પડે છે. અવસર (તક)ને પહેલેથી જ ઓળખીને વધારેમાં વધારે સફળતા પ્રાપ્ત કરવાની હોય છે. અન્ય લોકોની તુલનામાં પહેલ કરવા માટે ઝડપી ગતિથી આગળ વધવાનું હોય છે.

પહેલ અર્થાત્ પ્રોએક્ટિવિટીના ગુણથી તમે સ્વમેવ લીડરના રૂપમાં સ્થાપિત થાઓ છો. પહેલ કરવાનો ભય ખૂબ મોટો ભય છે. પરંતુ સચ્ચાઈ એ છે કે જેવો જ કોઈ વ્યક્તિ યોગ્ય મુદ્દા પર પહેલ કરે છે, તો અન્ય લોકો એની પાછળ રહી જાય છે.

પહેલ કરવી જીવનના દરેક ક્ષેત્રમાં તમારી લીડરશિપને દર્શાવે છે. બની શકે છે કે તમે અત્યંત ગુણી છો. તમે સારું ગાતા હોવ, સારી ચિત્રકારી કરતાં હોવ, સારું ભાષણ આપતાં હોવ, મિમિક્રિ કરતાં હોવ પરંતુ તમારા કોઈ પણ ગુણ અન્ય લોકો ત્યારે જાણી શકશે, જ્યારે તમે પહેલ કરીને એને પ્રદર્શિત કરશો. મુશ્કેલ મોકાઓ પર તમે પહેલ કરીને રસ્તા બતાવો છો, તો અન્ય લોકો તમને લીડરના રૂપમાં સ્વીકાર કરે છે.

પહેલ - એક સાચ્ચું ઉદાહરણ

એક શહેરના વ્યસ્ત વિસ્તારમાં દારૂની દુકાન ખુલી. દુકાન ખુલ્યાના થોડાં દિવસોની અંદર જ ત્યાં રહેવાવાળા બધા લોકો અત્યંત પરેશાન અને દુઃખી થઈ ગયા. સાંજ ઢળતાં જ ત્યાં એવું વાતાવરણ થઈ જતું કે મહિલાઓ અને બાળકોનું નિકળવું દુષ્કર થઈ ગયું હતું. વિસ્તાર અત્યંત અશાંત થઈ ગયો હતો. સામાન્ય લોકો વિરોધમાં હતા પરંતુ કોઈ પણ સામે આવીને વિરોધ વ્યક્ત કરી શકતા ન હતા. કોઈને ભય હતો, કોઈને સમયની ઊણપ હતી, કોઈ જવાબદારી લેવા ઇચ્છતું ન હતું, કોઈનું ઘર થોડું દૂર હતું, તો કેટલાક લોકો વિચારતા હતા કે કોણ આ ઝંઝટમાં પડે.

બે મહીના પછી અચાનક એક મહિલાએ એ દુકાનની સામે અનશન (ઉપવાસ)ની ઘોષણા કરી દીધી. એક ચાતર બિછાવીને તે દુકાનની સામે રસ્તા પર બેસી ગઈ. મોડી સાંજે કેટલીક બીજી મહિલાઓ એની સાથે જોડાઈ ગઈ. બીજા દિવસે ખૂબ વધારે બાળક પણ સામેલ થઈ ગયા. બે દિવસ પછી આખી કૉલોની એ દુકાનની સામે ઉપવાસ પર બેઠી હતી. મીડિયાએ પણ ખબરને પ્રમુખતાથી છાપી. લોકોના દબાણની આગળ પ્રશાસને આનન-કાનનમાં દુકાન બંધ કરવાની ઘોષણા કરવી પડી. એ દિવસે એ મહિલા એ વિસ્તારમાં અઘોષિત લીડરના રૂપમાં સ્થાપિત થઈ ગઈ. આ બધું એ મહિલાની ''પહેલ''ને કારણથી થયું.

આખા ભારતને ભ્રષ્ટાચારે કઈ કદરે જકડી રાખ્યું છે, એ કોઈથી પણ છુપાયેલું નથી. આના વિરોધમાં પૂરી શક્તિથી પહેલ કરાવાવાળાઓની કમી હતી. જેવા જ શ્રી અન્ના હજારે, ડૉ. કિરણ બેદી, અરવિંદ કેજરીવાલે પહેલ કરી, આખા ભારતના કરોડો લોકો સાથે થઈ ગયા. જનસામાન્યની આટલી સશક્ત પ્રતિક્રિયા વર્ષોથી નજરે આવી ન હતી. લોકો જે સત્યાગ્રહને વીતેલા દિવસોનું હથિયાર માની ચૂક્યા હતા, એ જ સત્યાગ્રહે સરકારને ઝુકાવી દીધી અને લોકપાલ બિલ કમિટીની ઘોષણા કરવી પડી. એક યોગ્ય મુદ્દા હેતુ કરવામાં આવેલી પહેલની તાકાતનું આ એક તાજું ઉદાહરણ છે. અન્ના હજારેની આ પહેલ અને સમર્થનનો જનસૈલાબ એક વ્યક્તિની તાકાતને પણ સાબિત કરે છે.

એક પાવર થિંકર સુખદ અને દુઃખદ બંને જ સ્થિતિમાં પહેલ કરે છે. સુખને સ્થાયી બનાવવા હેતુ અને દુઃખના નિરાકરણ હેતુ તે પૂરી શક્તિ લગાવી દે છે. તે ખુદથી જ પ્રશ્ન કરે છે -

- મારે આ પરિસ્થિતિમાં શું કરવું જોઈએ ?
- વ્યક્તિગત જીવનમાં કયા મુદ્દાઓ પર પહેલની જરૂરિયાત છે ?
- કારકિર્દીમાં કયા મુદ્દાઓ પર તરત પહેલની જરૂરિયાત છે ?

- સામાજિક જીવનના કયા મુદ્દાઓ પર પહેલ કરવાથી સ્થિતિઓ ઉત્તમ થઈ શકે છે ?

પાવર થિંકર શક્યતાઓ શોધે છે અને પહેલ કરે છે. એક વખત શક્યતાઓ નજરે આવતાં જ કાર્યમાં લાગી જાય છે. પાવર થિંકર અને પૉઝિટિવ થિંકરમાં આ જ ફરક હોય છે. પૉઝિટિવ થિંકર એક શ્રેષ્ઠ વ્યક્તિ હોય છે, પરંતુ એ જરૂરી નથી કે પ્રેક્ટિકલ લાઈફમાં તે સફળતા પ્રાપ્ત કરી શકે. જો સકારાત્મક વિચારધારાની સાથે એનામાં એક્શનનો પાવર ના નાખવામાં આવે તો પરિણામ અડધા-અધૂરાં હોય છે.

પહેલ બારીથી જોવાના નિયમ

- પ્રમાણિકતાથી પહેલ કરો.
- સાચ્ચા મુદ્દાઓ પર પહેલ કરો.
- પહેલ કરતાં-કરતાં પોતાને એકલા કે નબળા ના સમજો.
- જો તમારી પહેલ યોગ્ય દિશામાં હશે તો લોક આપમેળે જોડાશે.
- પહેલ કરતાં-કરતાં અન્ય લોકોની સંમતિની રાહ ના જુઓ.
- પહેલ કરતાં-કરતાં કોઈ પ્રકારની આળસ કે ટાળમટોળીની ભાવના ના હોવી જોઈએ.
- સો ટકા ક્ષમતા, સમર્પણ તેમજ લગનથી કાર્ય કરો.
- પ્રતિદિવસ લક્ષ્યોનું વિશ્લેષણ કરતાં રહો.
- નવા જ્ઞાન ગ્રહણ કરીને પોતાની નબળાઈઓને દૂર કરતાં જાઓ.
- સફળતા માટે સાચા લોકોની સાથે જોડાઓ.

૩ પ્રામાણિક તપાસ બારી

તમે પહેલાં શક્યતાઓ શોધી, પછી એના પર પહેલ કરીને કાર્ય કર્યું હતું. હવે વિચારવાનું છે કે એનાથી તમને કેટલો લાભ થયો. શું તમારે એ જ રસ્તા પર આગળ વધવાનું છે, અથવા નવા રસ્તા શોધવાના છે. જો તમે વિશ્લેષણ ના કર્યું, તો બની શકે છે કે તમે ખોટા રસ્તા પર એટલા દૂર નિકળી જાઓ કે પાછા આવવું અત્યંત મુશ્કેલ હોય.

જ્યારે તમે કોઈ પણ ક્ષેત્રમાં કામ કરતાં હોવ તો ચરણબદ્ધ ઑડિટની જરૂરિયાત હોય છે. પરિસ્થિતિઓમાં પ્રામાણિક તપાસ જ ભવિષ્યની યોજનાઓને નક્કી કરે છે.

પ્રામાણિક તપાસ હેતુ ખુદથી નિમ્ન દસ પ્રશ્ન કરો :-

૧ શું તમે પૂરી શક્તિ સાથે કાર્ય કર્યું હતું ?

૨ શું કાર્ય સાચું હતું ?

૩ શું કાર્ય યોગ્ય પ્રકારથી કરવામાં આવ્યું હતું ?

૪ તમારા દ્વારા કરવામાં આવેલા કાર્યોની ગુણવત્તા કેવી હતી ?

૫ એ કાર્યોના કારણથી તમારી આર્થિક સ્થિતિમાં શું ફરક પડ્યો ?

૬ એ કાર્યોના કારણથી તમારી શાખમાં શું ફરક પડ્યો ?

૭ કાર્યોના કારણથી તમારી સામાજિક સ્થિતિમાં શું ફરક પડ્યો ?

૮ શું તમે અપેક્ષિત સફળતા પ્રાપ્ત કરી શક્યા ?

૯ શું તમે સો ટકા સમર્પિત હતા ?

૧૦ શું તમે દરેક ઉપલબ્ધ તકનો લાભ ઊઠાવ્યો ?

આ પ્રકારની પ્રામાણિક તપાસ અદ્ભુત પરિણામ લાવે છે. આ તપાસ કે રિવ્યૂ થોડાં-થોડાં વિરામમાં થવું અનિવાર્ય છે.

પાવર થિંકિંગ કહે છે કે ફક્ત સારી વિચારધારા રાખવાથી અથવા એ દિશામાં પહેલ કરી દેવાથી પણ સંપૂર્ણ નિરાકરણ નહીં મળે. આના માટે તમારે પોતાના કાર્યનું ઑડિટ કરવું પડશે. જે રીતે એક વેપારી ઑડિટ કર્યા પછી પ્રૉફિટ કે નેટ નુકસાન સમજી શકે છે, ઠીક એવી જ રીતે પૂરી પ્રામાણિકતાથી ઉપર લખેલા દસ પ્રશ્નોના માધ્યમથી તપાસ કરવી જરૂરી છે.

મહત્ત્વપૂર્ણ એ નથી કે તમે સફળ છો કે નહીં, મહત્ત્વપૂર્ણ એ છે કે તમે એટલા સફળ થયા કે નહીં, જેટલી તમારી અંદર ક્ષમતા હતી.

✍ પાવર સૂત્ર - જીવવું હોય તો નિયમ તોડો

સારાંશ

- કોઈ પણ પરિસ્થિતિમાં સૌથી પહેલાં શક્યતાની બારીથી જુઓ.
- પૉઝિટિવ શક્યતાઓની તરફ પૂરી તાકાતથી પહેલ કરો.
- કાર્ય પછી સો ટકા પ્રામાણિકતાથી તપાસ કરો.

૩૦

ચાર પરિસ્થિતિઓ અને પાવર થિંકિંગથી પ્રાપ્ત સમાધાન

પરિસ્થિતિ ૧
ટ્રાફિક જામમાં ફસાયેલા વિજય અને અભિજ્ઞાન

અભિજ્ઞાન અને વિજય પોત-પોતાની કારમાં શહેરના એક મહત્ત્વપૂર્ણ રસ્તા પરથી પસાર થઈ રહ્યાં હતા. અચાનક ટ્રાફિક ધીમો થાય છે અને થોડી જ મિનિટોમાં સેંકડો ગાડીઓ રોકાઈ જાય છે. ચારેય તરફ હૉર્નનો કોલાહલ છે. અભિજ્ઞાન અને વિજય પણ એ ટ્રાફિક જામમાં ફસાઈ જાય છે.

થોડી મિનિટો પછી હડબડાઈને વિજય પોતાની ગાડીને પાછળ કરવાનો પ્રયત્ન કરે છે, તો પાચળની ગાડીનો ચાલક જોરથી હૉર્ન વગાડે છે. સાઈડથી આગળ વધારવાનો પ્રયત્ન કરે છે, તો સાઈટવાળો નારાજગીથી હૉર્ન વગાડે છે. ગુસ્સામાં વિજય બહાર આવીને નજીક ઊભેલા ટ્રાફિક પોલિસ પાસેથી જામનું કારણ પૂછે છે, તો એને જાણ થાય છે કે કોઈ વીઆઈપીની રાહમાં ટ્રાફિક રોકાવામાં આવ્યો છે. ગુસ્સામાં વિજયના મ્હોંથી અપશબ્દો નિકળી જાય છે. ટ્રાફિક પોલિસવાળો વિચારે છે કે વિજયે એને અપશબ્દ કહ્યાં છે અને પલટીને ખૂબ ખરી-ખોટી સંભળાવે છે.

હવે વિજયનો પારો સાતમા આસમાન પર છે. એ જ સમયે એની પત્નીનો કોઈ કામથી ફોન આવે છે. તે ફોન ઊઠાવીને પોતાની પત્ની પર કારણ વગર બરાડી ઊઠે છે અને પત્ની નારાજ થઈ જાય છે. ઑફિસથી સ્ટાફનો ફોન આવે છે, તો વિજય એને દાંટ આપે છે. સ્ટાફ પણ દાંટનું કારણ સમજી નથી શકતો અને અપમાનિત અનુભવે છે.

પરિણામ - હવે વિજયનો ગુસ્સો અને તણાવ ચરમ પર છે, ધૈર્ય શૂન્ય છે. હવે તે ઑફિસ પહોંચીને તન્મયતાથી કાર્ય પણ નહીં કરી શકે અને ઘેર જઈને પારિવારિક વાતાવરણ પણ તણાવપૂર્ણ મળશે.

ત્યાં, બીજી કારમાં અભિજ્ઞાન પણ એ જ ટ્રાફિક જામમાં ફસાયેલો છે. થોડો સમય રાહ જોયા પછી અભિજ્ઞાન પોતાની કારથી ઉતરે છે અને નજીકમાં ઊભેલા વ્યક્તિથી ટ્રાફિક જામનું કારણ પૂછે છે. જેવો જ એને વીઆઈપી કાફિલા વિશે ખબર પડી કે તે સમજી ગયો કે કેટલું મોડું થશે. તે કારમાં બેસીને એ.સી. ચાલુ કરે છે અને પસંદગીના ગીતો લગાવે છે. ગીતોનો આનંદ લેતાં-લેતાં પુસ્તક ઊઠાવીને વાંચવાનું શરૂ કરે છે. વધારે દિવસથી સમય ના મળવાને કારણથી તે વાંચી નહોતો શકતો. થોડાં સમય પછી આગામી અઠવાડિયાનું વર્કલિસ્ટ બનાવી લે છે. થોડાં જરૂરી ફોન કરીને અનેક કામ કરી લે છે.

પરિણામ - એક પુસ્તક વાંચીને અભિજ્ઞાને પોતાના જ્ઞાનમાં વૃદ્ધિ કરી. પસંદગીના ગીતો સાંભળીને મન પ્રફુલ્લિત કર્યું. આગામી અઠવાડિયાનું વર્કલિસ્ટ બનાવ્યું, જરૂરી ફોન કર્યા અને કામ પણ પતાવી લીધું.

હવે તુલના કરો. વિજય અને અભિજ્ઞાન બંને એ જ ટ્રાફિક જામમાં લગભગ એક કલાક ફસાયેલા હતા. એક કલાકના એ ટ્રાફિક જામથી નિકળ્યા પછી વિજય ગુસ્સા અને તણાવમાં હતો અને અભિજ્ઞાન એ જ ટ્રાફિક જામમાં નિકળ્યા પછી વધારે પ્રફુલ્લિત અને શ્રેષ્ઠ હતો.

અભિજ્ઞાન જાણતો હતો કે ટ્રાફિક જામ એના નિયંત્રણની બહાર છે. તેથી ટ્રાફિક જામની ઉપર પોતાની ઊર્જા વ્યર્થ કરવાને બદલે એણે પાવર થિંકિંગની મદદથી ઉપલબ્ધ સમયનો શક્તિશાળી ઉપયોગ કર્યો. વિજય પણ એ જાણતો હતો કે ટ્રાફિક

જામ અના નિયંત્રણની બહાર છે, છતાં પણ એણે પોતાની બધી ઊર્જા એના પર જ વ્યર્થ કરી દીધી. એણે પાવર થિંકિંગની જગ્યાએ નિમ્ન વિચારધારાનો પરિચય આપ્યો.

સારાંશ - એક જ પરિસ્થિતિનો સામનો કરી રહેલા બે લોકોમાંથી એક પાવર થિંકિંગની મદદથી એ સ્થિતિનું શ્રેષ્ઠ સમાધાન કરી શકે છે અને બીજો નિમ્ન વિચારધારાથી બધું જ દુઃખમય બનાવી દે છે.

"પાવર થિંકિંગ" કહે છે -

> *તમે જીવનમાં એ નક્કી નથી કરી શકતા પરિસ્થિતિ કેવી હશે, તમે ફક્ત એ નક્કી કરી શકો છો કે તમે એનો સામનો કેવી રીતે કરશો.*

અભિજ્ઞાનની પાવર થિંકિંગ

પ્રથમ સિદ્ધાંત	અભિજ્ઞાન ટ્રાફિક જામ જોતાં જ જાણી જતો કે સ્થિતિ એના નિયંત્રણથી બહાર છે. (આત્મનિરીક્ષણ)
દ્વિતીય સિદ્ધાંત	તે નક્કી કરે છે કે આ સમયનો કેવી રીતે ઉપયોગ કરવો છે. (એ જ વિચારો જે મેળવવા ઈચ્છો છો)
તૃતીય સિદ્ધાંત	ગીતો સાંભળે છે, પુસ્તકો વાંચે છે, વર્કલિસ્ટ બનાવે છે, ફોન કરે છે. (જે વિચાર્યું છે, એના પર કાર્ય કરો.)
ચતુર્થ સિદ્ધાંત	દોષારોપણ કરવાને બદલે પોતાના સમયનો શક્તિશાળી ઉપયોગ કરીને શ્રેષ્ઠતા પ્રાપ્ત કરે છે.

"પાવર થિંકિંગ" કહે છે -

> *બીજાઓ દ્વારા ઉકસાવવામાં આવવા પર તરત ઉત્તેજિત થવાને બદલે પોતાની પ્રતિક્રિયાને નિયંત્રિત કરવાની ક્ષમતા હોવી જોઈએ.*

પરિસ્થિતિ ૨

અમન અને નમનને ઇંગ્લિશમાં મુશ્કેલી

નમન અને અમન બંને મિત્ર સાધારણ પરિવારોથી છે. ઘરની મુશ્કેલીઓને કારણે એમનો અભ્યાસ સામાન્ય હિન્દી મીડિયમ સ્કૂલોમાં થયો. બંનેનું એડમિશન એક એન્જિનીયરિંગ કૉલેજમાં થયું. બંનેની સામે મુશ્કેલી એ હતી કે આખો સિલેબસ અને પુસ્તકો ઇંગ્લિશમાં હતી. ઇંગ્લિશ સારી ના હોવાને કારણે તેઓ ક્લાસમાં પોતાની વાત રાખી શકતા ન હતા અને ભણાવવામાં આવેલા વિષયને સમજી શકતા ન હતા. એમની સાથે મોટાભાગના ઇંગ્લિશ મીડિયમમાં ભણેલા વિદ્યાર્થી હતા. નમન અને અમન અન્ય વિદ્યાર્થીઓને ધારા પ્રવાહ અંગ્રેજીમાં વાતચીત કરતાં જોતાં હતા તો એમને હીનતા અનુભવાતી હતી.

થોડાં દિવસો પછી પ્રથમ સેમેસ્ટરની પરીક્ષાઓ થઈ અને બંને જ અનેક વિષોયમાં નાપાસ થઈ ગયા. નમન અને અમન ચિંતિત હતા કેમ કે બંનેના ઘરવાળાઓએ એમનાથી ખૂબ જ આશાઓ રાખી હતી. બંનેએ પોત-પોતાની રીતથી સમાધાન વિચારવાનું શરૂ કર્યું.

અમને શાંતિથી બેસીને વિચાર્યું કે સિલેબસ, પુસ્તકો, પરીક્ષા બધું ઇંગ્લિશમાં છે અને જો એન્જિનીયરિંગ કરવું છે, તો ઇંગ્લિશ શીખવું જ પડશે. આ વિચારધારામાં એણે એક્શન પાવર નાખ્યો. એણે હિમ્મત એક્ઠી કરી અને એક શિક્ષકની પાસે જઈને સમસ્યા જણાવી. શિક્ષકે સહાનુભૂતિ બતાવીને એને ઇંગ્લિશના ટિપ્સ આપ્યા. શિક્ષકે અન્ય વિદ્યાર્થીઓને પણ એની મદદ કરવા માટે કહ્યું. અમને ચેલેન્જ હાથમાં લીધી અને જામીને મહેનત કરી. ભૂલો થવા છતાં ઇંગ્લિશમાં વાતચીત શરૂ કરી. ઇંગ્લિશ સમાચાર પત્ર અને પુસ્તકો વાંચવાનું શરૂ કર્યું. દરેક વધતાં દિવસની સાથે એની ઇંગ્લિશ ઉત્તમ થવા લાગી.

ત્યાં - નમને વિચાર્યું કે બધો કોર્સ, પુસ્તકો, પરીક્ષાઓ બધું જ ઇંગ્લિશમાં છે અને ઇંગ્લિશમાં હું અત્યંત નબળો છું. આ ગભરાટ એના મનમાં હાવી થતી ચાલી ગઈ. તે મનમાંને મનમાં એમ વિચારવા લાગ્યો કે હું ઇંગ્લિશ નહીં શીખી શકીશ. તે

પાછળ થતો ગયો. આવી જ હીન ભાવનાવાળા અન્ય લોકોની સાથે ધીમે-ધીમે એનો મેળ-મિલાપ વધતો ગયો. પડકાર હાથમાં લેવાને બદલે એણે પોતાના જીવનમાં હીનતાને સ્થાન આપી દીધું.

બીજા સેમેસ્ટરમાં અમને મહેનતના દમ પર પરીક્ષા પાસ કરી. એનો આત્મવિશ્વાસ ચરમ સીમા પર પહોંચી ગયો અને તે સારા વિદ્યાર્થીઓની યાદીમાં આવી ગયો હતો. એના ઉલટું નમન આ વખતે પહેલાં કરતાં વધારે વિષયોમાં નાપાસ થઈ ગયો. બે વર્ષ પછી નમને એન્જિનીયરિંગ છોડી દીધું. પાવર થિંકિંગના દમ પર અમન સફળતાની સીડીઓ ચઢતો ગયો.

સાથીઓ, સમાન બાધા અને આપત્તિઓની વચ્ચે તમે અમનની જેમ પાવર થિંકિંગની પસંદગી કરીને જીવનની કમાન પોતાના હાથમાં લઈ શકો છો. પોતાની ઊણપોને ઓળખીને એને દૂર કરવાની દિશામાં મહેનત કરી શકો છો, અથવા નમનની જેમ તમે હીનતાના વિચારોમાં ડૂબીને એ પરિસ્થિતિથી હાર માનીને પોતાના સપનાઓનો ગળું દબાવી શકો છો.

પાવર થિંકિંગ

પ્રથમ સિદ્ધાંત	ઈંગ્લિશ નથી આવડતું આથી હીનતા તેમજ નબળાઈ અનુભવાય છે. (આત્મનિરીક્ષણ)
દ્વિતીય સિદ્ધાંત	ઈંગ્લિશ શીખીને એન્જિનીયરિંગની ડિગ્રી પ્રાપ્ત કરવી જ છે. (શું મેળવવું છે)
તૃતીય સિદ્ધાંત	શિક્ષક સાથે વાત કરી, પુસ્તકો વાંચી, ઈંગ્લિશમાં વાતચીત શરૂ કરી, સમાચાર પત્ર વાંચ્યા. (એક્શન)
ચતુર્થ સિદ્ધાંત	દોષારોપણ કરવાને બદલે પોતાના સમયનો શક્તિશાળી ઉપયોગ કરીને શ્રેષ્ઠતા પ્રાપ્ત કરે છે. (સો ટકા જવાબદારી)

પરિસ્થિતિ ૩ નમિત-ટીના ગૃહયુદ્ધ

નમિતને એ જાણ છે કે જ્યારે એની પત્ની ટીનાને ગુસ્સો આવે છે, તો સાચી વાત પણ તે સ્વીકાર નથી કરતી. કોઈ પણ વાત ટીના ગુસ્સો ઠંડો થયા પછી જ સમજે છે, પરંતુ એમનું વૈવાહિક જીવન મહાભારતનું મેદાન છે. જ્યારે પણ બંનેમાં વિવાદ થાય છે, તો નમિત શાંત થઈને સમજાવવાને બદલે 'બે ચાર જવાબ' આપતો હતો, બદલામાં ટીના 'ચારના આઠ' આપતી હતી, અને કેટલાય દિવસો સુધી વાતચીત બંધ રહેતી હતી.

એક દિવસ મેં નમિતને સમજાવ્યો. નમિત અડગ હતો કે તે લગ્ન એના જીવનની સૌથી મોટી મૂર્ખતા છે કેમ કે એની પત્ની ટીના પોતાનો સ્વભાવ ક્યારેય નહીં બદલે. મારા ખૂબ જ આગ્રહ કરવા પર તે મારી વાત માનવા તૈયાર થયો. મેં એને કહ્યું કે, આગલી વખત જ્યારે પણ લડાઈ થાય, તું પાવર થિંકિંગનો ઉપયોગ કરજે અને પોતાની પ્રતિક્રિયાને નિયંત્રિત કરજે. જો નિયંત્રિત ના કરી શકે, તો થોડાં સમય માટે ઘર છોડીને ક્યાંક બહાર ફરી આવજે.

એનું કહેવું હતું કે, આવામાં ટીના વધારે તમાશો કરશે. નમિત શાંત રહેવાને પુરુષત્વનું અપમાન પણ સમજી રહ્યો હતો. મેં એને સમજાવ્યું કે આજે તું ટીનાના રિમોટ કંટ્રોલથી સંચાલિત થાય છે. ટીના કહે છે - 'ગુસ્સે થા', અને તું થઈ જાય છે. તે તારી સાથે વાત બંધ કરે છે, તું પણ કરી દે છે. જો તું ખરેખર એક સ્વતંત્ર વિચારધારાવાળો પુરુષ હોય તો પોતાની પ્રતિક્રિયા પોતાના અનુસાર શરૂ કર. પત્નીના રિમોટ કંટ્રોલથી સંચાલિત થવાનું બંધ કર. જો કે નમિત પૂરી રીતે મારી વાતથી સંમત ન હતો પરંતુ છતાં પણ થોડાં દિવસ માટે તે આ ફિલૉસોફી પર અમલ કરવા માટે તૈયાર થઈ ગયો.

પાવર થિંકિંગ કરતાં-કરતાં આગલી વખત વિવાદ દરમિયાન નમિત શાંત રહ્યો અને થોડા સમય માટે ઘેરથી ચાલી ગયો. સાંજે પાછા ફર્યા પછી વાત બંધ કરવાને બદલે ટીનાથી શાંત મનથી ખાવાનું પીરસવાનું કહ્યું. ટીના આ નવા વ્યવહારથી

હેરાન થઈ ગઈ. એના પછી અનેક અવસરો પર ટીના ગુસ્સે થતી રહી અને નમિત શાંત રહ્યો તો એક સાંજે ચમત્કાર થયો.

સવાર થઈ એક લડાઈ પછી નમિત જ્યારે સાંજે શાંતિથી ઘેર પાછો ફર્યો તો ટીનાએ જીવનમાં પહેલી વખત 'સૉરી' કહ્યું. ભાવનાત્મક થતાં ટીનાએ કહ્યું કે એકમાત્ર સંતાન હોવાને કારણે તે તુનકમિજાજ થઈ ગઈ હતી, પરંતુ તે હવે બદલાવાનો પ્રયત્ન કરશે.

નમિતે આ સકારાત્મક પરિવર્તનની ક્યારેય કલ્પના કરી ન હતી. એવું નથી કે બંનેની વચ્ચે હવે સમસ્યા નથી થતી, પરંતુ હવે તરત નિરાકરણ થઈ જાય છે. બંનેમાં કોઈ એક વ્યક્તિ હવે શાંત થઈ જાય છે.

આ સંસારમાં જાણે કેટલાં એવા યુગલો છે, જે પ્રતિક્રિયાને નિયંત્રિત ના કરી શકવાને કારણથી પોતાનું વૈવાહિક જીવન દુઃખોની વચ્ચે વિતાવી રહ્યા છે. જો જીવનમાં પાવર થિંકિંગનો પ્રવેશ થઈ જાય, તો સંબંધો કેટલા અર્થપૂર્ણ અને ચિરસ્થાયી થઈ શકે છે.

પાવર થિંકિંગ

પ્રથમ સિદ્ધાંત	પત્ની ગુસ્સામાં કશું સાંભળતી ન હતી અને હું પણ ચુપ રહેવાને બદલે વિવાદ કરું છું. (આત્મનિરીક્ષણ)
દ્વિતીય સિદ્ધાંત	પ્રેમમય તેમજ સુખી વૈવાહિક જીવન. (શું મેળવવું છે)
તૃતીય સિદ્ધાંત	વિવાદ દરમિયાન શાંત રહ્યો, ચુપચાપ ઘરથી ચાલ્યો ગયો, વાતચીત બંધ ના કરી, ઈગો ઘાયલ થયો પણ ધૈર્ય રાખ્યું (જે વિચાર્યું છે, એના પર કાર્ય કરો)
ચતુર્થ સિદ્ધાંત	પત્ની પર દોષ નાંખવા, વિવાદમાં અન્ય લોકોને ઘસેડવા, મામલાને સાર્વજનિક બનાવવને બદલે પોતાના પારિવારિક જીવનને નિખારવાની જવાબદારી પોતાના હાથમાં લઈને સફળ થયો. (સો ટકા જવાબદારી)

પરિસ્થિતિ ૪

મારા જીવનની એક ઘટના

અહીંયા હું મારા જીવન સાથે જોડાયેલી એક ઘટના વહેંચી રહ્યો છું. મારા આઠ વર્ષના પુત્રને પુસ્તકો વાંચવાનો અને પ્રેરક સીડી સાંભળવાનો શોખ છે, એને તમે મારી વિરાસત સમજી શકો છો.

એક દિવસ મેં સ્ટડી રૂમમાં તિજોરી ખોલી તો સામે એક સીડી નજરે પડી. તે એક ખાસ સીડી હતી જે મેં ખૂબ જ મુશ્કેલથી શોધીને વિશ્વ પુસ્તક મેળામાંથી ખરીદી હતી. સીડી હાથમાં લેતાં જ મેં જોયું કે એ સીડી પર ગોળ રબરનો ટુકડો ચોંટેલો હતો. રબર ચોંટવાને કારણે તે સીડી ખરાબ થઈ ચુકી હતી અને એને સાંભળી શકવી શક્ય ન હતી. આટલી મહત્ત્વપૂર્ણ સીડીના આ હાલ જોઈને હું અત્યંત ઉત્તેજિત થઈ ઊઠ્યો.

મને તરત લાગ્યું કે હોય ના હોય, આ પુત્રનું જ કામ છે. મેં એને અત્યંત ગુસ્સામાં અવાજ આપીને બોલાવ્યો. એને જોરથી થપ્પડ લગાવવા માટે હું બેચેન હતો. સીડી મારા હાથમાં જોઈને તે ભયભીત થઈ ઊઠ્યો. એણે જૂઠ્ઠું કહી દીધું કે આ કામ એનું નથી. મને વિશ્વાસ હતો કે તે જૂઠ્ઠું બોલી રહ્યો છે. ખૂબ જ મુશ્કેલથી મેં પોતાના ગુસ્સાને નિયંત્રિત કર્યો અને એને જવા દીધો. આગલા દિવસે મેં એને ફરી પૂછ્યું પરંતુ તે ફરી ગયો.તે મારા ટોનને ફરી ઓળખી ગયો હતો. થોડાં દિવસો પછી તે આ વાતને ભૂલી ગયો. અમે બંને એક દિવસ કારથી ક્યાંક જઈ રહ્યાં હતા. અચાનક મેં ફરી એ સીડીની વાત કાઢી.

મેં એને કહ્યું - બેટા, એ તો બતાઓ કે તું શું કરી રહ્યો હતો, જેનાથી એ રબરનો ટુકડો એ સીડીમાં ચોંટી ગયો. તું જાણીજોઈને તો આવું કરીશ નહીં. તું જરૂર કંઈક ખાસ કામ કરી રહ્યો હોઈશ.

મારું આટલું કહેવું હતું કે એની આંખો ચમકી ઊઠી. તે ચાલતી કારમાં તરત મારી તરફ પલટીને બેસી ગયો અને મને બતાવવા લાગ્યો. એણે કહ્યું - પપ્પા, ટીવી પર હું મૈડ નામનો પ્રોગ્રામ જોઈ રહ્યો હતો. મૈડવાળા અંકલે બે સીડી લીધી અને બંને

વચ્ચે રબરના ત્રણ ગુટકા લગાવીને એને ચોંટાડી દીધા. બંને સીડી પર કલર પેપર ચોંટાડી દીધા અને સ્કેચ પેનથી કાર્ટૂન બનાવી દીધું. બંને સીડી અને એની વચ્ચેની જગ્યા પેન સ્ટેન્ડ બની ગઈ. પેન સ્ટેન્ડ એટલું સરસ બનાવ્યું હતું કે તમને શું જણાવું.

પછી મેં પૂછ્યું - પછી તેં શું કર્યું ?

એણે કહ્યું - પપ્પા, મેં તમારા ખાનામાંથી બે રબરના ગુટકા જોયા હતા. એ સીડી પડી હતી. મેં ગુટકા કાઢ્યા અને સીડી પર ચોંટાડી દીધા.

મેં કહ્યું - પછી શું થયું ?

એણે કહ્યું - પપ્પા, એ રબરનો ગુટકો ખરાબ હતો, એમાંથી એક જ સાઈડ ગ્લૂ હતો આથી બીજી સાઈડ ચોંટી જ નહીં, આથી હું પેન સ્ટેન્ડ પૂરું ના બનાવી શક્યો. પપ્પા, તમે બંને સાઈડ ગ્લૂવાળા રબરના ગુટકા લાવી દો, મારે તમને પેન સ્ટેન્ડ ગિફ્ટ કરવું છે.

એના ચહેરાની ચમક, એનું ખુદને એક સાયન્ટીસ્ટની જેમ સમજવું, એનો ઉત્સાહ જોઈને મેં ઈશ્વરનો આભાર વ્યક્ત કર્યો. જો હું એ દિવસે એને ગુસ્સામાં એક થપ્પડ લગાવી દેતો, તો આગલી વખત કદાચ તે કોઈ પ્રયોગ ના કરતો. મારા માટે ભલે જ તે એક ખાસ સીડી હતી, પરંતુ એના બાળકમન માટે તે એક સામાન્ય વસ્તુ હતી, જેની મદદથી તે મને એક ગિફ્ટ આપવા ઈચ્છી રહ્યો હતો. મેં પાવર થિંકિંગનો મનમાંને મનમાં જ આભાર વ્યક્ત કર્યો, જેણે મને આવેશમાં ખોટો નિર્ણય લેવાથી બચાવ્યો.

વર્કશીટ ૦૩ પાવર થિંકિંગ અનુભવ વર્કશીટ

જિન્દગીમાં ઘટેલી કોઈ એવી ઘટના લખો, જ્યાં તમે પાવર થિંકિંગનો ઉપયોગ કર્યો હોય.

વ્યક્તિગત જીવનમાં પાવર થિંકર બનવાના ચાર ચરણ

પોતાના જીવનમાં આજથી જ પાવર થિંકિંગની શરૂઆત કેવી રીતે કરશો

કાલ કોઈએ જોઈ નથી, અને કાલ ક્યારેય આવી નથી, આથી પોતાના નિર્ણયને કાલ પર ટાળો નહીં. આજથી જીવનમાં પાવર થિંકિંગ અપનાવવાનો નિર્ણય લો. મારી પ્રાર્થના અને શુભકામનાઓ તમારી સાથે છે.

✍ ડો. ઉજ્જવલ પાટની

૩૧

આજથી વ્યક્તિગત જીવનમાં પાવર થિંકિંગનું પ્રથમ ચરણ

આત્મનિરીક્ષણ

SELF OBSERVATION

પ્રામાણિકતાથી નિમ્નલિખિત પ્રશ્નોના જવાબ આપો અને આપવામાં આવેલા જવાબો પર ગંભીરતાથી વિચાર કરો.

૧) શું સારા કાર્ય કરવામાં ખરેખર તમને કોઈ રોકે છે ?

હા ◯ નહીં ◯

૨) શું સમર્પણ અને પ્રામાણિકતાથી પોતાના લક્ષ્યની તરફ વધવાથી અન્ય લોકો રોકે છે ?

હા ◯ નહીં ◯

૩) શું શ્રેષ્ઠ વિચારવાથી અન્ય લોકો રોકે છે ? હા ◯ નહીં ◯

૪) શું સમયની પાબંદી અને અનુશાસિત હોવાથી અન્ય લોકો રોકે છે ?

હા ◯ નહીં ◯

૫) શું જીવનને ઉત્સાહથી જીવવાથી અન્ય લોકો રોકે છે ?

હા ◯ નહીં ◯

૬)　શું સારી પુસ્તકો વાંચવાથી અન્ય લોકો રોકે છે?

હા ◯　નહીં ◯

૭)　શું શ્રેષ્ઠ લોકોની સંગતિ કરવાથી અન્ય લોકો રોકે છે ?

હા ◯　નહીં ◯

૮)　શું લક્ષ્ય બનાવવાથી અન્ય લોકો રોકે છે ?

હા ◯　નહીં ◯

૯)　શું મોટા સપનાઓ જોવાથી અન્ય લોકો રોકે છે ?

હા ◯　નહીં ◯

જો મોટાભાગના પ્રશ્નોના જવાબ ''નહીં''માં આપ્યા છે, તો તમે પાવર થિંકર બનવાની દિશામાં પગલું વધારી શકો છો. જો તમારા જવાબ ''હા''માં છે, તો તમારે તમારી સંગતમાં તરત બદલાવ લાવવો પડશે. જો તમે બદલાવ તરફ ના વધ્યા, તો તમે ખૂબ જ પાછળ છૂટી જશો. તમારે તમારી વિચારાધારા પર નિયંત્રણ કરીને યોજનાબદ્ધ વિચારધારાથી પાવર થિંકરની જેમ જીવવું હશે જેથી બીજા લોકો બિનજરૂરી પ્રભાવિત ના કરી શકે.

આપણે આ સત્યને સ્વીકાર કરવું પડશે કે આપણી શ્રેષ્ઠતા કે હીનતાનું કારણ ફક્ત આપણે છીએ. આજે આપણે જ્યાં પણ છીએ, એની સંપૂર્ણ જવાબદારી આપણી છે. દુનિયામાં અન્ય લોકો આપણને પ્રગતિથી નથી રોકી રહ્યાં, આપણી બાધા આપણી અંદર છે. આપણી હીનતા આપણી બાધા છે, આપણી ખોટી ધારણાઓ આપણી બાધા છે. આપણી પાછલી અસફળતાઓ આપણી બાધા છે, લોકોની પ્રતિક્રિયાઓ આપણી બાધા છે, પરિવર્તનમાં ગભરાટ આપણી બાધા છે, પ્રયત્નમાં ઊણપ આપણી બાધા છે. આ બધી બાધાઓનો ઈલાજ બહારથી નહીં થાય, આપણે અંદરથી કાર્ય કરવું પડશે.

પાવર થિંકિંગ અંદરથી બહારની તરફ જાય છે. સૌથી પહેલાં વ્યક્તિએ પોતાના વિચાર, શબ્દ અને કાર્યોને દુરસ્ત કરવાના હોય છે, પછી તે બહારની દુનિયાને દુરસ્ત કરવા નિકળે છે.

જ્યારે પરિવર્તન આપણી અંદર શરૂ થાય છે તો તે સ્થાયી હોય છે. જ્યારે પરિવર્તન બહારથી શરૂ થાય છે, તો હંમેશાં તે દેખાવ પર આધારિત હોય છે, અથવા દબાણવશ હોય છે.

✍ પાવર સૂત્ર - જીવવું હોય તો નિયમ તોડો

આત્મનિરીક્ષણ વગર આગલા ચરણોની તરફ વધવું આત્મઘાતી થશે. આત્મનિરીક્ષણથી નિકળેલા પરિણામોનો અભ્યાસ કરીને જ તમારે લક્ષ્ય નક્કી કરવા પડશે. તમે આત્મનિરીક્ષણ હેતુ નવા ક્ષેત્રોનો સમાવેશ કરો. કેટલાક પ્રતિભાગી આર્થિક, આધ્યાત્મિક તેમજ વ્યક્તિગત રૂચિઓના ક્ષેત્રોને પણ અલગ-અલગ પ્રશ્નોના માધ્યમથી આત્મનિરીક્ષણમાં સામે કરે છે.

આજથી જીવનમાં પાવર થિંકિંગ શરૂ કરવા હેતુ ચાર મહત્ત્વપૂર્ણ વર્કશીટ

આગલા પૃષ્ઠ પર આપવામાં આવેલી વર્કશીટમાં તમે અન્ય પ્રશ્ન જોડી શકો છો. દરેક પ્રશ્નના નીચે જવાબ જરૂર લખો. કોઈ પણ સ્થિતિમાં મૌખિક જવાબ ના આપો અથવા મસ્તિષ્કની અંદર આ પ્રશ્નોનું નિરાકરણ કરવાનું ના છોડો. ભવિષ્યમાં સુધાર થવા પર તમે લેખિત જવાબોમાં પરિવર્તન પણ કરી શકશો. જો જવાબ સ્પષ્ટ ના હોય, તો ટકાવારીમાં પણ લખી શકો છો.

આ વર્કશીટને એમ જ નજરઅંદાજ કરીને આગળ ના વધતાં. અમે આ પુસ્તક પ્રકાશન પહેલાં લગભગ સો લોકોને મોકલી હતી. ઈ-મેઈલ અને ફોન પર એની જબરદસ્ત પ્રતિક્રિયાએ અમને અચંબિત કરી દીધા. એમનું માનવું હતું કે વર્કશીટ ભરતાં-ભરતાં એમને જે અહેસાસ થયો, એને તેઓ શબ્દોમાં રજૂ નથી કરી શકતા. આથી મારો તમારાથી આગ્રહ છે કે વર્કશીટ પર જરૂર, જરૂર, જરૂર કાર્ય કરો.

વર્કશીટ ૦૪ પરિવાર આત્મનિરીક્ષણ વર્કશીટ

પ્રશ્ન માટે નીચેની ખાલી જગ્યા પર વિસ્તારથી પોતાના વિચાર લખો.

શું પરિવારને સમુચિત સમય આપું છું ?

મારા કયા કાર્યોથી પરિવારમાં તણાવ થાય છે?

શું હું બાળકોને યોગ્ય સંસ્કાર આપી રહ્યો છું?

શું હું માતા-પિતાની સેવા કરું છું ?

શું પત્ની અને બાળકો મારાથી સંતુષ્ટ છે ?

શું હું પરિવારના સભ્યોને પ્રેરણા આપી શકું છું?

શું મેં પરિવાર માટે કંઈક લક્ષ્ય બનાવ્યા છે?

શું હું પરિવારના અન્ય સભ્યોના લક્ષ્યોથી વાકેફ છું?

વર્કશીટ ૦૫ કાર્યક્ષેત્ર આત્મનિરીક્ષણ વર્કશીટ

શું હું વર્તમાનમાં પોતાની પસંદગીનું કાર્ય કરી રહ્યો છું ?

શું મારું કાર્ય અન્ય લોકો દ્વારા પસંદ કરવામાં આવે છે?

શું મારી સાચી ગતિથી પ્રગતિ થઈ રહી છે અથવા વધારે ઝડપી ગતિથી થવી જોઈતી હતી?

શું હું કાર્યક્ષેત્રમાં વિકાસની શક્યતાઓ ગંભીરતાથી શોધી રહ્યો છું ?

શું હું સો ટકા ક્ષમતાનો ઉપયોગ કરી રહ્યો છું ?

શું હું નવી વસ્તુઓ શીખીને નવી ક્ષમતાઓ વિકસિત કરી રહ્યો છું ?

શું દરેક કાર્ય પ્રત્યે ઉત્સાહિત રહું છું ?

શું હું મારા કાર્યક્ષેત્રને વાંચ્છિત સમય પૂર્ણ અનુશાસનથી આપું છું?

શું મારા એવા શ્રેષ્ઠ સાથી છે, જે કાર્યક્ષેત્રમાં પ્રગતિમાં મારી મદદ કરી શકે છે ?

શું હું આવવાવાળી તકોને ઓળખી લઉં છું અથવા તક ચૂકી જાઉં છું ?

શું મેં કાર્યક્ષેત્રમાં મજબૂત લક્ષ્ય બનાવ્યા છે ?

શું કાર્યક્ષેત્રના અન્ય લોકો મને એક સારા ઉદાહરણના રૂપમાં જુએ છે ?

વર્કશીટ ૦૬ વ્યક્તિગત જીવન આત્મનિરીક્ષણ વર્કશીટ

શું હું વજન પ્રત્યે સજાગ છું ?

શું હું ખાવા-પીવા પર નિયંત્રણ રાખું છું ?

શું હું શરીરને સ્વસ્થ રાખવા હેતુ નિયમિત વ્યાયામ વગેરે કરું છું ?

શું હું સારા વસ્ત્ર પહેરીને વ્યવસ્થિત રીતે રહું છું ?

શું મારી દિનચર્યા અનુશાસિત છે ?

શું હું મારા શોખ માટે સમય કાઢું છું ?

શું હું સારા લોકોની સંગતિ કરું છું ?

શું હું નિયમિત રીડિંગ કરીને માનસિક રૂપથી વિકસિત થઈ રહ્યો છું?

શું મોટાભાગે સકારાત્મક વિચારું છું ?

શું હંમેશાં ખુશ રહું છું ?

શું મેં વ્યક્તિગત જીવન માટે મજબૂત લક્ષ્ય બનાવ્યા છે ?

શું હું મારા નિર્ણયો પર સો ટકા અમલ કરું છું ?

શું હું આળસ, બહાનાબાજી કે ટાળ-મટોળ કરું છું ?

શું હું યોગ કે ધ્યાન કરીને માનસિક શ્રેષ્ઠતાની તરફ વધી રહ્યો છું ?

શું મેં વ્યક્તિગત જીવનમાં કોઈ રોલ મૉડેલ બનાવ્યો છે ?

વર્કશીટ ૦૭ સામાજિક ક્ષેત્ર આત્મનિરીક્ષણ વર્કશીટ

શું હું અન્ય લોકોની મદદ માટે તત્પર રહું છું ?

શું હું કોઈ એવી સંસ્થાનો ભાગ છું, જે સમાજસેવાનું કાર્ય કરે છે ?

શું હું રક્તદાન, મરણોપરાંત નેત્રદાન વગેરે કોઈ સેવા ગતિવિધિઓ સાથે જોડાયેલો છું?

શું સમાજમાં મારી એક સકારાત્મક અને શક્તિશાળી છબિ છે?

શું હું મારી કૉલોનીની આસ-પાસની સમસ્યાઓ માટે સજાગ છું?

શું હું શિક્ષા, ઔષધિ કે અન્નદાન વગેરે કોઈ પરોપકાર ગતિવિધિ સાથે જોડાયેલો છું?

શું સમાજમાં મારા ખુદના યોગદાનને લઈને મારું કોઈ સપનુ છે ?

૩૨

આજથી વ્યક્તિગત જીવનમાં પાવર થિંકિંગનું દ્વિતીય ચરણ

એ જ વિચારો જે મેળવવા ઇચ્છો છો

> *જો તમે યોગ્ય લક્ષ્ય બનાવી લીધું, તો સમજો અડધી સફર નક્કી કરી લીધી.*
>
> *✍ અબ્રાહમ લિંકન*

આત્મનિરીક્ષણ કર્યા પછી તમારા ખુદના જીવનની એક સ્પષ્ટ તસવીર નજરે આવે છે. આ સ્પષ્ટ તસવીરમાં તમને તાકાત અને ઊણપો સ્પષ્ટ દેખાય છે. આત્મનિરીક્ષણ કરતાં-કરતાં તમે સમજી શકો છો કે જીવનમાં તમારી વર્તમાન દશા અને દિશા કેવી છે. તમે જાણી જાઓ છો કે : -

- એક શ્રેષ્ઠ પિતા, પુત્ર કે પતિના રૂપમાં તમારી કઈ ઊણપો છે.
- તમે તમારી કારકિર્દીમાં કયા મુકામ પર ઊભા છો.
- તમારું વ્યક્તિગત જીવન સંતુલિત અને સંતુષ્ટિદાયક છે કે નહીં.
- તમે સમાજના માટે એક મહત્ત્વપૂર્ણ વ્યક્તિ છો કે નહીં.
- તમે જીવનને કઈ રીતથી જીવી રહ્યાં છો.

તમે જીવનથી શું મેળવવા ઇચ્છો છો. જે મેળવવા ઇચ્છો છો, એના અનુસાર તમે જીવનના લક્ષ્ય નક્કી કરો છો.

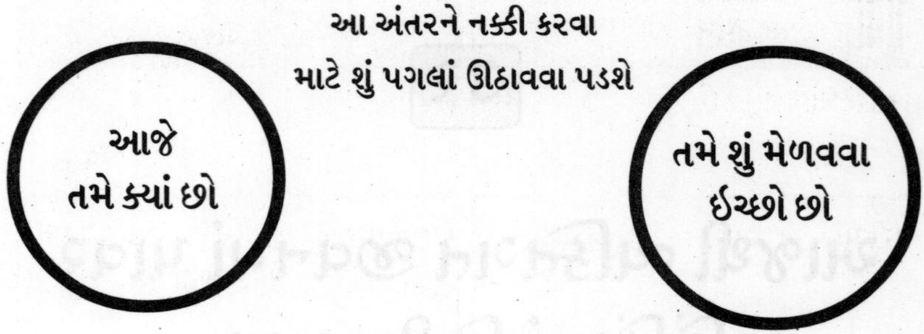

જ્યારે લક્ષ્ય નક્કી થઈ જાય છે, તો તમે લક્ષ્યને પ્રાપ્ત કરવા માટે લેખિત યોજના બનાવો છો. તે નાના-નાના ટુકડાઓમાં વહેંચાયેલી હોય છે. આનાથી તમને મૂલ્યાંકન કરવાની તક મળે છે.

લક્ષ્ય અલગ-અલગ સ્તર પર બનાવવામાં આવે છે. હવે જો તમે પાવર થિંકર બનવાના રસ્તા પર ચાલી પડ્યાં છો, તો વિચાર કરો કે આજથી પાંચ વર્ષ પછી તમે ખુદને કયા મુકામ પર જોવા ઈચ્છો છો. ફરીથી આ પાંચ વર્ષના લક્ષ્યને વાર્ષિક લક્ષ્યોમાં વહેંચી દો. જો તમે દરેક વાર્ષિક લક્ષ્ય પ્રાપ્ત કરો છો, તો પાંચ વર્ષનું લક્ષ્ય આપમેળે પ્રાપ્ત થઈ જશે. આ અધ્યાયના અંતમાં લક્ષ્ય નિર્ધારણની વર્કશીટ આપવામાં આવી છે.

જ્યારે તમે આ પુસ્તકને સારી રીતે વાંચી લો, આત્મનિરીક્ષણ કરી લો અને જીવનના લક્ષ્ય સ્પષ્ટ થઈ જાય તો એ લક્ષ્ય નિર્ધારણ વર્કશીટને એકદમ ગંભીરતાથી ભરો.

લક્ષ્ય નિર્ધારણની સામાન્ય ભૂલો

- ☯ ખૂબ મોટું કે અત્યંત નાનું લક્ષ્ય
- ☯ સમય સીમાનો અભાવ
- ☯ લક્ષ્ય લેખિતમાં ના હોવું
- ☯ લક્ષ્યનું સ્પષ્ટ ના હોવું
- ☯ લક્ષ્ય પ્રાપ્ત કરવા યોગ્ય ના હોવું
- ☯ લક્ષ્ય માપવા યોગ્ય ના હોવું

અસ્પષ્ટ લક્ષ્ય	સ્પષ્ટ લક્ષ્ય
હું મારા બાળકોને કંઈક બનતાં જોવા ઈચ્છું છું.	હું મારી પુત્રીને એક ઈલેક્ટ્રોનિક એન્જિનિયરના રૂપમાં જોવા ઈચ્છું છું.
મારી પાસે એક સારી કાર હોવી જોઈએ.	મારી પાસે બે વર્ષની અંદર સફેદ રંગની હોન્ડા સિટી હોવી જોઈએ.
ક્યારેક ને ક્યારેક હું વિદેશ જરૂર જઈશ.	હું ત્રણ વર્ષની અંદર સિંગાપુર ફરવા જઈશ.
મારે ધનવાન બનવું છે.	મારે એક લાખ રૂપિયા પ્રતિમહીનાની કમાણી એક વર્ષની અંદર જોઈએ.
મારે સમાજ માટે કશુંક કરવું છે.	હું એક ચેરિટેબલ ઈંગ્લિશ મીડિયમ પ્રાયમરી સ્કૂલ આગલા પાંચ વર્ષોમાં પોતાના ગામમાં ખોલવા ઈચ્છું છું.
મારે એક સારું ઘર બનાવવું છે.	મારે ચાર બેડરૂમવાળું ઘર જોઈએ.

જે મેળવવા ઈચ્છો છો, ફક્ત એ જ વિચારો

- પરિવાર, કાર્યક્ષેત્ર, વ્યક્તિગત તથા સામાજિક ક્ષેત્રોમાં તમે શું મેળવવા ઈચ્છો છો, લક્ષ્યોને સ્પષ્ટ રૂપથી નક્કી કરો.
- ઝાડના સિદ્ધાંતની મદદ લો.
- ફક્ત અને ફક્ત જે મેળવવા ઈચ્છો છો, એ જ વિચારો.
- લક્ષ્ય પ્રાપ્તિ પછી કેવું થશે, એ અનુભૂતિ કરો.
- વિચારધારામાં હીનતા તેમજ નકારાત્મકતાના વિચારોને દૂર કરી દો.

વર્કશીટ ૦૮ દ્વિતીય સિદ્ધાંત વર્કશીટ

એ જ વિચારો જે તમે મેળવવા ઈચ્છો છો

પાંચ વર્ષીય લક્ષ્ય

લક્ષ્ય	લક્ષ્ય નિર્ધારણ તિથિ	વાર્ષિક લક્ષ્ય
પરિવાર		વર્ષ -૧
		વર્ષ - ૨
		વર્ષ - ૩
		વર્ષ - ૪
		વર્ષ - ૫
કાર્યક્ષેત્ર		વર્ષ -૧
		વર્ષ - ૨
		વર્ષ - ૩
		વર્ષ - ૪
		વર્ષ - ૫
સ્વાસ્થ્ય		વર્ષ -૧
		વર્ષ - ૨
		વર્ષ - ૩
		વર્ષ - ૪
		વર્ષ - ૫

વ્યક્તિગત /રુચિઓ		વર્ષ -૧
		વર્ષ - ૨
		વર્ષ - ૩
		વર્ષ - ૪
		વર્ષ - ૫
સમાજ/ શહેર / દેશ		વર્ષ -૧
		વર્ષ - ૨
		વર્ષ - ૩
		વર્ષ - ૪
		વર્ષ - ૫

અલગ-અલગ વર્ષોના લક્ષ્ય પૂરા ના થવા પર દંડ

અલગ-અલગ વર્ષોના લક્ષ્ય પૂરા થવા પર પુરસ્કાર

પૃષ્ઠ સાઈઝ સીમિત હોવાને કારણે અહીંયા સામાન્ય વર્કશીટ આપવામાં આવી છે. આનાથી ઉત્તમ સ્વરૂપ તમે **www.ujjwalpatni.com**ના 'પાવર થિંકિંગ' સેક્શનમાં પ્રાપ્ત કરી શકો છો.

૩૩

આજથી વ્યક્તિગત જીવનમાં પાવર થિંકિંગનું તૃતીય ચરણ

જે વિચાર્યું, એના પર કાર્ય કરો

''જે વિચાર્યું છે, એના પર કાર્ય કરો'' અર્થાત્ એક્શન. સચોટ કાર્યયોજના પર પૂરા ઝનૂનની કાર્ય કરો. તૃતીય ચરણ ''એક્શન''ના બે ભાગ છે, સ્વપુરસ્કાર અને સ્વદંડ. જો તમે યોગ્ય સમય પર લક્ષ્ય પ્રાપ્ત કરી રહ્યાં છો, તો તમે ખુદને પુરસ્કાર આપી દો છો. જો બેપરવાહી થાય છે, તો તમે ખુદને દંડ આપો છો.

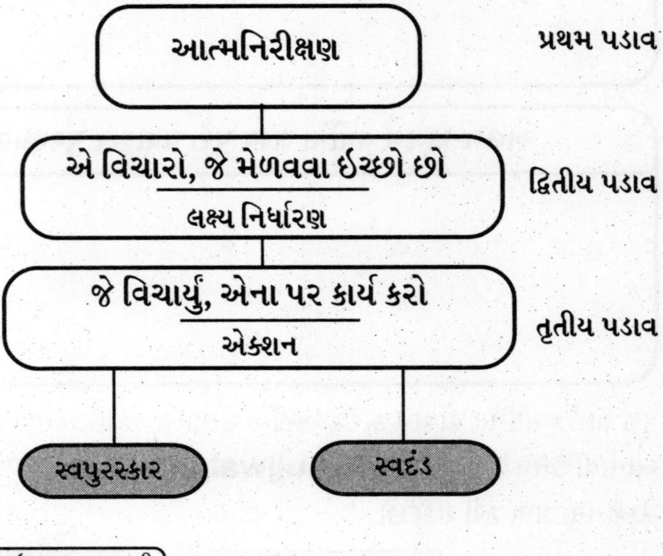

સ્વપુરસ્કાર

> *જો આપણે આપણી કાર્યક્ષમતા વધારી રહ્યાં છીએ, વધારે કાર્યકુશળ થઈ રહ્યાં છીએ, પોતાના લક્ષ્ય પ્રાપ્ત કરી રહ્યાં છીએ, તો આપણને જલસો મનાવવાનો પૂરે-પૂરો અધિકાર છે.*

લક્ષ્યોની સફર શરૂ થતાં જ સફળતાઓ અને અસફળતાઓનો સિલસિલો શરૂ થઈ જાય છે. આ સફરમાં સ્વપુરસ્કાર એક મહત્ત્વપૂર્ણ પડાવ છે, કેમ કે પુરસ્કૃત થવું અને પ્રશંસા મેળવવી, એ બધાની ઈચ્છા હોય છે. પુરસ્કાર પ્રેરણા આપે છે, શ્રેષ્ઠતાનો માપદંડ બને છે અને અન્ય લોકોને પણ રસ્તો બતાવે છે.

આજની મશીની જિન્દગીમાં લોકોની પાસે એક-બીજાની પ્રશંસા કરવાનો પણ સમય નથી. બીજાઓની સફળતાઓ પર ખુશ થવાને બદલે ઈર્ષ્યા તેમજ પ્રતિસ્પર્ધાની ભાવના બળવતી થઈ ગઈ છે. આથી ખુદના શ્રેષ્ઠ કાર્યો હેતુ બીજાઓથી હંમેશાં પ્રશંસાની આશા અપ્રામાણિકતા છે.

મને દેશ-વિદેશમાં લાખો લોકોની ભાવનાઓ સમજવાની તક મળે છે. પાલકો, શિક્ષકો અને વિદ્યાર્થીઓને મળવાની તક મળે છે. મોટાભાગના લોકોની ધારણા એ હોય છે કે જ્યારે કંપનીમાં વધારે અથવા ઓછું કામ કરવાવાળાઓના એક પદ પર પગાર સમાન હોય છે, તો વધારે કામ કેમ કરીએ. વધારે કામ કરવાવાળાઓને કોઈ અલગ મેડલ થોડો જ મળે છે. આથી તથાકથિત જ્ઞાની કહે છે, ઓછું કામ કરો અને સુખી રહો.

હું પ્રશ્ન કરું છું કે આપણાં કાર્ય અન્ય લોકોની પ્રશંસા પર નિર્ભર કેમ છે ? આપણે બીજા લોકોના રિમોટ કંટ્રોલ પર કેમ ચાલીએ છીએ કે પ્રશંસા મળી તો શ્રેષ્ઠ કાર્ય કર્યું, નહીંતર ટાળી દીધું ? જિન્દગી આપણી છે, મહેનત આપણી છે, સપના આપણા છે, સફળતા અને અસફળતા આપણી છે, તો આપણે બીજાઓની પ્રતિક્રિયા પર આશ્રિત કેમ છીએ ?

આપણે આટલા શક્તિશાળી અને શ્રેષ્ઠ થવું જોઈએ કે આપણે ખુદને પુરસ્કૃત કરી શકીએ. મારો આગ્રહ છે કે નાના પડાવને પ્રાપ્ત કર્યા પછી મન ભરીને આનંદ

લો. બીજા લોકો તમારી સફળતા વિશે શું વિચારે છે, એનાથી પરેશાન ના થાઓ. આનંદની દરેક ક્ષણ તમને બમણી ઊર્જા આપશે તથા તમે ઝડપથી પડાવ તરફ વધારે આગળ વધશો.

આનંદ કે ઉત્સવ મનાવવા કેમ જરૂરી છે ?

આપણે જન્મદિવસ કેમ મનાવીએ છીએ ? મારી જન્મતિથિ ૧૩ નવેમ્બર છે. એની જગ્યાએ હું ૧૩ ફેબ્રુઆરીએ પેદા થઈ જતો તો શું ભૂકંપ આવી જતો. વિચારો કે આજે તમારો જન્મદિવસ છે. કોઈ તમને અભિનંદન આપવા ના આવ્યું, તમને એક પણ એસએમએસ ના આવ્યો, તમે સાધારણ કપડાં પહેર્યા છે, તમારા ઘરમાં ખાવામાં પણ વિશેષ પકવાન નથી, અર્થાત્ બધું જ સામાન્ય દિવસો જેવું છે, તો શું તમે જન્મદિવસ પર અત્યંત આનંદિત થઈ શકશો.

જન્મદિવસ પર આનંદ એથી આવે છે કેમ કે લોકો અભિનંદન આપે છે. એસએમએસ આવે છે, આપણે નવા કપડાં પહેરીએ છીએ, મંદિરે જઈએ છીએ, ઘર પર કેક કાપવામાં આવે છે, રાત્રે પાર્ટી મનાવીએ છીએ, અને ના જાણે શું-શું કરીએ છીએ. આ બધા કાર્યોને કરવાથી એક સામાન્ય દિવસ ''ખાસ દિવસ''માં પરિવર્તિત થઈ જાય છે. આથી જીવનમાં પુરસ્કારનું, આનંદનું, ઉત્સવનનું ખાસ સ્થાન છે.

તૃતીય સિદ્ધાંતમાં સ્વદંડ મહત્ત્વપૂર્ણ છે

માણસની પ્રતિસ્પર્ધા પહેલાં ખુદથી હોવી જોઈએ. દરેક આવવાવાળો દિવસ વીતેલા દિવસથી ઉત્તમ હોય, યોગ્યતાનો એ જ માપદંડ હોવો જોઈએ.

✍ પાવર સૂત્ર - ડૉ. ઉજ્જવલ પાટની

જો લક્ષ્ય બનાવ્યા પછી એના પર કાર્ય ના કર્યું તો ? જો આળસ, બેપરવાહી, ટાળમટોળ કરી તો ? જો શૉર્ટકટ પર પોતાનું ધ્યાન લગાવી દીધું તો ?જો ખુદથી કરવામાં આવેલા વાયદાથી ફરી ગયા તો ? આ પરિસ્થિતિઓમાં જો તમે એક જવાબદાર વ્યક્તિ છો, તો તમારે કઠોર નિર્ણય લેવા પડે છે. જે પ્રકારે તમે સપળતાઓ પર ખુદને પુરસ્કૃત કરો છો, એ જ પ્રકારે બેપરવાહી હેતુ તમારે દંડ પણ આપવો પડશે.

આ પૂર્ણ રૂપથી સ્વવિવેક પર આધારિત છે. જો તમે ખુદથી પ્રામાણિકતા ના વરતી તો આ સંસારમાં કોઈ બીજું તમારી જવાબદારી નથી લઈ શકતું. અમારી ટીમ કાર્યમાં નાની બેપરવાહી પર ખુદને કેવા દંડ આપે છે, એના ઉદાહરણ અહીં પ્રસ્તુત છે :-

- ખાવામાં કોઈ પસંદગીની વસ્તુને છોડી દેવી.
- ઑફિસમાં એક કલાક વધારે કાર્ય કરવું.
- પાસની પ્રાયમરી સ્કૂલમાં એક કલાક અધ્યાપન (શિક્ષાદાન)
- સાત દિવસ સુધી ટી.વી. ના જોવું.
- ઑફિસમાં એક વધારાની જવાબદારી ઊઠાવવી.
- પંદર દિવસ ઑફિસ પહેલાં પહોંચવું અને સોથી મોડા પાછા ફરવું.

આ રીતે અને નરમ દંડ છે, જે અમારી ટીમના સભ્ય ખુદને આપે છે. જ્યારે મોટી ભૂલ કરે છે, તો દંડ પણ મોટો અને કડક થઈ જાય છે. તેથી તમે લક્ષ્ય નિર્ધારિણ કરીને એને નાના ભાગોમાં વિભાજિત કરો. અલગ-અલગ ભાગોને પ્રાપ્ત કરવામાં ટાળમટોળ અથવા બહાનેબાજીની સજાના રૂપમાં ખુદને આપવામાં આવવાવાળા દંડ પણ નિશ્ચિત કરો. આ વિચારધારા ખૂબ જ અનુશાસન માંગે છે. પાવર થિંકિંગની આ પ્રક્રિયા તમને ખુદના જીવનના લીડર બનાવે છે. જ્યારે તમે અંદરથી એક લીડરની જેમ અનુભવ કરો છો, ત્યારે તમે બહાર આવીને દુનિયામાં લીડરશિપ કરી શકો છો.

સાધારણ લક્ષ્ય નિર્ધારિણ અને પાવર થિંકિંગ દ્વારા લક્ષ્ય નિર્ધારિણમાં ખૂબ જ ફરક એ છે કે પાવર થિંકર ખુદને સફળતાઓ પર પુરસ્કૃત કરે છે અને ખુદને અસફળતા પર દંડ આપે છે. પાવર થિંકિંગની આ પ્રક્રિયામાં બાહ્ય લોકોની સંમતિ અથવા અસંમતિ અર્થ નથી રાખતી.

૩૪

આજથી વ્યક્તિગત જીવનમાં પાવર થિંકિંગનું ચોથું તરણ

સો ટકા જવાબદારી

જો કોઈ કહે છે કે એણે જીવનમાં કોઈ ભૂલ નથી કરી, તો સમજજો, એણે ક્યારેય કોઈ કાર્ય નથી કર્યું. આપણે ભૂલો કરીને જ વિકસિત થઈએ છીએ, પરંતુ આપણે જવાબદારી લેવી પડશે કે આપણે એ ભૂલને બીજી વખત ના કરીએ.

✍ પાવર સૂત્ર - જીવવું છે તો નિયમ તોડો

એક્શન દરમિયાન સ્વપુરસ્કાર અને સ્વદંડની કસોટીઓ પર ખુદને કસીને તમે લક્ષ્યોને પ્રાપ્ત કરતાં ચાલ્યા જાઓ છો. જેવા જ તમે લક્ષ્યોને પ્રાપ્ત કરો છો, તમે શ્રેષ્ઠતાની તરફ અગ્રેસર થાઓ છો.

સફળતાના રસ્તામાં અનેક લલચાવવાવાળા પડાવ હોય છે, જે તમને રોકી લેવા ઈચ્છે છે, પરંતુ પોતાની ગાડી ત્યાં પાર્ક ના કરો.

✍ અજ્ઞાત

જેમ-જેમ તમે જીવનયાત્રામાં આગળ વધો છો, તેમ-તેમ તમારી વિચારધારા બદલાય છે, અને ધારણાઓ તૂટે છે. પહેલાં તમને લાગે છે કે આ લક્ષ્ય અંતિમ હશે, પરંતુ પડાવોની નજીક પહોંચતા જ તમને પોતાની નવી ક્ષમતાઓનો અહેસાસ થાય છે અને તમે ફરીથી નવા લક્ષ્ય બનાવો છો.

વર્કશીટ ૦૯ શ્રેષ્ઠતા વર્કશીટ

શું મારા બધા કાર્ય સર્વોત્તમ યોગ્યતાથી કરેલા કે એનાથી ઉત્તમ કરી શકતો હતો?

શું દરેક પળે હું મારા લક્ષ્યો પ્રત્યે સમર્પિત કે પ્રામાણિક હતો?

શું જે સફળતાની આશા હતી, તે મને પ્રાપ્ત થઈ ?

શું મારી પાસે આટલા વધારે શ્રેષ્ઠ થવાની ક્ષમતા છે ?

હવે મારે કઈ નવી વિદ્યાઓ શીખવાની છે ?

જીવનના અલગ-અલગ ક્ષેત્રોમાં મારું આગળનું લક્ષ્ય શું છે ?

શું હું મારા દ્વારા કરવામાં આવેલા કાર્યોની સો ટકા જવાબદારી લઉં છું ?
શું કોઈ એવું કાર્ય મેં કર્યું છે, જેને કર્યા પછી મારા દિલ પર ભાર કે અપરાધ બોધ છે?

આ પ્રશ્નોના જવાબ ફરીથી તમને આત્મનિરીક્ષણના પ્રથમ પગલાં તરફ લઈ જશે. તમે ફરીથી નવા લક્ષ્ય બનાવશો અને કાર્ય કરશો. તમે ફરીથી ખુદને પુરસ્કાર આપશો અને દંડ આપશો. તમે શ્રેષ્ઠતાના અંતિમ પડાવ પર પહોંચશો, પછીથી ખુદથી પ્રશ્ન કરશો અને આત્મવિશ્લેષણ કરશો.

શ્રેષ્ઠતાની આ યાત્રા અવિરત જારી રહેશે. જો આ કાર્ય તમે સજાગતાથી કરી લીધું, તો તમે પાવર થિંકર બની ચુક્યા છો. જીવનમાં પાવર થિંકિંગની ટકાવારી ધીમે-ધીમે વધશે. તમે એક રાતમાં, એક મહીનામાં કે એક વર્ષમાં સંપૂર્ણ પાવર થિંકર નથી બની શકતા. આ એક સતત પ્રક્રિયા છે, જે આજીવન જારી રહે છે.

ચોથું ચરણ કેમ મહત્ત્વપૂર્ણ છે

ચોથું ચરણ છેલ્લાં ત્રણ ચરણોનું નિષ્પક્ષ થઈને મૂલ્યાંકન કરે છે. ચોથું ચરણ ફરીથી આગલા લક્ષ્યોને નિર્ધારિત કરે છે. ચોથા ચરણ સુધી સામાન્ય લોકો નથી આવી શકતા. મોટાભાગે સામાન્ય લોકો બીજા ચરણ પાર કરતાં-કરતાં પાછી જૂની રીતો પર ચાલી જાય છે. કેટલાક લોકો ત્રીજું ચરણ સફળતાપૂર્વક કાર્યાન્વિત કરે છે. એમાં પછી બધી નકારાત્મક ઉપલબ્ધિઓવાળા લોકો દૂર થઈ જાય છે. ચોથા ચરણમાં ફક્ત શ્રેષ્ઠતા અને ઉત્કૃષ્ટતા માટે જગ્યા છે.

દૃષ્ટિકોણ

આ ચિત્રમાં શોધો, શું છુપાયેલું છે. જ્યારે પ્રથમ જવાબ મળી જાય તો વધારાનો પ્રયત્ન કરીને એક નવો જવાબ વધારે શોધો. અજ્ઞાત રચનાકારની અમૂલ્ય કૃતિને સલામ

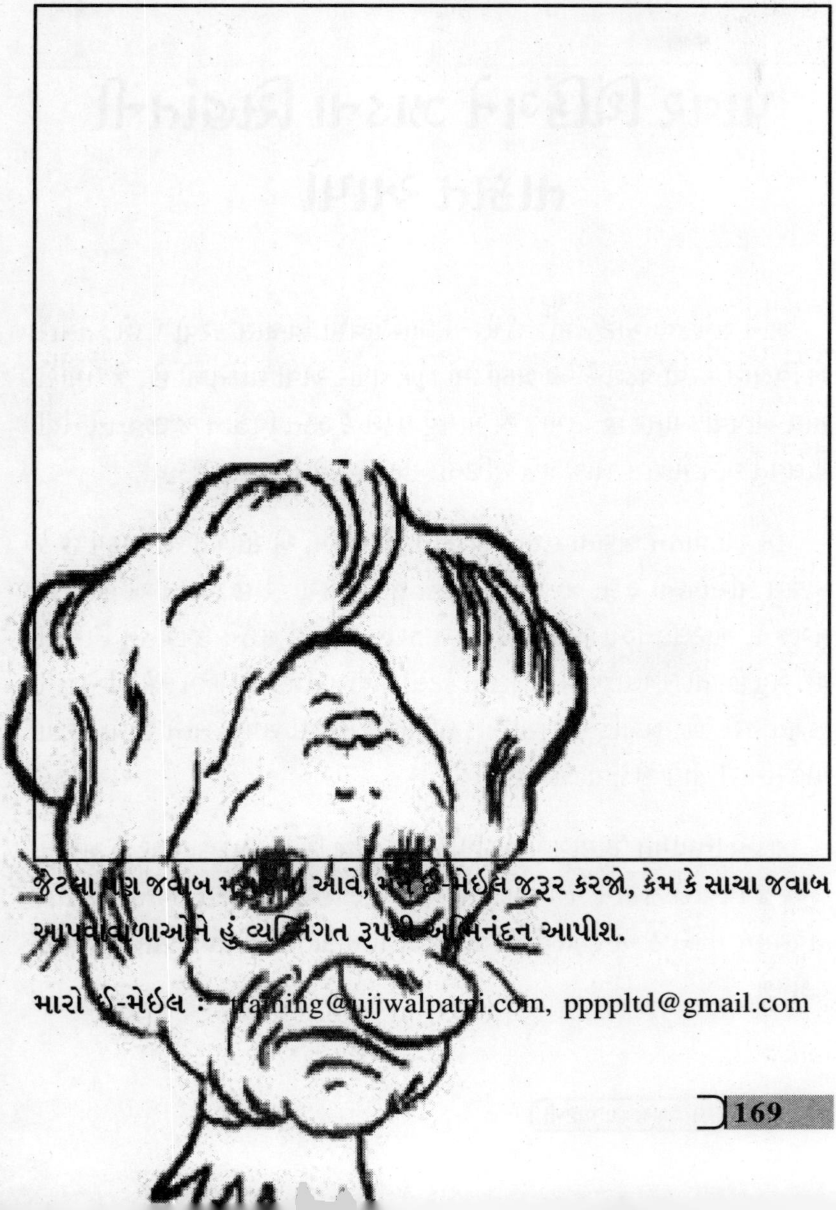

જેટલા પણ જવાબ મળી આવે, મને ઈ-મેઈલ જરૂર કરજો, કેમ કે સાચા જવાબ આપવાવાળાઓને હું વ્યક્તિગત રૂપથી અભિનંદન આપીશ.

મારો ઈ-મેઈલ : training@ujjwalpatni.com, pppltd@gmail.com

૩૫

પાવર થિંકિંગને ઝાડના સિદ્ધાંતની તાકાત આપો

આને સમજવા માટે તમારે ઈશ્વરના અસ્તિત્વમાં વિશ્વાસ કરવો પડશે. તમારે એ વિશ્વાસ કરવો પડશે કે આ બ્રહ્માંડમાં ખૂબ વધારે એવી શક્તિઓ છે, જે તમારો સાથ આપવા આતુર છે. તમારે એ માનવું પડશે કે ફક્ત વિજ્ઞાન જ જીવનને નથી ચાલવતું અને માણસ આજે પણ સૃષ્ટિના બધા રહસ્યોનો જાણકાર નથી.

તમે આ વાતને જાણતા હશો કે વૈજ્ઞાનિક રિસર્ચમાં એ સાબિત થઈ ચૂક્યું છે કે માણસ મસ્તિષ્કનો ફક્ત ત્રણથી સાત ટકા જ ઉપયોગ કરે છે. પ્રશ્ન એ છે કે જો મગજના આટલા નાના અંશના ઉપયોગ કરીને સોયથી લઈને ઉપગ્રહનું નિર્માણ થઈ ગયું છે, તો બચેલા ભાગની તાકાત કેટલી અથાગ હશે. જેમ-જેમ તમે મસ્તિષ્કને જાગૃત કરો છો, બ્રહ્માંડની અસીમિત શક્તિઓ તમારા સપનાઓને સાચા કરવા માટે તમારી સાથે જોડાવા લાગે છે.

ઝાડનો નિયમિત ઉપયોગ પાવર થિંકિંગના બીજા સિદ્ધાંત પર કાર્ય કરે છે અર્થાત્ ''એ જ વિચારો જે તમે મેળવવા ઈચ્છો છો''. ઝાડના નિયમિત ઉપયોગથી તમે અવચેતન મસ્તિષ્ક અને બ્રહ્માંડની શક્તિશાળી તાકાતોને પોતાના સાથી બનાવી શકો છો.

ઝાડ સિદ્ધાંત

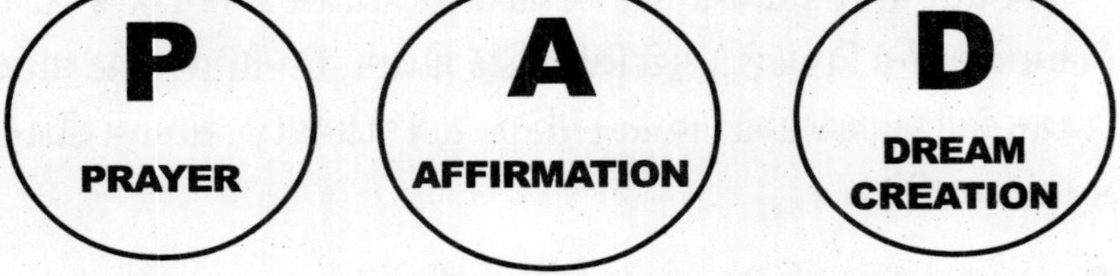

પ્રાર્થના　　પ્રતિજ્ઞાપન　　સ્વપ્ન નિર્માણ

અવચેતન મસ્તિષ્ક

અવચેતન મસ્તિષ્કની ક્ષમતાઓ પર આધારિત પ્રશિક્ષણ કાર્યક્રમ આજે આખા વિશ્વમમાં ચર્ચાનો વિષય છે. ન્યૂરો લિંગ્વિસ્ટિક પ્રોગ્રામ, હિપ્નોસિસ, પાસ્ટ લાઇફ રિગ્રેશન જેવી અવધારણાઓ અવચેતન મસ્તિષ્ક સાથે જોડાયેલી છે. સામાન્ય લોકોના મનમાં પ્રશ્ન ઊઠે છે કે : -

- શું અવચેતન મસ્તિષ્ક ખરેખર શક્તિશાળી છે ?
- શું અવચેતન મસ્તિષ્ક દ્વારા બ્રહ્માંડની અન્ય શક્તિઓથી સંપર્ક સાધી શકાય છે ?
- શું આના માધ્યમથી ઇચ્છાઓને હકીકતમાં બદલી શકાય છે ?

અજાણી શક્તિઓને કેટલાક લોકો દૈનિક જીવનમાં અનુભવ કરે છે. તમે તમારા જીવનમાં નજર કરો, શું તમારી સાથે આવું કશુંક બન્યું છે :-

- કોઈ ઘટનાનો પૂર્વાભાસ થઈ જવો.
- કોઈ મિત્રને યાદ કરવો અને એનો ફોન આવવો.
- કોઈ દિવસ એમ લાગવું કે આજે કંઈક ગડબડ છે, અને એ દિવસે ખરેખર ખરાબ ઘટના બને.
- સ્વપ્ન આવવું અને એ જ રીતની કોઈ ઘટના બનવી.

કેટલાક લોકો આને સંયોગ પણ કહે છે, પરંતુ જો તે વારંવાર થાય તો તે સંયોગ નથી હોઈ શકતો. કેટલાક લોકો કહે છે કે આ અવચેતન મસ્તિષ્કને કારણથી થાય છે. હું પણ સ્વભાવથી શોધી અને શંકાળુ છું અને આ વાતો પર વિશ્વાસ કરતો ન હતો. આથી મેં અવચેતન મસ્તિષ્ક, પારલૌકિક શક્તિ અને માઇન્ડ પાવરને વાંચ્યા, આના વિશેષજ્ઞોને મળ્યો તો અનેક ઉદાહરણ સામે આવ્યા. ત્યારે જઈને મને વિશ્વાસ થયો કે અવચેતન મસ્તિષ્કની તાકાતથી આપણે આપણા સપનાઓને હકીકતમાં બદલી શકીએ છીએ.

આની જ સાથે પોતાના સેમિનારોમાં **"PAD"** પર વાત શરૂ કરી. આજે **"PAD"**ની કાર્યશાળા અત્યંત લોકપ્રિય થઈ ચુકી છે. **"PAD"** ને પાવર થિંકિંગના સંદર્ભમાં અહીંયા નાના સ્વરૂપમાં પ્રસ્તુત કરી રહ્યો છું.

PAD

P ⇨ PRAYER   પ્રાર્થના

પ્રાર્થના કરતાં-કરતાં પરફેક્શનની ચિંતા ના કરો. તમે તો બસ ઈશ્વરથી વાત કરો, જેવી રીતે તમે કોઈ સાચ્ચા મિત્ર સાથે વાત કરો છો. આમ પણ એને એ જાણ છે, જે તમે કહેશો, અને એ પણ જે તમે નહીં કહો.

✍ પાવર સૂત્ર - જીવવું હોય તો નિયમ તોડો

પ્રાર્થનામાં અદ્‌ભુત શક્તિ હોય છે. પ્રાર્થના વિચારોને શુદ્ધ કરીને મનને પ્રફુલ્લિત કરી દે છે. પ્રાર્થનાથી બે લોકોનું જીવન નિખરે છે. એમનું જીવન જેમના માટે તમે પ્રાર્થના કરો છો અને તમારું ખુદનું જીવન. પ્રાર્થનાથી મન સકારાત્મક ઊર્જાથી ભરાઈ ઊઠે છે.

પ્રાર્થના કરવા માટે એ જરૂરી નથી કે આપણે મંદિર, મસ્જિદ, ગુરૂદ્વારા અથવા ચર્ચ જઈએ અથવા દીવો, અગરબત્તી, મીણબત્તી વગેરે પ્રગટાવીએ. પ્રાર્થના હેતુ એ પણ જરૂરી નથી કે શો ટકા એકાંત હોય. દરેક વ્યક્તિની પ્રાર્થનાની પોતાની રીત હોય છે. સાચ્ચા મનથી તમે જ્યારે કોઈનું ભલું ઇચ્છો છો, તે પ્રાર્થના થઈ જાય છે. તમે એ પરમશક્તિની સામે પોતાનું મન ખોલીને રાખી દો છો, તે પ્રાર્થના થઈ જાય છે. તમે આસ્તિક છો કે નાસ્તિક, એનાથી પણ પ્રાર્થનાને વિશેષ લેવાદેવા નથી. તમે સ્વાર્થ વગર કોઈના માટે દુઆ કરો છો, એ જ પ્રાર્થના થઈ જાય છે.

જો તમે પ્રતિદિવસ સવારે પ્રાર્થના કરતાં-કરતાં એકાગ્રચિત્ત થઈને, મનથી પ્રભુથી આશીર્વાદ માંગી લો, ભૂલોની ક્ષમા માંગી લો, પરિસ્થિતિઓથી લડવાની શક્તિ માંગી લો, બીજાઓની મદદ કરવાની યોગ્યતા માંગી લો, તો તમે અંદરથી અત્યંત શક્તિશાળી અનુભવ કરશો. ખુદથી પૂછો : -

- શું તમે પ્રાર્થના કરો છો ?
- રોજ પ્રાર્થના કરો છો કે ફક્ત મુશ્કેલની ક્ષણોમાં ?

મને અફસોસ થાય છે જ્યારે લોકોના જીવનમાં પ્રાર્થના સ્ટેયરિંગ બનવાને બદલે સ્ટાપણી બની જાય છે.

✍ અજ્ઞાત

કૉર્પોરેટ ક્ષેત્રમાં પ્રાર્થનાનો પ્રયોગ

''શ્રી શિવમ્'' નામના એક પ્રસિદ્ધ વસ્ત્ર સંસ્થાની શ્રૃંખલામાં ૪૦૦થી વધારે કર્મચારી છે. ત્યાં અમે પ્રાર્થનાનો પ્રયોગ કર્યો. એમાંથી ૮૦ ટકા સામાન્ય કે નિમ્ન આર્થિક સ્થિતિવાળા પરિવારોથી છે. તેઓ પોતાના ઘરના તણાવોથી કાર્યસ્થળને પ્રભાવિત ના કરે તથા એમનામાં સૌહાર્દ્ર બની રહે, એ દૃષ્ટિથી પ્રાર્થના પ્રારંભ કરવામાં આવી. રોજ સવારે ૧૦ વાગ્યે કર્મચારી એક હૉલમાં જમા થતાં તથા ઑડિયો ટેપ પર એક પ્રસિદ્ધ પ્રાર્થના વગાડવામાં આવે છે. ''ઈતની શક્તિ હમે દેના દાતા, મન કા વિશ્વાસ કમજોર હો ના'', આ પ્રાર્થના ગીત અદ્ભુત છે. આને પ્રાર્થનાના ઑડિયોની સાથે જ બધા કર્મચારી ગાય છે.

લગભગ ચાર મિનિટની આ પ્રાર્થનામાં કર્મચારી હાથ જોડીને આંખો બંધ કરીને પૂરું ધ્યાન લગાવે છે. પ્રાર્થના પછી એક-બીજાનું અભિવાદન કરીને કામ પર લાગી જાય છે. આ પ્રાર્થનાને લાગૂ કર્યા પછી કર્મચારીઓની સકારાત્મકતામાં અદ્ભુત વૃદ્ધિ થઈ. તેઓ ઘરેથી જે પણ તણાવ, નકારાત્મકતા કે હીનતાના વિચાર લઈને આવતા હતા, પ્રાર્થના એ બધાને દૂર કરી દેતી હતી. એમના શબ્દોમાં કહું તો પ્રાર્થના કર્યા પછી ''ફ્રેશ અને ટેન્શન ફ્રી'' અનુભવાય છે.

પ્રાર્થનાની શ્રૃંખલા અમે મહારાષ્ટ્રના જાલના જિલ્લાની મુખ્ય વસ્ત્ર સંસ્થા ''સાગર પરિધાન''માં પણ પ્રારંભ કરી. ત્યાં એમને બે સ્ટોર છે, જેમાંથી નાનો સ્ટોર બજારની વચ્ચે સ્થિત છે. બંને સ્ટોરમાં પ્રાર્થનાના અદ્ભુત પરિણામ સામે આવ્યા. નાના સ્ટોરની વિશેષતા એ રહી કે રસ્તા પર આવતા-જતા લોકો પણ રોકાઈને પ્રાર્થના સાંભળ્યા કરતાં. આસપાસના દુકાનદારોની વચ્ચે પણ આ પ્રાર્થના ચર્ચાનો વિષય

બની ચુકી હતી. હવે આ પ્રાર્થના એમના જીવનનો અતૂટ ભાગ છે. પ્રાર્થના શરૂ કર્યા પછી એક પણ દિવસ એવો નથી ગયો જ્યારે પ્રાર્થનાનો ક્રમ તૂટ્યો હોય.

જો પ્રાર્થનાની વચ્ચે એમના શૉ-રૂમમાં કોઈ ગ્રાહક આવી જાય, તો તે પણ રોકાઈને પ્રાર્થનામાં ભાગ લે છે. દરેક ગ્રાહક જેણે પ્રાર્થના જોઈ છે, તે પ્રશંસા છે અને સકારાત્મક પ્રચાર પણ કરે છે. આની વાત મેં એથી કરી કેમ કે અહીંયા મોટાભાગે કાર્મિક અત્યંત સામાન્ય પૃષ્ઠભૂમિથી છે. એમને આધ્યાત્મ કે સકારાત્મક વિચારધારા જેવા મોટા શબ્દોથી વધારે મતલબ નથી હોતો પરંતુ છતાં પણ તેઓ પ્રાર્થનાની રાહ જુએ છે.

મને લાગે છે કે જો પ્રાર્થના સામાન્ય માણસના જીવનમાં આટલું પરિવર્તન લાવી શકે છે, તો જેઓ પહેલેથી જ આ ધારણાઓને જાણે છે, એમના જીવનમાં તો આ કમાલ કરી શકે છે. આજે અમે ખૂબ વધારે સંસ્થાઓમાં નિયમિત પ્રાર્થનાને અનિવાર્ય કરી ચુક્યા છીએ.

પાવર યોજના

પ્રાર્થનાને વ્યક્તિગત જીવનમાં આવી રીતે અપનાવો : -

- એકાંતમાં પલાઠી વાળીને વજ્રાસનમાં બેસો.
- સ્નાન કરીને પ્રાર્થના કરો જેથી તમને શુદ્ધતા અનુભવાય.
- બંને આંખો બંધ કરો અને બંને હથેળીઓને ઘુંટણો પર રાખો.
- પોતાના ધ્યાનને બંને આંખોની વચ્ચે તિલક લગાવવાની જગ્યા પર કેન્દ્રિત કરો.
- લગભગ પાંચ વખત ઊંડો શ્વાસ લો અને છોડો.
- મસ્તિષ્કને બિનજરૂરી વિચારોથી મુક્ત કરો.
- જે પણ મંત્ર તમારો પ્રિય હોય, એનો પાઠ કરો.

- એના પછી દુનિયાની ઉત્તમતા માટે કામના કરો.
- પોતાના મિત્ર તેમજ પરિવારજનોની પ્રગતિ માટે કામના કરો.
- ઈશ્વરનો અત્યાર સુધીના સારા જીવન માટે આભાર વ્યક્ત કરો અને ભૂલો માટે ક્ષમા માંગો.
- હવે ઈશ્વરને પોતાના લક્ષ્યો વિશે બતાવો અને આશીર્વાદનો આગ્રહ કરો.
- એના પછી પોતાના બંને હાથોની હથેળીઓને એકબીજામાં રગડીને આંખો પર તથા ચહેરા પર લગાવી લો. ધીમે-ધીમે આંખો ખોલો.
- પ્રાર્થના દરમિયાન જેટલું ઓછું વ્યવધાન હોય, એટલું જ ઉત્તમ તમારું ધ્યાન થશે. મોબાઇલ, મ્યૂઝિક, ટી.વી. વગેરે બિલ્કુલ બંધ રાખો. આ પ્રાર્થના તમને જ્યારે સમય મળે, ત્યારે તમે કરી શકો છો.

મારા જીવનની પ્રાર્થના

નીચે લખેલી પ્રાર્થના મેં ખુદના પ્રશિક્ષણ કાર્યક્રમો માટે લકી હતી અને આજે હજારો લોકો આને પોતાના જીવનનો ભાગ બનાવી ચુક્યા છે.

પ્રભુ, તું મને શક્તિ આપ,
ખુદ પર કરું વિશ્વાસ,
મારા માટે છે જમીન,
મારા માટે છે આકાશ.

જે કંઈ પણ હું નક્કી કરી લઉં,
હું એને પૂરું કરું,
ચાહે હોય કોઈ બાધા,
ના હું રોકાઉં, ના ડરું,

એ બધાને મારા નમન,
જેમનાથી આ જીવન મળ્યું,
ગુરૂજન અને માતા-પિતા,
ત્રુટિઓને કરજો ક્ષમા,

મેળવવું છે મારે શિખર,
ખુશીઓ જ ખુશીયો જ્યાં,
સપના છે મારા મોટા,
પ્રભુ રાખજો તમારી દયા...

P A D

P AFFIRMATION પ્રતિજ્ઞાપન

સાચ્ચા મનથી દરેક દિવસે કરવામાં આવેલી પ્રાર્થના પણ એક પ્રકારનું પ્રતિજ્ઞાપન છે.

✍ અજ્ઞાત

પ્રતિજ્ઞાપન એ પ્રક્રિયાને કહે છે, જેમાં તમે પ્રતિદિવસ અનેક વખત પોતાની ઈચ્છાઓ તેમજ લક્ષ્યોને મૌખિક રૂપમાં દોહરાવો છો, માનસિક રૂપમાં વિચારો છો અથવા લખો છો. દુનિયાના સર્વકાલિક મહાન વૈજ્ઞાનિકો, લીડરો તેમજ અન્ય હસ્તિઓએ અનેક સફળતાઓનો શ્રેય પ્રતિજ્ઞાપનને આપ્યો છે. બ્રહ્માંડની વિશાળ શક્તિથી ખુદને જોડવાનું નામ પ્રતિજ્ઞાપન છે. શરૂઆતમાં આ અજીબ લાગે છે. બોલતા તેમજ લખતા અસહજ અનુભવ થાય છે, પરંતુ પછી તે જીવનનો ભાગ બની જાય છે.

શું પ્રતિજ્ઞાપન ખરેખર કાર્ય કરે છે ?

આપણે પ્રતિજ્ઞાપનથી પોતાના અવચેતન મસ્તિષ્કને સંદેશ મોકલીએ છીએ. તે અવચેતન મસ્તિષ્ક પ્રતિજ્ઞાપન (અર્થાત્ ઈચ્છાઓ)ને સત્ય કરવા માટે બ્રહ્માંડની અન્ય શક્તિઓને સંદેશ આપે છે. જો આપણી પ્રતિજ્ઞાઓમાં દમ હોય છે તો પૂરી કુદરત આપણી ઈચ્છાઓને હકીકતમાં બદલવા માટે આપણી મદદ કરે છે. સાચી વિધિથી કરવામાં આવેલું પ્રતિજ્ઞાપન અદ્દ્ભુત કાર્ય કરે છે. પ્રતિજ્ઞાપન દરમિયાન આપણા વિચારોનો પ્રવાહ એક ખાસ લયમાં હોય છે. ધીમે-ધીમે વિચારવા તેમજ મહેસૂસ કરવાની રીત બદલાય છે. નિયમિત પ્રતિજ્ઞાપન આપણને શ્રેષ્ઠ કાર્યો તરફ પ્રેરિત કરે છે અને ઈચ્છિત પરિણામોને આકર્ષિત કરે છે.

જો આ સત્ય છે તો આખી દુનિયા આ વિધિથી સફળ કેમ નથી થતી ?

તમે દરેક સમયે અજાણતામાં પ્રતિજ્ઞાપન કરો છો. તમે કોઈ સમસ્યાને વિશે વારંવાર વિચારો છો, તો તે એ સમસ્યાને વધારવાવાળી પ્રતિજ્ઞાપન છે. આ જ્ઞાત તથ્ય છે, લોકોના મોટાભાગના વિચાર નકારાત્મક હોય છે. તેઓ વારંવાર નકારાત્મક વિચારીને બ્રહ્માંડને નકારાત્મક પ્રતિજ્ઞાપન આપે છે અને એ જ નકારાત્મક વસ્તુઓ પલટીને યથાર્થમાં મળે છે. આપણે ધીમે-ધીમે એક નકારાત્મક ચક્રનો ભાગ બની જઈએ છીએ અને ક્યારેય આ ચક્રનો ભેદ નથી મેળવતા.

સામાન્ય પ્રતિજ્ઞાઓ

હું સ્વસ્થ અને અત્યંત ખુશ છું. હું શાનદાર તણાવમુક્ત જીવન જીવી રહ્યો છું. મારી નોકરી ખૂબ જ સંતુષ્ટિ આપે છે. સમાજમાં મારી ખૂબ જ ઈજ્જત છે. મારી અંદર જબરદસ્ત ઊર્જા છે.

હું દરેક દિવસે કંઈક નવું શીખું છું. મારો મારા પરિવાર સાથે મારા શાનદાર સંબંધ છે. મારી પાસે મારી દરેક જરૂરિયાત માટે ધન છે. હું દરેક કાર્યમાં સફળતા પ્રાપ્ત કરું છું. હું મારા સપનાઓના ઘરમાં રહું છું.

ઈચ્છાઓ સાથે જોડાયેલી વિશિષ્ટ પ્રતિજ્ઞાઓ

હું શહેરના સૌથી મોટા રેડિમેઈડ સ્ટોરનો માલિક છું.

હું વીસ દેશ ફરી ચુક્યો છું.

મારી પાસે એક સિલ્વર કલરની મર્સિડીઝ છે.

મેં ગામમાં ચાર રૂમોની એક સ્કૂલ બનાવડાવી છે.

મારો પુત્ર એક મોટી કંપનીમાં સીઈઓ છે.

મારા ઘરમાં શાનદાર પર્સનલ જિમ છે.

તમે પોતાના જીવનમાં પ્રતિજ્ઞા બનાવો

શાંત અને એકાગ્રચિત્ત થઈને જીવનના અલગ-અલગ વિસ્તારો વિશે વિચારો. તમે કયા પ્રકારનું જીવન મેળવવા ઇચ્છો છો અને કયા ક્ષેત્રોમાં સફળતાઓ ઇચ્છો છો. સૌથી મહત્ત્વપૂર્ણ ઇચ્છોઓના યાદી બનાવો. આ વિચાર ''વર્તમાન''ની ભાષામાં હોવા જોઈએ. તમે શું ઇચ્છો છો, એના પર લખીને ધ્યાન કેન્દ્રિત કરો. જે તમે નથી મેળવવા ઇચ્છતા, એના પર વિચાર ના કરો.

સફળ પ્રતિજ્ઞાપન હેતુ આ નિયમોનું ધ્યાન રાખો

દોહરાવ - પ્રતિજ્ઞાઓના દોહરાવ અત્યંત મહત્ત્વપૂર્ણ છે. જેટલી વધારે વખત તમે પ્રતિજ્ઞાઓ બોલો છો, વિચારો છો અથવા લખો છો, એટલી જ ઝડપથી તે અવચેતન મનમાં પ્રવેશ કરે છે.

ભાવનાઓ - પ્રતિજ્ઞાપનની ક્રિયા મનની ઊંડાણતાથી કરો. એના પ્રત્યે ભાવનાઓનો જોડાવ અને ઝનૂન પેદા કરો. જે બોલી રહ્યાં છો, એ શબ્દોના અર્થો પ્રત્યે સજાગ રહો.

વર્તમાન - પ્રતિજ્ઞાઓ હંમેશાં વર્તમાનની ભાષામાં હોય છે. તમારે એ નથી વિચારવાનું કે, અમુક વસ્તુ તમને એક દિવસે મળશે, પરંતુ તમારે એમ વિચારવાનું છે કે, આ વસ્તુ તમારી પાસે છે, અને તમે એનો આનંદ લઈ રહ્યાં છો.

વિશ્વાસ - પ્રતિજ્ઞાપન કરતાં-કરતાં પૂરો વિશ્વા રાખો. તમારી શંકા અને અવિશ્વાસ જ તમારો સૌથી મોટો દુશ્મન છે.

વ્યક્તિગત - પ્રતિજ્ઞાઓમાં પૂર્ણ રીતે વ્યક્તિગત સ્પર્શ તેમજ તમારી અંદરની ગૂંજ હોવી જોઈએ. જેટલું વધારે તમે અંદરથી પોતાની પ્રતિજ્ઞાઓ સાથે જોડાયેલા હશો, એટલું જલદી સકારાત્મક પરિણામ પ્રાપ્ત કરશો.

આજથી પ્રતિજ્ઞાપન શરૂ કરો

મિરર (અરીસા) ટેકનીક	અરીસાની સામે ઊભા થઈને પોતાના સ્વસ્થ થવા પર ઉલ્લાસનો અનુભવ કરો. પ્રતિજ્ઞાઓને મનની ઊંડાણતાથી કહો.
રાઈટિંગ ટેકનીક	જે તમે જીવનમાં મેળવવા ઇચ્છો છો, એને પ્રતિદિવસ લખો, જો તમે ઈશ્વરમાં વિશ્વાસ કરો છો, તો એને કોઈ પ્રાર્થના સ્થળ કે પવિત્ર સ્થાન પર રાખી દો.
એન.એલ.પી. વિધિ	જેવા જ તમે ખુદને નકારાત્મક પ્રતિજ્ઞાપન કરતાં જુઓ, તાત્કાલિક એના પર ધ્યાન આપો. એવું અનુભવો કે એ નકારાત્મક વિચારનો અવાજ ઓછો થઈને દૂર જઈને વિલીન થઈ રહ્યો છે. હવે એક સકારાત્મક વિચાર પર ધ્યાન કેન્દ્રિત કરો. એવું અનુભવો કે તે પાસે આવી રહ્યું છે અને અવાજ ઝડપી થઈ રહ્યો છે.
થ્રી સ્ટાર સિસ્ટમ	દિવસમાં ત્રણ વખત પોતાની પ્રતિજ્ઞાઓ દોહરાવો. સવારે ઊઠ્યાં પછી, રાત્રે સૂતાં પહેલાં અને એક વખત કોઈ મહત્ત્વપૂર્ણ કાર્યના પહેલાં. દરરોજ નિશ્ચિત રૂપથી તમારે ત્રણ વખત પ્રતિજ્ઞાપન દોહરાવવાની છે, જેમાં ફક્ત બે-ત્રણ મિનિટ લાગશે.

વર્કશીટ ૧૦ પ્રતિજ્ઞાપન વર્કશીટ

હું ખુદથી વાયદો કરું છું કે પ્રતિદિવસ નિમ્ન પ્રતિજ્ઞાઓને પૂર્ણ શ્રદ્ધાની સાથે ત્રણ વખત કે વધારે વખત દોહરાવીશ.

૧ સ્વાસ્થ્યના ક્ષેત્રમાં પ્રતિજ્ઞા

૨ કારકિર્દીના ક્ષેત્રમાં પ્રતિજ્ઞા

૩ આર્થિક ક્ષેત્રમાં પ્રતિજ્ઞા

૪ પરિવારના ક્ષેત્રમાં પ્રતિજ્ઞા

૫ સામાજિક ક્ષેત્રમાં પ્રતિજ્ઞા

૬ અન્ય પ્રતિજ્ઞા (તમારી ઇચ્છાનુસાર)

PAD

D DREAM CREATION સ્વપ્ન નિર્માણ

> *હું કોઈ પણ વસ્તુના મેળવવા માટે આગળ વધતાં પહેલાં, એને પોતાની વિચારધારામાં પ્રાપ્ત કરી લઉં છું, અને પોતાની બનાવી લઉં છું.*
>
> ✍ *રૉબર્ટ કોલિયર*

સાથીઓ, તમે બ્રહ્માંડની અસીમિત શક્તિ અને ઈશ્વરના સંવાદની શરૂઆત ''પ્રાર્થના''થી કરી. પ્રાર્થના પછી તમે તમારી ઇચ્છાઓને ''પ્રતિજ્ઞાપન''ના રૂપમાં દોહરાવીને મસ્તિષ્કને શક્તિશાળી સંદેશ આપ્યો, જે સંસારની અન્ય જ્ઞાત તેમજ અજ્ઞાત શક્તિઓ સુધી પહોંચ્યો.

હવે વારો છે, પૂરી રીતથી પોતાની ઇચ્છાઓ તેમજ પ્રાર્થનાઓ સાથે જોડવાનો. હવે તમે રચનાત્મક સપના જોવાનું શરૂ કરો છો, જેને આપણે **"DREAM CREATION"** અથવા સ્વપ્ન નિર્માણ કહીએ છીએ.

> *સામાન્ય લોકો અસફળતાથી થવાવાળા નુકસાનોના સપના જુએ છે, પાવર થિંકર સફળતાથી મળવાવાળી સફળતાઓના સપના જુએ છે.*
>
> ✍ *પાવર સૂત્ર - જીવવું હોય તો નિયમ તોડો*

સ્વપ્ન નિર્માણ શું છે

સ્વપ્ન નિર્માણ અથવા ડ્રીમ ક્રિએશન એક શક્તિશાળી રીત છે, જેમાં તમે કલ્પનાઓના માધ્યમથી એ વસ્તુઓને જુઓ છો, જેને તમે મેળવવા ઇચ્છો છો. પોતાના મગજમાં ઊંડે સુધી બેઠેલા નકારાત્મક વિચારોના ફળસ્વરૂપ આપણે હંમેશાં ક્યારેક દુર્ઘટના, બીમારી, નુકસાન, મુશ્કેલીઓ વગેરે વિશે વિચારીએ છીએ, આથી એને આકર્ષિત કરીએ છીએ. આના વિપરીત ''ડ્રીમ ક્રિએશન''માં આપણે આશાવાદિતાને આધાર માનીએ છીએ. તમે તમારી ઇચ્છિત વસ્તુઓને પ્રાપ્ત કરવાનું

લક્ષ્ય બનાવીને શક્તિશાળી માનસિક તસવીરોનું નિર્માણ કરો છો. આ પ્રક્રિયા એ ભવિષ્યના પહેલેથી જોવાની છે, એ ઉપલબ્ધિઓને અનુભવ કરવાની છે, જેને તમે મેળવવા ઈચ્છો છો.

ઉદાહરણ - તમે એક નવી કાર ઈચ્છો છો, તો તમે કલ્પનામાં ખુદને એ કારને ચલાવતા જુઓ છો, રસ્તાઓને જુઓ છો, ખુદને અભિનંદનો મેળવતા જુઓ છો. તમે એ બધું જ જુઓ છો, જે કારના ખરેખર માલિક બનવા પર જોશો. જ્યારે તમે સતત આ કરો છો, તો તમારું અવચેતન મસ્તિષ્ક આવા માધ્યમો સાથે જોડાય છે. એ માધ્યમ આ ઉપલબ્ધિઓને મેળવવાનો રસ્તો બને છે.

સાંભળવામાં કેટલાક લોકોને આ થોડું અવિશ્વસનીય લાગે છે, પરંતુ આ સદીઓ જૂનો સિદ્ધાંત છે. સંસારના શ્રેષ્ઠતમ અને સફળતમ લોકોએ ''ડ્રીમ ક્રિએશન''ની શક્તિને પોતાના જીવનમાં ઉપયોગ કર્યો છે.

મારા જીવનમાં રચનાત્મક ભવિષ્ય ચિત્રણ

ગિનીજ વિશ્વ રેકૉર્ડ

મને હંમેશાં એમ લાગતું હતું કે ફક્ત લીડરશિપ ભણાવવાથી કશું નહીં થાય, ક્યારેક એક મોટું કાર્ય કરીને લીડરશિપને સાબિત પણ કરવી પડશે. સન્ ૨૦૦૪માં એક દિવસે હું સમાચાર પત્ર વાંચી રહ્યો હતો. મુખ્ય પૃષ્ઠ પર એક વ્યક્તિએ ગિનીજ વિશ્વ રેકૉર્ડ વિજેતા બનવાની ખબર છપાઈ હતી. એ જ ક્ષણે મનમાં નક્કી કરી લીધું કે, એક ગિનીજ વિશ્વ રેકૉર્ડ બનાવવો છે.

મેં ગિનીજ વિશ્વ રેકૉર્ડની વેબસાઈટ પર રેકૉર્ડ શોધવાના શરૂ કર્યા, જેને તોડી શકાય. સૌથી વધારે કલાકો સુધી ભાષણ, વાદન, સૌથી વધારે લોકો દ્વારા ટૂથબ્રશિંગ વગેરે અનેક રેકૉર્ડોનો અભ્યાસ કર્યો. પછી ધ્યાન ગયું, સમૂહ ગાનના વિશ્વ રેકૉર્ડ પર. સમૂહ ગાનનો વિશ્વ રેકૉર્ડ કેનાડાના યૂથ મરમન કોઈર ગ્રુપના નામે હતો. મેં નક્કી કર્યું કે આ રેકૉર્ડ તોડવો છે. હવે લીડરશિપનો વારો હતો.

ચોવીસ કલાકમાં અનેક વખત હું સપના જોયા કરતો હતો કે અમને ગિનીજ વિશ્વ રેકૉર્ડ મળી ગયો છે. સમાચાર પત્રોમાં સમાચારો જ સમાચારો અને પ્રશંસા મળી રહી છે અને અમે લોકો ખુશીથી ઝૂમી રહ્યાં છીએ. જાણે કેટલીય વખત મેં મારા સપનાઓમાં ગિનીજનું સર્ટિફિકેટ જોયું હશે. મેં પૂરી તાકાત લગાવીને આ રેકૉર્ડને મેળવવાનો નિર્ણય લીધો.

જો કે આપણાં પ્રદેશમાં પહેલાં આ સ્તરની સફળતા કોઈએ પ્રાપ્ત કરી ન હતી. તેથી લોકોને તૈયાર કરવા પણ દુષ્કર કાર્ય હતું. ધીમે-ધીમે પ્રખ્યાત ગાયકો અને વાદકોની ટીમ બની. અનેક સંસ્થાઓનું સમર્થન મળ્યું. આખરે પાંચ (૫) અને છ (૬) ફેબ્રુઆરી, ૨૦૦૫એ અમારી ટીમે બત્રીસ કલાક, પિસ્તાલીસ મિનિટનું અવિરત ગાયન કરીને ગિનીજ વિશ્વ રેકૉર્ડ પ્રાપ્ત કરીને દુનિયાને ચોંકાવી દીધી. આ વિશ્વ રેકૉર્ડે બેહિસાબ ચર્ચા એક્ઠી કરી. મીડિયાએ આ વિશ્વ રેકૉર્ડની તૈયારીથી લઈને વિજય સુધી દરેક ક્ષણને છાપી અને ટી.વી. ચેનલો પર બતાવવામાં આવ્યું.

ટીમના સાથીઓએ કાર્યક્રમને સફળ બનાવવામાં જીવ-જાન લગાવી દીધી. હું હેરાન રહી ગયો, જ્યારે સેંકડો હાથોની મદદથી સપનાને હકીકતમાં બદલતા જોયું. પ્રદેશના મુખ્યમંત્રી, મંત્રી વિધાયક, મહાપૌર તેમજ સાંસદ એક પછી એક રેકૉર્ડના સાક્ષી બન્યા. કાર્યક્રમ સ્થળ પર ભીડ એટલીવધારે થઈ ગઈ કે પોલિસને મોરચો સંભાળવો પડ્યો.

દરેક કાર્ય એટલું નિર્વિઘ્ન થઈ રહ્યું હતું, જાણે કોઈ અદશ્ય શક્તિ બાધાઓ દૂર કરતી ચાલી રહી હોય. સતત ગાવામાં આવી રહેલાં ભજનોએ એ જગ્યાને પવિત્ર કરી દીધી હતી. એવું લાગી રહ્યું હતું કે, ખુદ દેવતા ત્યાં આવીને વિરાજ્યા છે. બધું જ એવી રીતે થયું, જાણે હું સપનામાં જોયા કરતો હતો. ત્યારે હું જાણતો ન હતો કે અજાણતામાં રાત-દિવસ વિચારીને, તેમજ પ્રાર્થના કરીને હું આખા બ્રહ્માંડ સાથે જોડાઈ રહ્યો છું. કેનાડાના રેકૉર્ડને તોડવાની ક્ષણ આપણી ટીમના છવ્વીસ સાથીઓમાંથી દરેકની આંખોમાં આજે પણ જીવંત છે. આજે જ્યારે હું લોકોને કહું છું કે વિશ્વ રેકૉર્ડ કાર્યક્રમમાં અનેક ઘટનાઓ બિલ્કુલ એવી જ ઘટી હતી, જેવી હું કલ્પનાઓમાં જોયા કરતો હતો તો તેઓ આશ્ચર્યચકિત થઈ જતાં હતા.

અમે આજે પણ વિચારીને ચકિત થઈ જઈએ છીએ કે કેવા લોકો સરળતાથી સાથે જોડાઈ રહ્યાં હતા, કેવા સ્પોન્સર આગ્રહ માની રહ્યાં હતા અને કેમ સરકારી મશીનરી અમારી સાથે લાગેલી રહી હતી. એવું લાગી રહ્યું હતું, જાણે આખું શહેર ગિનીજ રેકૉર્ડ બનાવી રહ્યો હોય. પછી જ્યારે મેં વાચ્યું તો જાણ થઈ કે અજાણતા જ મહીનાઓથી હું જે સપનું જોતો હતો, તે ડ્રીમ ક્રિએશન જ હતું.

સાથીઓ, તમે જે મેળવવા ઈચ્છો છો, એને ચલચિત્રની જેમ દરેક દિવસે અનેક વખત કલ્પનાઓમાં જોવાનું શરૂ કરો. શંકા વગર, પૂર્ણ સમર્પણની સાથે સપનાઓ પર વિશ્વાસ કરો. સપનાઓને સત્ય કરવા માટે કાર્યયોજના બનાવો અને નિકળી પડો. સંસાધનોની ચિંતા ના કરો.

ખાસ વાત એ છે કે પ્રાર્થના, પ્રતિજ્ઞાપન કે સપના જોવામાં તમને કોઈ આર્થઈક ભાર નથી આવતો. આને કરતાં-કરતાં, સાથે મન લગાવીને મહેનત કરો, પૂરી તાકાત લગાવી દો અને પરિણામ ઉપરવાળા પર છોડી દો.

પાવર યોજના

જીવનમાં તમે જે પણ સફળતાઓ મેળવવા ઈચ્છો છો, એને કોઈ ફિલ્મની જેમ પ્રતિદિવસ અનેક વખત જોવાનું શરૂ કરો. એવું જુઓ, જાણે તમે એને પ્રાપ્ત કરી ચૂક્યા છો.

પોતાની ઈચ્છિત વસ્તુઓ કે ઉપલબ્ધિઓની તસ્વીરો પોતાના મોબાઇલ સ્ક્રીન પર, બેડરૂમની દીવાલ પર, તિજોરીના દરવાજાઓમાં, બાથરૂમમાં, તથા સ્ટડી રૂમ વગેરેમાં અનેક સ્થાનો પર લગાવી દો, જેનાથી તે તમને સતત નજરે આવતી રહે.

પ્રિન્ટ મીડિયામાં ડૉ. ઉજ્જવલ પાટની

मलेशिया में डॉ. पाटनी की पुस्तक रिलीज

मोटिवेटर

डॉ. उज्जवल पाटनी 'बेस्ट कारपोरेट ट्रेनर ऑफ द ईयर, इंडिया'

डॉ. उज्जवल पाटनी

FIRST COLUMN

Dr Patni's books now in 12 Indian languages

■ Staff Reporter
RAIPUR, Oct 24

DR. UJJAWAL Patni, a renowned writer, thinker and trainer has made Chhattisgarh

उज्जवल पाटनी की पुस्तक थाइलैंड में रिलीज

Dr.Ujjawal Patni

जीतने के गुर सिखाने वाली कृति पुस्तक मेले में

डॉ. पाटनी ने रामलीला मैदान में भरा था जोश

underlal Sharma Award

उज्जवल पाटनी का नाम पद्मश्री हेतु

આઠ ક્રાંતિકારી અને કડવા અધ્યાય

આ આઠ અધ્યાય ક્રાંતિકારી એથી છે, કેમ કે આ વિચારધારાની સામાજિક સીમાઓને તોડવાની વાત કરે છે. આ કડવા એથી છે કેમ કે આને સામાન્ય લોકો સરળતાથી હજમ નહીં કરી શકે.

મહત્ત્વપૂર્ણ એ છે કે આ સો-ટકા મૌલિક છે, અને આને લખવાનું સાહસ હું કરી શક્યો. જ્યારે બુદ્ધિજીવીઓ અને વિદ્વાનોને મેં આ અધ્યાય પ્રકાશન પહેલાં સલાહ હેતું મોકલ્યા, તો તેઓ આને વાંચીને અસહજ થઈ ગયા. એમનું માનવું હતું કે કેટલીય વાતો સત્ય હોય છે, પરંતુ જરૂરી તો નથી કે એને લખવામાં આવે. દરેક કોઈને અલગ-અલગ અધ્યાયને લઈને આપત્તિ હતી.

તમે આ અધ્યાયો વગર કોઈ પૂર્વાગ્રહ કે પક્ષપાત વગર વાંચો. એક મહાન માણસની જેમ વાંચો કેમ કે આવા વિચારોને સમજવા માટે પણ વિશિષ્ટ વિચારધારા જોઈએ. કોઈ પણ અંતિમ સલાહ પર પહોંચતા પહેલાં સમય લો. આ અધ્યાયોને સ્વીકાર અથવા અસ્વીકાર કરતાં પહેલાં અનેક વખત વિચારો. જિન્દગીને થિયરી નથી, પ્રેક્ટિકલની નજરથી જોશો, તો આ અધ્યાય તમારું જીવન બદલી શકે છે. અસંમત હોવાનો અધિકાર તમારી પાસે સુરક્ષિત છે.

દર મહીને ઈડિયટ દિવસ મનાવો

ટીકાકાર મૂર્દાબાદ, પ્રેરક જિંદાબાદ

રોલ મૉડલ બનાવો

હૉટ ૨૫ યાદી

તમારી એમઆરપી શું છે

જે દેખાશે, તે વેચાશે

આદતોના ગુલામ બનો

આ જિન્દગી તમારી નથી

૩૬

દર મહીને ઈડિયટ દિવસ મનાવો

જરા યાદ કરવાનો પ્રયત્ન કરો : -

- છેલ્લી વખત તમે ક્યારે આખો એક દિવસ, કોઈ યોજના વગર કે પોતાની મરજીથી વિતાવ્યો ?
- છેલ્લી વખતક્યારે તમે એવો દિવસ વિતાવ્યો, જ્યારે તમે તમારી ઈચ્છાથી બિઝનેસ સાથે જોડાયેલા ફોન ના ઉઠાવ્યા, ઈન્ટરનેટ પર બિનજરૂરી સર્ફીંગ ના કરી, અને જોર-જોરથી બરાડીને ન્યૂઝ સંભળાવવાવાળી ચેનલ ના જોઈ ?
- છેલ્લી વખત ક્યારે પોતાની ઈચ્છાથી વરસાદમાં ભિંજાયા, અને રસ્તાના કિનારે ભુટ્ટા ખાધા ?
- છેલ્લી વખત ક્યારે તમે કેલેરીની ચિંતા કર્યા વગર પસંદગીના ભોજનનો આનંદ લીધો.
- છેલ્લી વખત ક્યારે તમે ચર્ચ, મંદિર, મસ્જિદ, ગુરૂદ્વારા કે પોતાના પૂજા સ્થળમાં, કશું માંગ્યા વગર, એમ જ વધારે સમય સુધી બેસી રહ્યાં ?
- છેલ્લી વખત ક્યારે તમે બાળકોની જેમ પતંગ ઉડાવવા છત પર ચઢ્યાં અને રસ્તા પર ક્રિકેટ રમ્યાં ?

☯ છેલ્લી વખત ક્યારે તમે કૉલેજના દિવસોની જેમ એક દિવસમાં બે કે ત્રણ પિક્ચરો જોઈ?

☯ છેલ્લી વખત ક્યારે તમે બાથરૂમમાં ડાન્સ કરતાં-કરતાં બરાડા પાડીને બેસુરા ગીતો ગાયા?

☯ છેલ્લી વખત ક્યારે તમે રસ્તાના કિનારે ઊભે લારીવાળા પાસેથી ગોળગપ્પા ઉડાવ્યા?

☯ છેલ્લી વખત ક્યારે તમે બાળકોની જેમ મન લગાવીને ધીંગામસ્તી અને ધમાચકડી કરી?

☯ છેલ્લી વખત વખત ક્યારે તમે દુનિયાની પરવા કર્યા વગર પોતાની મરજીથી આખો એક દિવસ વિતાવ્યો?

સાથીઓ, સફળતાની આ કતારે જિન્દગીને મશીન બનાવીને રાખી દીધી છે. જિન્દગીની દરેક પળ પળ, લક્ષ્ય, ટાઈમ ટેબલ, યોજના, ડ્રીમ, સફળતા અને અસફળતા જેવા શબ્દોએ કબ્જો કરી લીધો છે. જે સમય આપણે પરિવાર અને બાળકોની સાથે વિતાવીએ છીએ, એમાં પણ મોબાઈલ અને ટીવીનું આધિપત્ય થઈ ગયું છે. તે અતિ વધારે વ્યસ્તતા ઓછી ઉંમરમાં મોટી બીમારીઓનનું આમંત્રણ પત્ર બની ગઈ છે.

લોકો કહે છે, જ્યારે તમે મોટા થાઓ છો, તો તમે બાળકોની જેમ જિન્દગી એન્જોય નથી કરી શકતા. એના ઉલટાં મારું કહેવું છે, જે દિવસે તમે બાળકોની જેમ જિંદગી એન્જોય કરવાનું બંધ કરી દો છો, એ દિવસથી તમે ખૂબ જ મોટા થઈ જાઓ છો.

જે રીતથી નિશ્ચિત વિરામમાં ગાડી સર્વિસિંગ માટે જાય છે. એવી જ રીતે એક નિશ્ચિત વિરામમાં શરીર અને મનની સર્વિસિંગ થવી જોઈએ. જે રીતે ઉદ્યોગોના મેન્ટેનેન્સ હેતુ એમને કેટલાંક દિવસ માટે બંધ કરવામાં આવે છે, એવી જ રીતે શરીર અને મનના મેન્ટેનેન્સ માટે કેટલાક દિવસ કામ બંધ હોવું જોઈએ.

જો કોઈ મોટી ઉંમરનો વ્યક્તિ રસ્તા પર રમતા દેખાય, પતંગ ઉડાડતા દેખાય, ઉધમ-મસ્તી કરતો દેખાય, વરસાદમાં પલળતો દેખાય, બાથરૂમમાં જોર-જોરથી ગાતો દેખાય તો અચાનક અનેક લોકોના મ્હોંથી નિકળી જાય છે. ''કેવા ઈડિયટની જેમ વર્તન કરી રહ્યાં છે'' અથવા ''શું ઈડિયટ માણસ છે''.

પરંતુ જો ઈડિયટપણું જિન્દગીનો ભાગ બની જાય તે કેવું રહેશે. જો દર મહીનામાં એક એવો દિવસ થઈ જાય જે દિવસે કોઈ નિયમ ના હોય, કોઈ યોજના ના હોય, કોઈ બંધન ના હોય, કોઈ ઝિઝક ના હોય. તમે તમારા પસંદગીના કાર્ય કરી શકો, અને તે દિવસે તમારા મનની અંદર બેઠેલા એ બાળકને ફરીથી જગાડી શકો. એક એવો ''ફાલતૂ'' દિવસ જ્યારે મોબાઈલ, ટીવી અને ઇન્ટરનેટથી છૂટાછેડા થઈ જાય અને અસલી જિન્દગીથી પ્રેમ થઈ જાય.

તે એક દિવસ એવો દિવસ હોય, જ્યારે તમે ફક્ત પસંદગીનું કામ કરો. ગીતો ગાઓ, પેઈન્ટિંગ કરો, જમવાનું બનાવો, ડાન્સ કરો, રસ્તા પર રમો, ચટર-પટર વસ્તુઓ ખાઓ. મનપસંદ પિક્ચર જુઓ, એમ જ પાર્ક કરીને એક ખુરશી પર સમય વિતાવી દો અથવા બાથરૂમમાં કલાકો સુધી નહાતા રહો. તમે ચાહે જે પણ કરો પરંતુ તે એવું કામ હોય, જેનાથી તમારું દિલ બાગ-બાગ થઈ જાય. તમે ખૂબ ઠહાકા લગાવીને હસી શકો અને જિન્દગીને આભાર કહી શકો.

સાથિઓ, દરેક દિવસને કામનો દિવસ બનાવીને દબાણોમાં ના રહો. દર મહીને અથવા ૧૫ દિવસમાં પોતાનો બધો તણાવ દૂર કરવા માટે એક દિવસ પોતાની પસંદથી જિન્દગી વિતાવો. પછી ચાહે લોકો એને ''ઈડિયટ ડે'' કહે, તો પણ શું ફરક પડે છે. એક દિવસ પોતાની અંદર છુપાયેલા એ નાના-એવા બાળકને ખુશ કરવા માટે વિતાવો.

જિન્દગીના એક દિવસને ઝનૂનથી, દીવાનગીમાં, નિર્ભય થઈને, ઈડિયટની જેમ જીવવાનું સાહસ ફક્ત એક પાવર થિંકર કરી શકે છે, કેમ કે એની જિન્દગીનું રિમોટ કંટ્રોલ એની પાસે હોય છે.

પાવર સૂત્ર - ડૉ. ઉજ્જવલ પાટની

વર્કશીટ ૧૧ ઈડિયટ વર્કશીટ

એવા ત્રણ કાર્ય પસંદ કરો, જેને કરવા પર તમારું મન ગદગદ્ થઈ જાય. તમે તરોતાજા થઈ જાઓ. તે કાર્ય સામાન્ય પણ હોઈ શકે છે, અને મોટા પણ. શરત ફક્ત એ છે કે તમને મજા આવવી જોઈએ. વિચારો, એ ત્રણ કાર્ય કયા હશે જેના વિશે વિચારીને તમારા હોઠો પર અત્યારથી જ હાસ્ય આવી રહ્યું છે, પેટમાં કશુંક ઉથલ-પુથલ થઈ રહ્યું છે અને માનસિક બેટરી ઝડપથી રિચાર્જ થઈ રહી છે. એવા ત્રણ કાર્યોને નીચે લખી લો.

હવે આ મહીનાની એક તારીખ નક્કી કરી લો. એ દિવસે ના તો તમે વતેલી કાલને યાદ કરશો અને ના તો આવવાવાળી કાલને. ફક્ત એ જ કામ કરજો, જે તમારા દિલને ખૂબ જ ખુશી આપે અને શાંતિ પહોંચાડે.

કાર્ય	તારીખ

કાર્ય	તારીખ

કાર્ય	તારીખ

૩૭

ટીકાકાર મુર્દાબાદ
પ્રેરક જિંદાબાદ

અડધી રાત્રે એક પ્રશંસકની અદ્‌ભુત ટ્વીટ મળી. હું જે પણ લખી રહ્યો હતો, તે છોડીને તરત એ અધ્યાયને લખવા બેસી ગયો. તે ટ્વીટ આ પ્રકારની હતી, **''ટીકાકાર મૌનમાં પણ વ્યાકરણની ભૂલો શોધી શકે છે.''**

પાછલી કૃતિ ''જીત કે હાર-રહો તૈયાર''માં અમે એક પ્રસિદ્ધ જૂના છંદનું શક્તિશાળી રૂપાંતરણ કર્યું હતું. મને અંદરથી એ અનુભવ થઈ રહ્યો હતો કે એને અહીંયા ફરીથી દોહરાવવો જોઈએ. તમે આ જૂની પંક્તિઓ સાંભળી હશે.

નિંદક નિયરે રાખિયે, આંગન કુટી છવાય
બિન પાની, બિન સાબુના, નિર્મલ કરે સુભાય

આ પંક્તિઓનો અર્થ છે કે નિંદકોને પોતાના ઘર આંગણમાં પોતાની નજીક રાખો કેમ કે તેઓ પાણી વગર અને સાબુ વગર તમને નિર્મળ બનાવી દેશે.

હું આ પંક્તિઓ તથા નિંદકોને નજીક રાખવાનો સખત વિરોધી છું તથા આને દૂરથી ગુડબાય કહેવા ઈચ્છું છું. આથી આ પંક્તિઓનું નવું સંસ્કરણ રજૂ કર્યું છે -

પ્રેરક નિયરે રાખિયે, આંગન કુટી છવાય
હૌસલા દે, પ્રેરણા દે, જીત કા રાસ્તા સુઝાય

અર્થાત્, પ્રેરકોને પોતાની નજીક પોતાના ઘર આંગણમાં રાખો કેમ કે તેઓ હિમ્મત આપશે, પ્રેરણા આપશે અને જીતવાનો રસ્તો બતાવશે.

આપણી આસપાસ, આપણાં ઘરમાં, આપણા પરિચિતોમાં, એવા અનેક લોકો છે, જે મોટી-મોટી યોજનાઓ અને સપનાઓની સર્જરી કરવામાં માહેર હોય છે. જો તમે આ ટીકાકારોની વાત સાંભળશો તો તમે જીવનમાં કશું જ પ્રાપ્ત નહીં કરી શકો.

> *ટીકાકારોની પરવા ના કરો, આજ સુધી દુનિયામાં એક પણ ટીકાકારની સન્માન સ્વરૂપ મૂર્તિ નથી લગાવવામાં આવી.*
>
> *✍ જીન સીબેલિયન*

સાથીઓ, હું આપને આગ્રહ કરું છું કે ટીકાકારોની સાથે જીવન ત્યારે વિતાવો, જ્યારે તમારી અંદર જબરદસ્ત ઇચ્છાશક્તિ હોય, અને તમને ટીકાઓ પ્રભાવિત કરતી ના હોય, નહીંતર રિસ્ક ના લો.

શું આ ટીકાકાર ગૂગલ છે

આખરે ટીકાકારોને બધી જ જાણ કેવી રીતે હોય છે ? તેઓ એક ક્ષણમાં કોઈ શોધને ખરાબ કહી દે છે, કોઈ કવિતાને નકલ કહી દે છે, કોઈ અભિનેતાને કાઠ કહી દે છે, કોઈ વિચારને આઉટડેટેડ કહી દે છે, કોઈ ખેલાડીની કારકિર્દી ખતમ થવાની ભવિષ્યવાણી કરી દે છે, કોઈ સપનાને ઊંચી ઉડાન કહી દે છે, કોઈ પ્રશ્નને આધારહીન કહી દે છે. આમને આ નિર્ણય કરવાનો અધિકાર આપે કોણ છે.

''જો આ ટીકાકાર ગૂગલ નથી તો આ બધું જાણ હોવાનું નાટક કેમ કરે છે''.

તમે મહાનાયકોને, સફળ ઉદ્યમીઓને, અભિનેતાઓને, રાજનાતેઓને, શોધોના ઈતિહાસને જુઓ. શરૂઆતમાં બધાનો ખૂબ વધારે લોકોએ અસ્વીકાર કર્યો હતો. જેરાક્સના આઈડિયાને અનેક કંપનીઓએ ફાલતૂ કહીને રિજેક્ટ કરી દીધી હતી, રાષ્ટ્રપતિએ ગ્રાહમ બેલને ટેલિફોનને સમાજ માટે અનુપયોગી બતાવીદીધો હતો, પાબ્લો પિકાસોની પેઈન્ટિંગને ટીકાકારોએ નકારીને કબાડ કહી દીધી હતી. જે.કે. રોલિંગની હૈરી પૉટરને બકવાસ કરાર આપવામાં આવ્યો હતો.

આ સલાહ આવામાં માહેર લોકોએ મહાનતમ વૈજ્ઞાનિકોને પણ છોડ્યાં ન હતા. આમણે ચાર્લ્સ ડાર્વિનના ઓરિજન ઑફ સ્પેશિશ સિદ્ધાંતની ધજ્જિયાં ઉડાવી દીધી. ગૈલિલિયોએ કહ્યું કે પૃથ્વી સૂર્યની પરિક્રમા કરે છે, તો આ લોકોએ બબાલ મચાવી દીધી.

મિત્રો, જ્યારે આ ટીકાકારોએ દુનિયાની દિગ્ગજ હસ્તીઓને નહીં છોડ્યા, તો તમને શું છોડશે. નુક્કડની ભાષામાં કહે છે કે *''જેવાં જ આ નજરે આવે, પાતલી ગલીથી નિકળી જાઓ, એમાં જ ભલાઈ છે''.*

> *મને એ જોઈને અત્યંત અફસોસ થાય છે કે ટીકા કરવી કારકિર્દી બની ગઈ છે, અને એના માટે પગાર પણ આપવામાં આવે છે.*
>
> *✍ પાવર સૂત્ર - ડૉ. ઉજ્જવલ પાટની*

આમણે ચાર્લી ચૈપલિનને પણ નથી બક્ષ્યા

મહાન હાસ્ય કલાકાર ચાર્લી ચૈપલિનને એક વખત ગુપ્ત રૂપથી ''ચાર્લી ચૈપલિન લુક અલાઈક કૉન્ટેસ્ટ'' (ચાર્લી ચૈપલિનની જેમ દેખાવાવાળા અને એક્ટિંગ કરવાવાળા લોકોની સ્પર્ધા)માં ભાગ લીધો. ત્યાં પણ કેટલાક ટીકાકાર આત્માઓ નિર્ણાયકના રૂપમાં હતી. એ સ્પર્ધામાં ગોપનીય રૂપથી અસલી ચાર્લીએ પણ એક્ટિંગ કરી. હરિફાઈ પછી ગજબનો નિર્ણય સંભળાવવામાં આવ્યો. ઓરિજિનલ ચાર્લી ચૈપલિનને ખુદના જેવા દેખાવાવાળા લોકોની સ્પર્ધામાં ત્રીજું સ્થાન મળ્યું. જ્યારે અસલી ચાર્લી ચૈપલિન પણ પોતાની અસલિયત સાબિત કરવામાં આ ટીકાકારોની સામે સફળ ના થઈ શક્યો, તો સામાન્ય લોકોની શું વિસાત છે.

કોની ટીકા સ્વીકારશો

મિત્રો, મૂલ્યાંકન જીવનમાં જરૂરી છે, વિશ્લેષણ જીવનમાં જરૂરી છે, સમીક્ષા જીવનમાં જરૂરી છે, પરંતુ એવા લોકો લેશમાત્ર જરૂરી નથી, જેઓ ફક્ત ટીકા કરવાનું જાણે છે. વ્યક્તિગત રૂપથી એક એવા વ્યક્તિને પસંદ કરો, જે સકારાત્મક ટીકા કરતો હોય, અને એની સાથે પ્રશંસા પણ કરતો હોય. જે દરેક ક્ષેત્રમાં ટી કરવાથી બચતો હોય અને ફક્ત એ વિષયો પર સલાહ આપતો હોય, જેમાં એની વિશેષજ્ઞતા હોય.

એક એવા વ્યક્તિની સમીક્ષા સ્વીકાર કરો, જેના જીવનમાં થોડી ઉપલબ્ધિઓ હોય. એક એવો વ્યક્તિ, જેણે ખુદના જીવનમાં કોઈ મહત્ત્વપૂર્ણ કાર્ય ના કર્યું હોય, એની ટીકાને મહત્ત્વપૂર્ણ માનીને એના પર કાર્ય કરવું બુદ્ધિમાની ભરેલું પગલું કહેવામાં નહીં આવે.

> *ક્યારેક-ક્યારેક ટીકાનું હું સ્વાગત કરું છું, પરંતુ જો તમે દરેક વખત ટીકા કરવા માટે જ મારા ઘરે આવશો, તો માફ કરો, મારા દરવાજા તમારા માટે બંધ છે.*
>
> *✍ પાવર સૂત્ર - જીવવું હોય તો નિયમ તોડો*

યોજનાબદ્ધ ટીકાનો કમાલ

હું કાર્યશાળાઓમાં ભાગ લેનારાઓને હંમેશાં કહું છું કે કોઈ મહિલાની નવી સાડીને ચાર-પાંચ વ્યક્તિ યોજનાબદ્ધ ટીકાથી ખરાબ સાડીમાં બદલી શકે છે. કલ્પના કરો કે એક મહિલા ફંક્શન માટે તૈયાર થઈ છે એ લોકો સલાહ આપી રહ્યાં છે.

પ્રથમ વ્યક્તિ - ભાભી, ફટાફટ કપડાં પહેરીને તૈયાર થઈ જાઓ. ફંક્શન શરૂ થવાનો સમય થઈ રહ્યો છે.

ભાભી - હું તો તૈયાર થઈ ગઈ છું.

પ્રથમ વ્યક્તિ મ્હોં ચડાવતાં-ચડાવતાં - આ જ સાડી ફંક્શનમાં પહેરશો શું ?
(હવે મહિલાના મગજમાં નકારાત્મક ગતિવિધિ શરૂ થઈ ગઈ છે.)

બીજો વ્યક્તિ જે કપડાંને સારો ટેસ્ટ રાખતો હતો - ભાભી, સાડીમાં બિલ્કુલ મજા નથી આવી, આ ડિઝાઇન આઉટ ડેટેડ છે. લાગે છે, તમને દુકાનદારે જૂનો માલ આપી દીધો છે.

ભાભી - શું કહી રહ્યાં છો ભાઈ, આજે પ્રથમ વખત પહેરી છે.

(હવે મહિલા સાડી માટે વધારે નકારાત્મક થઈ ગઈ છે.)

ત્રીજી મહિલા - ભાભી, ખોટું ના લગાડતા, કલર પણ નથી જામી રહ્યો અને ડિઝાઇન પણ અમે લોકો બે વર્ષ પહેલાં પહેરી ચુક્યા છીએ.

હવે ભાભીનો સાડીથી મોહભંગ થઈ ચુક્યો છે અને તે એને ખરીદવા પર પસ્તાઈ રહી છે. હવે કાં તો તે તરત સાડી બદલીને આવશે અથવા મજબૂરીમાં ફક્ત એ દિવસે જ પહેરશે. જો કેટલાક લોકોએ એક યોજનાબદ્ધ લાઈન, પ્રેમથી ખરીદવામાં આવેલી મોંઘી સાડીથી નફરદ પેદા કરી શકે છે, તો વિચારો કે આસપાસ કોઈ ટીકાકાર જીવનભર માટે આવી જાય, તો શું થશે. વિશ્વાસ કરો, ૧૦૦માં ૯૯ લોકોના સપના ફક્ત સપના જ રહી જશે.

એક રિસર્ચમાં મેળવવામાં આવ્યું કે, કોઈ નાજુક છોડને જો રોજ નકારાત્મક શબ્દ કહેશો, તો તે છોડ થોડા દિવસ પછી મરી જશે અથવા એની વૃદ્ધિ અન્ય છોડની તુલનામાં ઓછી થઈ જશે. એના વિપરીત જો કોઈ છોડની પાસે જઈને પ્રેરણા આપશો, પ્રેમથી સ્પર્શ કરશો તો એની વૃદ્ધિ વધારે થશે.

પાવર યોજના

- કોઈની ટીકા કરતાં પહેલાં અનેક વખત વિચાર કરો. જો ટીકા અત્યંત જરૂરી હોય, તો સંતુલિત શબ્દોમાં કરો.
- પોતાના જીવનમાં ટીકાકારોને ન્યૂનતમ મહત્ત્વ આપો.
- સકારાત્મક સમીક્ષા કરવાવાળા લોકો સાથે મેળ-મિલાપ વધારો.

૩૮

પોતાના પરિચયના લોકોને રોલ મૉડલ બનાવો

> *બીજાઓના ખોટા અને સાચા નિર્ણયોથી શીખો, દુનિયામાં કોઈની પણ ઉંમર એટલી લાંબી નથી હોતી કે તે બધું જ ખુદ કરીને શીખી લે.*
>
> *✍ માર્ટિન વાનવી*

હું હંમેશાં લોકોને સેમિનારમાં પૂછું છું કે તમારો રોલ મૉડલ કોણ છે ? શું તમારા જીવનમાં કોઈ એવું છે, જેને જોઈને તમે પ્રેરણા લો છો ? કોઈ એવું છે, જેની નકલ કરવાનો પ્રયત્ન કરો છો અથવા એમના જેવા તમે બનવા ઇચ્છો છો ?

લોકોનો જવાબ હંમેશાં મળતો-જુલતો હોય છે, જેમ કે - મહાત્મા ગાંધી, મધર ટેરેસા, ભગતસિંહ, અટલબિહારી વાજપેયી, રાજીવ ગાંધી, બરાક ઓબામા, નેલ્સન મંડેલા વગેરે.

પર્સનલ ઈફેક્ટિવનેસ વર્કશૉપ (સ્વપ્રભાવકારિતા કાર્યશાળા) લેતાં-લેતાં હું લોકોને પૂછું છું કે, એવી પાંચ કૉર્પોરેટ હસ્તીઓના નામ બતાવો, જેઓએ તમને પ્રભાવિત કર્યા હોય. અહીંયા પણ લગભગ સમાન જવાબ મળે છે, જેમ કે - રતન ટાટા, નારાયણ મૂર્તિ, કુમારમંગલમ બિરલા, બિલ ગેટ્સ, સ્ટીવ જૉબ્સ, ઈન્દિરા નૂઈ, ધીરૂભાઈ અંબાણી, સુનિલ મિત્તલ વગેરે. આમના ઉપરાંત અન્ય નામ લખવાવાળા લોકો અત્યંત ઓછાં હોય છે.

સાથીઓ, સત્ય તો એ છે કે તમે ઉપર લખેલા આ મોટા નામોને દૂરથી જોઈ શકો છો, અથવા એમના વિશે વાંચી શકો છો, પરંતુ એમને મળવાની તક મળવી મુશ્કેલ હશે.

હું પ્રતિભાગીઓથી પૂછું છું કે તમારી આસ-પાસ રહેવાવાળા, તમારા સગા-સંબંધી કે તમારા શહેરથી કોઈ પણ વ્યક્તિ રોલ મૉડલોની યાદીમાં કેમ નથી. દુનિયાના મોટા-મોટા નામો ઉપરાંત તમારા પરિચયમાં પણ એવા લોકો પણ હોય છે, જેનાથી તમે પ્રેરણા લઈ શકો છો, પરંતુ તમારું ધ્યાન એમના પર એથી નથી જતું, કેમ કે તેઓ તમારા પોતાના હોય છે. આસપાસના હોવાના કારણથી તમે એમને રોલ મૉડલ માનવા જેટલા મહત્ત્વપૂર્ણ નથી સમજતા. આ આસપાસના લોકોને રોલ મૉડલ બનાવીને તમે ક્યારેય પણ એમનાથી પ્રેરણા અને માર્ગદર્શન લઈ શકો છો અને ખૂબીઓને નજીકથી જાણી શકો છો.

એ જરૂરી નથી કે એક જ વ્યક્તિ તમારા માટે દરેક ક્ષેત્રમાં રોલ મૉડલ હોય. દરેક વ્યક્તિના વ્યક્તિત્વમાં કેટલીક ખૂબીઓ હોય છે અને કેટલીક બાબતોમાં તે સામાન્ય હોય છે. તમે એની ખૂબીઓ માટે એમને રોલ મૉડલ બનાવી શકો છો અને સાધારણ બાબતોને નજરઅંદાજ કરી શકો છો.

તમારા ખૂબ જ રોલ મૉડલ હોઈ શકે છે. તમારા આંતરરાષ્ટ્રીય તેમજ રાષ્ટ્રીય સ્તર પર પણ રોલ મૉડલ હોઈ શકે છે, અને સ્થાનિક સ્તર પર પણ રોલ મૉડલ હોઈ શકે છે. એ જરૂરી નથી કે તમારા રોલ મૉડલ પ્રસિદ્ધ હોય, ખૂબ જ ધનવાન હોય, અથવા સંપર્કવાન હોય. કોઈ પણ વ્યક્તિ કોઈ ખાસ ગુણને કારણથી તમારો રોલ મૉડલ બની શકે છે.

હું જીવનમાં અનેક એવા લોકોથી પ્રભાવિત છું જેમની અન્ય લોકો નિન્દા કરે છે, અને એવા પણ કેટલાય લોકોથી પ્રભાવિત છું, જેમની દરેક કોઈ પ્રશંસા કરે છે. અહીંયા હું એ યાદીમાં કેટલાક રાષ્ટ્રીય, પ્રાદેશિક અને સ્થાનિક રોલ મૉડલોની ચર્ચા કરીશ, જે વ્યક્તિત્ત્વના કોઈ વિશિષ્ટ વિસ્તારને કારણે પ્રેરણાશ્રોત છે. આ અધ્યાયને વાંચીને ચોક્કસ તમે તમારી આસપાસ રોલ મૉડલ શોધીને એમનાથી પ્રેરણા લેવાનું શરૂ કરશો.

સાહસના રોલ મૉડલ

સાદગી અને સહજતાના રોલ મૉડલ

મહેનતના રોલ મૉડલ

મૃત્યુને થકાવી દેવાવાળા રોલ મૉડલ

બલિદાન તેમજ ત્યાગના રોલ મૉડલ

મિલનસારિતા તેમજ ધૈર્યના રોલ મૉડલ

જમીન સાથે લગાવના રોલ મૉડલ

આર્થિક સફળતા તેમજ પારિવારિક પ્રેમના

રોલ મૉડલ

કોઈનો કોઈ ગુણ તમને પ્રભાવિત કરે તો સ્ટેટસની પરવા કર્યા વગર એ વ્યક્તિની પાસે જઈને એ કહેવાનું સાહસ હોવું જોઈએ કે હું તમારી પાસેથી આ શીખવા ઇચ્છું છું

✍ પાવર સૂત્ર - ડૉ. ઉજ્જવલ પાટની

૧. સાહસના ક્ષેત્રમાં રોલ મૉડલ

ડૉ. પાટની રામલીલી મેદાન, દિલ્હીમાં અન્ના હજારેના મંચથી પ્રેરણા આપતાં નજરે પડે છે.

ડૉ. ઉજ્જવલ પાટની તેમજ ડૉ. કિરણ બેદી એવૉર્ડ ફંક્શનમાં

પ્રખ્યાત લેખિકા ડૉ. કિરણ બેદી અને હું એક વખત કારમાં જઈ રહ્યાં હતા. ચર્ચા દરમિયાન મેં એમને જણાવ્યું કે મને સરકારના શિક્ષા વિભાગના ૬૦૦૦ અધિકારીઓની ટ્રેનિંગની મહત્ત્વાકાંક્ષી જવાબદારી આપવામાં આવી છે. ખૂબ જ મોટી કંપનીઓ આ પ્રૉજેક્ટને મેળવવા ઈચ્છતી હતી પરંતુ અમારા ટ્રેનિંગના પરિણામ કેન્દ્રિત હોવાને કારણે અમારી કંપનીને આ કાર્ય મળ્યું. એમણે મને પૂછ્યું કે ૬૦૦૦ અધિકારીઓને તમે શું શીખવવાના છો ? મેં મારા ટ્રેનિંગ મૉડ્યૂલ વિશે એમને વિસ્તારથી જણાવ્યું. એમણે મને કહ્યું - ઉજ્જવલ, તમે એમને કંઈ પણ શીખવો પરંતુ એમને સાહસ જરૂર શીખવાડજો. એમની અંદર એટલું સાહસ હોવું જોઈએ કે તેઓ ખોટી વ્યવસ્થાઓનો વિરોધ કરી શકે, અને સાચા મુદ્દાના પક્ષમાં પોતાની વાત રાખી શકે.

હું વિચારું છું કે ડૉ. કિરણ બેદીએ પ્રધાનમંત્રીની કારને નો-પાર્કિંગ ઝોનથી ઉઠાવી લેવાની હિમ્મત આખરે કેવી રીતે કરી હશે. હમણાં ૨૬ ઓગષ્ટે નવી દિલ્હીના રામલીલા મેદાનમાં શ્રી અન્ના હજારેજી ના મંચથી મને હજારો લોકોને પ્રેરિત કરવાની તક મળી. મારા પહેલાં ડૉ. કિરણ બેદીનું ભાષણ હતું. જબરદસ્ત સાહસથી કોઈ ભય વગર એમણે ભ્રષ્ટાચાર પર હુમલો કર્યો. તેઓ અંદરથી એક સશક્ત મહિલા છે અને સાહસના ક્ષેત્રમાં મારા પરિચયમાં રૉલ મૉડલોમાંથી એક છે.

કોઈ વિચારકે કહ્યું છે, ભય અનુભવ થાય તો પણ સાચા કામ કરતાં રહો કેમ કે ભયની આગળ જ જીત છે.

૨. સાદગી અને સહજતાના ક્ષેત્રમાં રોલ મૉડલ

ડૉ.પાટની ઈસરોના ચેરમેન શ્રી રાધાકૃષ્ણન તેમજ
ર.વિ.વિ.ના કુલપતિ શ્રી એસ.કે. પાન્ડેની સાથે

જ્યારે પાસે કશું ના હોય, તો સહજતા મજબૂરી હોઈ શકે છે, પરંતુ જ્યારે બધું જ હોય, છતાં પણ સહજતા હોય, તો તે શક્તિ હોય છે.

પાવર સૂત્ર - ડૉ. ઉજ્જવલ પાટની

ઈસરોના ચેરમેન શ્રી રાધાકૃષ્ણનની સાથે રાયપુરમાં અલગ-અલગ વિષયો પર ચર્ચા ચાલી રહી હતી. પં. રવિશંકર વિશ્વ વિદ્યાલયના કુલપતિ શ્રી એસ.કે. પાંડેયની સાથે શ્રી રાધાકૃષ્ણનને પણ હું મારી પુસ્તક ભેટ આપવાનો હતો. પુસ્તક ભેટ કરતી વખતે મને ખૂબ જ સંકોચ થઈ રહ્યો હતો કેમ કે હું પુસ્તકની નવી પ્રતિ લાવવાનું ભૂલી ગયો હતો. તે પુસ્તક થોડી જૂની-એવી લાગી રહી હતી કેમ કે વધારે દિવસોથી તે કારમાં રાખેલી હતી.

મેં સંકોચવશ કહ્યું - માફ કરજો, જૂની પુસ્તક ભેટ કરી રહ્યો છું. એમણે મને કહ્યું - પાટનીજી, પુસ્તક જેટલી જૂની હોય છે, એટલી મૂલ્યવાન હોય છે. એમના જવાબથી અમે લાજવાબ થઈ ગયા. તેઓ યૂનિવર્સિટી ગેસ્ટહાઉસના એક સામાન્ય રૂમમી રોકાયા હતા જ્યારે એમના ઈશારા પર ફાઈવસ્ટાર હોટલ બુક થઈ શકે છે. એમનું કહેવું હતું કે મને લક્ઝરી હોટલોને બદલે એવી જગ્યા પર રોકાવવાનું વધારે સારું લાગે છે. મુખ્ય પદ પર હોવા છતાં પણ એમની અનોખી સહજતા તેમજ સાદગીએ મને પ્રશંસક બનવા માટે પ્રેરિત કર્યો.

મોટા લોકો ક્યારેય મોટા મહેસૂસ નથી કરતાં, નાના લોકો ક્યારેય નાના નથી મહેસુસ કરતાં

✍ ચીની કહેવત

હમણાં તાજેતરમાં જ મધ્ય પ્રદેશના મુખ્યમંત્રી શ્રી શિવરાજ સિંહ ચૌહાણના નિવાસ પર મેં એક આખો દિવસ વિતાવ્યો. મારા ગુરૂ ક્રાંતિકારી રાષ્ટ્રસંત મુનિ શ્રી તરૂણ સાગરજી મહારાજ શ્રી શિવરાજ સિંહના નિમંત્રણ પર એમના ઘેર પધાર્યા હતા અને મને પણ આમંત્રિત કરવામાં આવ્યો હતો. સવારે એક શાનદાર કાર્યક્રમનું આયોજન હતું, જેમાં મુનિ શ્રી તરૂણ સાગરજીના કડવા પ્રવચનના પહેલાં શ્રી શિવરાજજી અને મારું ભાષણ રાખવામાં આવ્યું હતું.

બપોરે ત્રણ વાગી ગયા હતા અને ભૂખ લાગી ગઈ હતી. અમે બહાર જવાની યોજના બનાવી રહ્યાં હતા. જેવા જ મુખ્યમંત્રીની ધર્મપત્ની શ્રીમતી સાધના સિંહને આ જાણ થઈ કે અમે બહાર જમવા જઈ રહ્યા છીએ, એમણે તરત અમને પોતાના ડાઈનિંગ રૂમમાં બોલાવ્યા. વ્યસ્ત કાર્યક્રમની વચ્ચે એક સામાન્ય ગૃહિણીની જેમ એમણે વારં-વાર આગ્રહ કરીને જમાડ્યાં. જ્યાં સુધી જમવાનું પૂરું ના થયું ત્યાં સુધી તેઓ અમને સતત પૂછતી રહી. ત્યાં અનેક સ્ટાફ પણ ઊભા હતા. તેઓ ઈચ્છતી તો સ્ટાફને ઈશારો કરતી અને ત્યાંથી ચાલી જતી. મારા મનમાં પ્રશ્ન ચાલતો રહ્યો કે આખરે શ્રીમતી સાધના સિંહને આટલો આગ્રહ કરવાની શું જરૂર હતી ?

'મન'એ ઉત્તર આપ્યો કે કદાચ સરળતા એમના સ્વભાવની ખૂબી છે. પોતાના આ જ સંસ્કારો તથા નેકીને કારણથી તેઓ લોકપ્રિય છે. ઔપચારિકતા વગર એમણે કહ્યું કે પાટનીજી, તમારી ''સફળ વક્તા સફળ વ્યક્તિ'' આપીને જજો. તે મારી પાસે હતી, પરંતુ કોઈ લઈ ગયું છે.

આવી દરેક અવિસ્મરણીય ઘટના પછી હું ખુદને પૂછું છું, શું શિખર પર પહોંચીને ક્યારેય હું આટલો સાદો રહી શકીશ ? શું મારી અંદર આટલી વિનમ્રતા રહી શકશે? પછી મને લાગે છે, અત્યારે તો ખૂબ જ શ્રેષ્ઠતા આવવાની બાકી છે. તે સાદગી તેમજ સહજતા મારા માટે અનેક રોલ મૉડલોમાં એક છે.

તમારા રોલ મૉડલ તમારી આસપાસ પણ હોઈ શકે છે. મારું ગૃહનગર છત્તીસગઢમાં ભિલાઈ શહેર છે. ત્યાં એક મુખ્ય ઉદ્યોગ સમૂહના માલિકથી મારા સારા સંબંધ છે. ૨૦૦૬માં રાયપુરમાં પ્રભાવી બોલવાની કળા પર મારી એક કાર્યશાળા પ્રારંભ થઈ તો મેં જોયું કે તેઓ પ્રતિભાગીના રૂપમાં સપત્નીક એક સામાન્ય માણસની જેમ ભાગ લઈ રહ્યાં હતા. લગભગ ૮ કલાક તેઓ ત્રીસ અન્ય પ્રતિભાગીઓની સાથે એ વર્કશૉપનો આનંદ લેતાં રહ્યાં. હું એ વિચારીને આશ્ચર્યમાં પડી ગયો કે આટલા મોટા ઉદ્યોગપતિ સામાન્ય પ્રતિભાગીઓની જેમ સામાન્ય રજિસ્ટ્રેશન કરાવીને ભાગ લઈ રહ્યાં છે. એમની એ સહજતાએ મને ચોંકાવી દીધો.

લાંબા સમય પછી હમણાં ૨૦૧૦માં ફરીથી ભારતીય જેસીસની ભિલાઈ શાખા ''પાવર થિંકિંગ'' પર મારો કાર્યક્રમ આયોજિત કરીને મને ''લાઈફટાઈમ એચીવમેન્ટ એવૉર્ડ'' પ્રદાન કરવાવાળી હતી. આટલા વર્ષો પછી ફરીથી એમને કાર્યક્રમની જાણકારીનો એસએમએસ કર્યો અને સાંજે તેઓ સહપરિવાર કાર્યક્રમનો આનંદ લેવા આવી ગયા.

આજે સામાન્ય ઉદ્યોગપતિ પણ એપૉઈન્ટમેન્ટ વગર નથી મળતાં, કાર્યક્રમમાં અતિથિ ના બનાવો તો આવવા નથી ઇચ્છતાં, અને બીજાઓથી જ્ઞાન ગ્રહણ કરવા નથી ઇચ્છતા. આવામાં જો એક પ્રતિષ્ઠિત ઔદ્યોગિક ઘરાનાના પ્રમુખ આટલા સરળ હોય તો પ્રશંસા કરવાનું દિલ કરે છે.

આ સરળતાની પ્રશંસા કરીને મેં એમને પત્ર પણ લખ્યો હતો. મારું માનવું હતું કે જો કોઈના કોઈ ગુણ તમારા દિલને સ્પર્શી જાય, તો એ વ્યક્તિ સુધી પોતાની પ્રશંસા જરૂર પહોંચાડો, આનાથી તે ગુણ વધારે નિખરે છે. સાદગી, સહજતા અને સરળતાના ક્ષેત્રમાં તેઓ મારા પરિચયના રોલ મૉડલોમાંથી એક છે.

> *કેટલાક લોકો સાદગીને નબળાઈના રૂપમાં જુએ છે પરંતુ હું હંમેશાં ઈશ્વરથી પ્રાર્થના કરું છું કે ચાહે હું કેટલો પણ પ્રસિદ્ધ થઈ જાઉં, ચાહે હું કેટલી પણ સફળતાઓ પ્રાપ્ત કરી લઉં પરંતુ મારી અંદર આ લોકો જેવી અદ્ભુત સાદગી જરૂર આપજે.*

૩. મૃત્યુને થકાવવાવાળા રોલ મૉડલ

ગંભીર બીમારીઓ જ્યારે આક્રમણ કરે છે, તો મજબૂત લોકોની ઈચ્છાશક્તિ પણ તૂટી જાય છે. કેન્સર વગેરેના નામથી જ લોકોના રૂંવાટાં ઊભા થઈ જાય છે. આવામાં કોઈ વ્યક્તિ છાતી તાણીને બીમારીને રોજ ડરાવતો, રહે તો એને સૈલ્યૂટ કરવી જ પડે.

વિપરીત પરિસ્થિતિઓને હરાવવાવાળી જોડી છે, શ્રી ગોપાલ ખંડેલવાલ અને સ્વ. રાધા ખંડેલવાલ. રાધા ખંડેલવાલ ગજબની સાહસી, વ્યવહાર કુશળ તેમજ જીવનનો આનંદ લેવાવાળી અદ્‌ભુત મહિલા હતી.

એમને વક્ષ (છાતી)નું કેન્સર થયું હતું. સર્જરી કરાવ્યા પછી થોડાં વર્ષ પછી શરીરના અન્ય અંગોમાં ફરીથી કેન્સર ફેલાઈ ગયું. અનેક વખત ડૉક્ટરોએ કહ્યું કે, એમનો અંતિમ સમય આવી ગયો છે પરંતુ દરેક વખતે તેઓ પરિસ્થિતિને હરાવીને થોડાં વર્ષ કાઢી દેતી હતી અને ડૉક્ટર હતપ્રભ રહી જતાં હતા. આમાં એમની ઈચ્છાશક્તિની સાથે એમના પતિ ગોપાલ ખંડેલવાલના ઝનૂની જબરદસ્ત ભૂમિકા હતી.

જ્યારે પણ તેઓ કેન્સરની ચિકિત્સા માટે મુંબઈ જતી હતી તો ગોપાલજી ખૂબ વધારે મિત્રો અને સગા-સંબંધીઓની ફોજ સાથે લઈને જતાં હતા. રસ્તા ભર ટ્રેન યાત્રામાં ખાતા-પીતા, મોજ કરતાં, હસી-મજાકની વચ્ચે રાધાજીને એ તણાવથી દૂર રાખતા હતા. જ્યારે ઑપરેશન માટે તેઓ થિયેટરમાં જતી તો ત્યાં કોઈ દુઃખ કે ચિંતાનું વાતાવરણ નહીં, પરંતુ મજાકનું વાતાવરણ થતું હતું. એવું લાગતું હતું કે, જાણે મૃત્યુની મજાક ઉડાવવામાં આવી રહી હોય. કેટલીય વખત તો તે નવવધૂની જેમ સજીને થિયેટરમાં ગઈ હતી, જેથી જો ઑપરેશન થિયેટરમાં કંઈક થઈ જાય, તો ઉપર જઈને તે સુંદર દેખાય.

કેન્સરની ચિકિત્સા દરમિયાન જ્યારે માથાના વાળ ઉતરવા લાગ્યા તો ચિકિત્સકોએ ગોપાલજીને જણાવ્યું કે બધા વાળ ઉતરી જવાની શક્યતા છે. એમણે મનમાં વિચાર કર્યો કે મહિલાઓને પોતાના વાળોથી અત્યંત પ્રેમ હોય છે. આથી રોજ વાળ ખરશે

અને તે રોજ તિલ-તિલ તડપશે. એક સાહસિક નિર્ણય લઈને એમણે પોતાની પત્નીનું મુંડન કરાવી દીધું. તરત એમને મુંબઈ લઈને ગયા અને એક શાનદાર નવી વિગ લગાવી દીધી. આ એક સચોટ નિર્ણય રહ્યો કેમ કે એક-બે દિવસ સુધી તે દુઃખી રહી પરંતુ એના પછી એમને પોતાની નવી વિગ સારી લાગવા લાગી. શું કોઈ સામાન્ય વ્યક્તિ આવું કરવાનું સ્વપ્ન પણ જોઈ શકે છે ?

તમે કલ્પના પણ નહીં કરી શકતા કે રાધાજીના શરીરના કેટલા અંગોને કેન્સરે જકડી રાખ્યા હતા. વક્ષ કેન્સર, બોન કેન્સર અને બ્લડ કેન્સરથી પીડિત હોવા છતાં જો તમે હસતાં-હસતાં કૈલાશ માનસરોવરની યાત્રા કરી લો તો એ એક ચમત્કાર જ માનવામાં આવશે. જે દુર્ગમ યાત્રામાં જવાથી મોટાભાગે સ્વસ્થ માણસ પણ ગભરાય છે, ત્યાં ગોપાલ ખંડેલવાલ પોતાની પત્નીને આટલી બીમારીની સાથે લઈ ગયા. ડૉક્ટરોએ આને આત્મઘાતી પગલું જણાવ્યું. ઉપરવાળાના આશીર્વાદથી જુઓ કે કોઈ પરેશાની વગર તેઓ યાત્રા કરીને પાછી આવી.

અત્યારે હાલમાં જ શ્રીમતી રાધા ખંડેલવાલનું નિધન થયું. આજે એક નાની-એવી બીમારીમાં બીમાર પણ હિમ્મત હારી જાય છે અને પરિવારવાળા પણ, પરંતુ આ યુગલ પ્રેમ તેમજ ઇચ્છાશક્તિના દમ પર ડૉક્ટરોની ભવિષ્યવાણીને જૂઠ્ઠી કરતાં રહ્યાં અને મૃત્યુથી વર્ષો સુધી લુકાછુપીની રમત રમતાં રહ્યાં. જો એમ કહેવામાં આવે કે એમની જીવટતાએ મૃત્યુને પણ થકાવી દીધું તો અતિશયોક્તિ નહીં હોય.

ગોપાલ અને રાધાની વાર્તામાં એવા હજાર કિસ્સા છે, જે તમને ઝંઝોળીને રાખી દેશે. મેં આ જોડાને નજીકથી જોયા છે અને હું આમના પર પુસ્તક લખવાની યોજના બનાવી રહ્યો છું. આ વાર્તા દુનિયાના કરોડો બીમારોને પ્રેરણા આપશે અને તેઓ મનની તાકાતથી બીમારી પર વિજય મેળવશે. વિપરીત પરિસ્થિતિઓ સાથે ઝઝૂમવા માટે ગોપાલજી અને સ્વ. રાધા ખંડેલવાલ મારા રોલ મૉડલ છે.

૪. બલિદાન તેમજ ત્યાગ માટે રોલ મૉડલ

અમારી ફોઈની પાંચ પુત્રીઓ હતી અને એક પણ પુત્ર ન હતો. અમારી ફોઈની મોટી પુત્રીના એક ચિકિત્સક સાથે લગ્ન થયા. બહેનની પ્રથમ સંતાનને એક પુત્રી થઈ અને બીજી સંતાનના રૂપમાં પુત્ર થયો. માતા-પિતાનું દર્દ પુત્રીઓથી વધારે કોણ જાણે છે. બહેન માતા-પિતાની જિન્દગીમાં પુત્રીઓના વિદાય થઈ જવાથી આવી રહેલા એકલાપણાને સમજી રહી હતી. એમણે એવો નિર્ણય કર્યો, જે સામાન્ય માણસ ક્યારેય પણ નથી લઈ શકતો. તે પોતાના માતા-પિતાના ઘેર આવીને પોતાના એકમાત્ર પુત્રને છોડી આવી.

ભારતમાં બધાને પુત્રની ઇચ્છા હોય છે. આવામાં પ્રથમ પુત્રને બીજી જગ્યાએ છોડી આવવામાં કેટલું સાહસ લાગ્યું હશે, એ તો તે જ જાણે છે. એના પતિના વ્યક્તિત્વની વિશાળતાને પણ સ્વીકાર કરવી પડશે, જેઓએ આ મુશ્કેલ નિર્ણયનું સમર્થન કર્યું. બંને સંતાન માટે અંતરથી રોતાં હતા પરંતુ ક્યારેય પોતાનો નિર્ણય પલટાવવા વિશે વિચાર્યું નહીં.

થોડાં વર્ષો પછી ઉપરવાળાએ ફરી એમને એક પુત્ર આપ્યો, જે હવે એમબીબીએસ કરી ચુક્યો છે. મેં એક વખત પૂછ્યું કે તમે લોકોએ આટલી મોટી હિમ્મત કેવી રીતે કરી? એમનો જવાબ હતો કે - બસ કરી દીધી, એ વિચાર્યું કે જે ભાગ્યમાં હશે, જોયું જવાશે. થોડાં વર્ષ પહેલાં જીજાજી પોતાના પુત્રને મળ્યા અને એને બધી વાતો બતાવી. કશું છુપાવ્યું નહીં, કોઈ મલિનતા નહીં, બસ સ્પષ્ટ મનથી કહી દીધું. આજે તે ખુશ છે. બધાના જીવનને ઉપરવાળાએ બેલેન્સ કરી દીધું છે.

મારા મનમાં આજે પણ એ વિચાર ઊઠે છે કે પ્રથમ સંતાનને અન્ય લોકોને આપવાનો (ભલે જ તે પરિવારના સભ્ય જ કેમ ના હોય) સાહસ શું ક્યારેય હું કરી શકીશ?, શું આટલું મોટું બલિદાન હું આપી શકીશ? શું પોતાની ખુશીની કુરબાની આપી શકીશ? મારું મન મને નિષ્પક્ષ થઈને જવાબ આપે છે કે, આટલી શ્રેષ્ઠતાની ભાવના આવવામાં કેટલાય જન્મ પણ લાગી શકે છે. ત્યાગ તેમજ બલિદાનના ક્ષેત્રમાં તેઓ મારા પરિચયના રોલ મૉડલોમાંથી એક છે.

૫. મહેનતના રોલ મૉડલ

જો તમારો કોઈ રોલ મૉડલ નથી, તો એના બે કારણ હોઈ શકે છે, કાં તો તમારો ઈગો ખૂબ મોટો છે, અથવા તમારી અંદર શીખવાની ક્ષમતાનો અભાવ છે.

✍ પાવર સૂત્ર - જીવવું હોય તો નિયમ તોડો

છ.ગ.ના એક પ્રતિષ્ઠિત ઔદ્યોગિક ઘરાનાના ચેરમેનની દિનચર્યા જોઈને હું આશ્ચર્યચકિત થઈ જઉં છું. આજે એમની ઉંમર સીત્તેર વર્ષથી વધારે છે. પગથી સીધા ઊભા થવામાં એમને પરેશાની થાય છે, કેમ કે એમને માંસપેશીઓની તકલીફ છે, પરંતુ આજે પણ એમની કર્મઠતા પ્રશંસાને પાત્ર છે. તેઓ સવારે નવ વાગ્યે કામ પર નિકળે છે અને રાત્રે આઠ વાગ્યે પાછા ફરે છે.

એમને અનેક વખત હાર્ટ એટેક આવી ચુક્યો છે, પરંતુ દરેક વખત તેઓ બીમારીને હરાવીને બે-ચાર દિવસમાં ફુલ સ્પીડ પર કામ પર લાગી જાય છે. થોડાં મહીના પહેલાં એમને ફરી હાર્ટ એટેક આવ્યો, એમને બે દિવસ આઈસીયૂમાં રહેવું પડ્યું પરંતુ ફરીથી તેઓ ત્રણ દિવસ પછી ફેક્ટરીએ પહોંચી ગયા.

આજના આપણાં યુવાનો જાહેરાતોથી પ્રેરિત થઈને ત્રીસ વર્ષની ઉંમરમાં રિટાયરમેન્ટ પ્લાનિંગ શરૂ કરે છે, અઠવાડિયામાં બે દિવસોનો વિકેન્ડ રાખે છે, અને લેટનાઈટ પાર્ટી કરીને લેટ મૉર્નિંગ દિવસની શરૂઆત કરે છે. આવામાં આ સીત્તેર વર્ષના જવાનોને હું જોઉં છું, તો આંળસનો વિચાર લાવવામાં પણ હીનતા અનુભવાય છે.

આવા જ એક રોલ મૉડલ છે, ભિલાઈના એક ઉદ્યોગપતિ, જેમની ઉંમર લગભગ પાંસઠ વર્ષની આસપાસ છે. એમના પરિવાર સાથે મારું હૃદયપૂર્વકનું જોડાણ છે. અત્યારે તાજેતરમાં જ એમણે પોતાના બિઝનેસના વિસ્તાર હેતુ એક સાહસિક નિર્ણય લીધો. એમને લાગ્યું કે એમના બિઝનેસના વિસ્તાર માટે દુબઈ એક સારી જગ્યા હોઈ શકે છે. એમણે દુબઈના એનઆરઆઈ સ્ટેટસ પ્રાપ્ત કરવાનો નિર્ણય કરી લીધો. દુબઈની નાગરિકતા પ્રાપ્ત કરવા માટે તમારે દર વર્ષે ૧૮૧ દિવસ દુબઈમાં

રહેવું પડે છે.

બધાં ચોંકી ગયા. જ્યારે નોકરોનો કાફલો, બિઝનેસનું દબાણ, મિત્ર મંડળી, એશો આરામના તમામ સાધન છોડીને તેઓ પોતાની પત્નીની સાથે દર મહીને ૧૫ દિવસ દુબઈમાં રહેવા જવા લાગ્યા. આ જીવનની પુનઃ શરૂઆત હતી કેમ કે જમવાનું બનાવવાથી લઈને ઘરના બીજા બધા કામ ખુદ કરવા પડતા હતા. એમની એક વખત બાયપાસ સર્જરી પણ થઈ ચુકી છે. એના પછી પણ જીવનના આ પડાવ પર એવી મહેનત કરવી દરેક કોઈના વશની વાત નથી. એમની પત્ની પણ એક અદ્‌ભુત જીવન સંગિનીની જેમ દરેક પળે જબરદસ્ત સાથ નિભાવે છે. આજે એમણે એનઆરઆઈ સ્ટેટસ પ્રાપ્ત કરી લીધું છે.

બની શકે છે કે કેટલાક લોકોએ આ ઉંમરમાં આવા નિર્ણયની ટીકા કરી હોય, અને કેટલાકે પ્રશંસા, પરંતુ એ વાતથી કોઈ ફરક નથી પડતો. આ કર્મઠતાને કારણથી તેઓ મહેનતના ક્ષેત્રમાં મારા પરિચયના રોલ મૉડલોમાંથી એક છે.

હું પણ આ પુસ્તક લખવા માટે રજાઓ લેવાનો નિર્ણય નથી લઈ શકતો. મારી ઈચ્છા હતી કે બાકી કામ પણ ચાલતું રહે, અને પુસ્તક પણ લખી લઉં. આ કારણથી આ પુસ્તક આવવામાં ખૂબ જ મોડું થયું. આ રોલ મૉડલોને જોઈને મને પોતાની હિચક પર અફસોસ થયો. મને લાગ્યું કે જ્યારે આ લોકો રિટાયરમેન્ટની ઉંમરમાં જીવનને અદ્‌ભુત મહેનતથી નવી દિશાઓ આપી શકે છે, તો અમારા જેવા યુવાનોને હિચકાતા પહેલાં, હજાર વખત વિચારવું જોઈએ.

> *સામાન્ય માણસ પોતાના અનુભવોથી શીખે છે, બુદ્ધિશાળી વ્યક્તિ બીજાઓના અનુભવથી શીખે છે.*
>
> *✍ ડૉ. જોસેફ કોલિન્સ*

૬. મિલનસારિતા તેમજ ધૈર્યના રોલ મૉડલ

છ.ગ.ના એક વરિષ્ઠ મંત્રી અત્યંત શક્તિશાળી અને લોકપ્રિય છે. તેઓ અવિભાજિત મધ્ય પ્રદેશમાં પણ મંત્રી હતા. એમના બંગલામાં દરરોજ ઓછામાં ઓછાં ૫૦૦-૧૦૦૦ લોકો મળવા આવે છે. તેઓ દર સવારે જ્યારે બંગલાથી નિકળે છે, તો બધા આગંતુકોને મળે છે, અને જ્યારે પાછા ફરે છે, ત્યારે ફરીથી બધા આગંતુકોને મળે છે.

દર રોજ, દરેક કોઈને, એટલા જ પ્રેમથી મળે છે, હસે છે, ફટાફટ સમાધાન કરે છે અને ચહેરા પર લેશમાત્ર પણ થાક નથી નજરે પડતો. બધાની વાત અદ્ભુત ધૈર્યથી સાંભળે છે, બધાના આવેદનો પર નોંધ લખે છે અને રાત્રે બાર-એક વાગ્યા સુધી લોકોના માટે આ તેઓ ઉપલબ્ધ રહે છે. ધાર્મિક વિભાગ પણ આમની જ પાસે હોવાને કારણે દર રોજ ખૂબ વધારે સાધુ-સંત પણ ત્યાં નજરે આવે છે. લગ્નોની સીઝનમાં વ્યક્તિગત વ્યસ્તતા છતાં સામાન્ય કે ખાસનો ભેદ કર્યા વગર મોટાભાગની જગ્યાએ આશીર્વાદ આપવા પહોંચે છે. ક્યારેક-ક્યારેક તો એક દિવસમાં આઠ-દસ લગ્નોમાં જાય છે, ભલે જ છેલ્લા વ્યક્તિને ત્યાં પહોંચતા-પહોંચતા રાતના બે વાગી જાય.

હું જ્યારે પણ એમની પાસે બેસું છું, એમના અસાધારણ પૉઝિટિવ વાઈબ્રેશનને અનુભવ કરું છું અને વિચારવા પર મજબૂર થઈ જાઉ છું કે આખરે એક વ્યક્તિ પ્રતિદિવસ આટલા લોકોને આટલા ધૈર્યથી કેવી રીતે સાંભળી શકે છે ? આખરે કોઈ દર રોજ હજાર-પાંચસો લોકો સાથે હસીને, સાથે મળીને એમના નામ કેવી રીતે યાદ રાખી શકે છે ? આખરે કોઈ દરેક કોઈની મદદ કરવાની ઇચ્છા કેવી રીતે રાખી શકે છે ?

એક નબળો વ્યક્તિ મિલનસાર હોય તો તે એની જરૂર હોય છે, પરંતુ એક શક્તિશાળી વ્યક્તિ ધૈર્યવાન તથા મિલનસાર પણ હોય, એ સમીકરણ જરા ઓછા જોવામાં આવે છે. કદાચ આ જ એમના આટલા વખત અવિજિત રહેવાનું રહસ્ય છે. ધૈર્ય અને મિલનસારિતા હેતુ તેઓ મારા રોલ મૉડલ છે.

૭. આર્થિક સફળતા તેમજ પારિવારિક પ્રેમના ક્ષેત્રમાં રોલ મૉડલ

મારા એક પ્રિય મિત્રનો પરિવાર પણ એક જબરદસ્ત સક્સેસ સ્ટોરી છે. એમના પિતા ત્રણ ભાઈ છે. અમારા શહેરમાં લોકોએ પ્રત્યક્ષ જોયું છે કે એમની માતાજી દુર્ગના રેલવે સ્ટેશન પર એક દુકાન લગાવ્યા કરતી હતી.

ત્રણેય ભાઈઓએ અથાગ મહેનત કરી અને રેલવે કેટરિંગ તેમજ હોટલ ઉદ્યોગમાં શાનદાર સફળતા પ્રાપ્ત કરી. આજે દિલ્હી, મુંબઈ, નાગપુરમાં, પુણામાં, બેંગ્લોરમાં અને અનેક શહેરોમાં એમની હોટલ છે. ખાસ વાત એ રહી કે એમની પ્રગતિમાં તેઓ પોતાના મૂળને નથી ભૂલ્યાં. એમણે એનેક સગા-સંબંધીઓ, પરિચિતો અને અન્ય લોકો માટે રોજગારનું સર્જન કર્યું. એમની પ્રગતિથી સેંકડો અન્ય લોકો લાભાન્વિત થયા. એક પેઢીમાં તમે ધન પણ કમાઈ લો, અને એનો ઉપભોગ પણ કરી લો, એ તક ભાગ્યશાળી લોકોને મળે છે.

એક વખત મારા સેમિનારમાં મોટા અને વચલા ભાઈ ભાગ લઈ રહ્યાં હતા. જ્યારે મેં બધા પ્રતિભાગીઓનું ડ્રીમ પૂછી રહ્યો હતો તો મોટાભાઈએ કહ્યું - હું ઈશ્વરને પ્રાર્થના કરું છું કે મારો પરિવાર ક્યારેય ન વિખેરાય અને હંમેશાં પ્રેમમથી એક સાથે રહે.

એના પછી વચલા ભાઈને પૂછ્યું તો એમણે કહ્યું - હું ઈચ્છું છું કે મારા મોટા ભાઈનો આશીર્વાદ હંમેશાં મારા ઉપર બનેલો રહે, અને હંમેશાં તેઓ મારા મોટાભાઈના રૂપમાં મળે.

હવે જે પરિવારના સભ્યોમાં આટલો પ્રેમ હોય કે એમના સપના પણ એક જેવા થઈ જાય, તો એ પરિવારની પ્રગતિને કોણ રોકી શકે છે.

હું આ વાર્તાને એથી પણ નજીકથી જાણું છું કેમ કે બાળપણમાં જ્યારે હું એમના નાના એવા ઘરમાં જતો હતો તો મને ત્યાં એક ફિયાટ કાર નજરે આવતી હતી. આજે ત્યાં વિશાળ બંગલો છે અને વિદેશી કારો નજરે આવે છે. આ અસાધારણ

પરિવર્તનનો હું ખુદ સાક્ષી છું. આ સફળતા કોઈ શૉર્ટકટથી અર્જિત નથી કરવામાં આવી. આ સંપન્નતા ધીમે-ધીમે, અથાગ મહેનતથી આવી હતી. આર્થિક સફળતા અને પરિવારના સામંજસ્યના ક્ષેત્રમાં તેઓ મારી આસપાસના રોલ મૉડલોમાંથી એક છે.

આ મારી પ્રથમ એવી કૃતિ છે, જેમાં મેં પોતાની આસપાસના લોકોને આની વાત કરી. સત્ય કહું તો આ અધ્યાયને લખવામાં મને અત્યંત આનંદ આવ્યો. લખતાં-લખતાં પણ અંદરથી આંદોલિત થતો રહ્યો હતો.

મારી જિન્દગીમાં એવા ૧૦૦થી વધારે સુપરસ્ટાર છે અને જ્યારે પણ એમના વિશે વિચારું છું, એમની મહેતન, એમની ક્ષમતાઓ, એમની સફળતાઓ મારામાં નવો જોશ ભરી દે છે. આ અધ્યાયને હું અહીં વિરામ આપું છું, કેમ કે હું ખૂબ જ ઉલઝનમાં છું, કોની વાત કરું અને કોને છોડું.

ખૂબજ લોકોના નામ મેં અહીંયા નથી લખ્યા, કેમ કે એ બધાથી મેં પૂર્વ પરવાનગી નથી લીધી. મારા લખવાનો ધ્યેય એ જ છે કે લોકો પોતાના જીવનમાં રોલ મૉડલ બનાવે. પોતાની આસપાસના લોકોથી પણ પ્રેરણા લો. મને પૂરો વિશ્વાસ છે કે ખૂબીઓ અને ઉપલબ્ધિઓથી ભરેલો આ અધ્યાય લાખો વાચકોને પ્રેરણા આપશે.

ખૂબ વધારે અન્ય રોલ મૉડલોની સીમિત જગ્યા હોવાને કારણે વાત નથી કરી શક્યો પરંતુ તેઓ મારા દિલમાં હૃદયપૂર્વક વસેલા છે. કેટલાક નજીકના સિનેમા હસ્તીઓ તેમજ રાજનૈતિક સૂરમાઓની વાત મેં નથી કરી, કેમ કે મને લાગ્યું કે, કદાચ તેઓ પોતાની અંગત જિન્દગીને સાર્વજનિક કરવા નહીં ઇચ્છે. ભવિષ્યમાં એમની પરવાનગી લઈને સ્થાન આપીશ.

સારાંશ એ છે કે અલગ-અલગ ક્ષેત્રોમાં પોતાની આસપસાના લોકોને રોલ મૉડલ બનાવો, એમનાથી પ્રેરણા લો, એમનું અનુસરણ કરો, એમનાથી માર્ગદર્શન લો અને જિન્દગીને સંપૂર્ણતાની તરફ વધારો.

આગલા પૃષ્ઠ પર રોલમૉડલ વર્કશીટ આપવામાં આવી છે, એને પૂરી પ્રામાણિકતાથી તેમજ ગંભીરતાથી ભરો.

વર્કશીટ ૧ ૨ રોલ મૉડલ વર્કશીટ

પોતાની જિન્દગીને ધ્યાનથી જુઓ અને પોતાની આસપાસના લોકોમાંથી નિમ્ન શ્રેણીઓમાં રોલ મૉડલ શોધો -

આર્થિક સફળતા	મહેનત તેમજ અનુશાસન
૧ ૨	૧ ૨

ત્યાગ / બલિદાન	મિલનસારિતા
૧ ૨	૧ ૨

સાદગી તેમજ સહજતા	પ્રભાવશાળી વ્યક્તિત્વ
૧ ૨	૧ ૨

પારિવારિક સામંજસ્ય	અન્ય શ્રેણી
૧ ૨	૧ ૨

૩૯

હૉટ ૨૫ લિસ્ટ

''હૉટ ૨૫ લિસ્ટ'' તેમજ ''રોલ મૉડલ''વાળા અધ્યાયોને સામેલ કરું કે ના કરું, આ દુવિધાને દૂર કરવા હેતુ સલાહ લેવા માટે આ અધ્યાયોને મેં ખાસ સાથીઓને મોકલ્યા. વાંચ્યા પછી દક્ષિણ આફ્રિકાના એક વિદ્વાન મિત્રએ મને જવાબ આપ્યો - (ગુજરાતી અનુવાદ) - ''જો તમને લાગે છે કે પાવર થિંકિંગને જીવનમાં આત્મસાત કરવા માટે આ બંને અધ્યાયોની જરૂર છે, તો તમારે કોઈની પરવા કર્યા વગર એને સામેલ કરવા જોઈએ. તમે લેખક છો અને આ અધ્યાય તમારા મૌલિક વિચાર છે. બીજાઓને સ્વીકાર કરવા છે કે નહીં, એ એમના પર છોડી દો, એમની ચિંતા તમે શા માટે કરી રહ્યાં છો''.

એક ભારતીય કંપનીના ચેરમેન મારાથી અત્યંત સ્નેહ રાખતા હતા, એમણે જવાબ આપ્યો - ઉજ્જવલજી, તમારી પુસ્તકો લોકો એથી પસંદ કરે છે કેમ કે તમે સાચે-સાચું લખો છો. તમારી એક વિશિષ્ટ શૈલી છે, જે સીમાઓમાં વિશ્વાસ નથી રાખતી. હું પણ તમારી અનેક વાતોને તરત પચાવી નથી શકતો, પરંતુ છતાં પણ મને તમારી પુસ્તકો પસંદ આવે છે. તમે પોતાની ઓરિજિનલિટીને અન્ય લોકો સાથે સલાહ-સૂચન કરીને પ્રભાવિત ના કરો. આ અધ્યાય સોના જેવો સાચો છે, પંરતુ આને સ્વીકાર કરવા માટે સાહસ જોઈએ. તમે આમને જરૂર સામેલ કરો. એવા પત્રોના આધાર પર મેં આ અધ્યાયોને સામેલ કરવાનો નિર્ણય લીધો.

હૉટ ૨૫ લિસ્ટ શું છે

> *એ મહત્ત્વપૂર્ણ નથી કે દુનિયામાં તમે ફક્ત એક વસ્તુને ઊંડાણતા સુધી જાણો, પરંતુ એ જરૂરી છે કે તમે એવા લોકોને જાણો જે ઊંડાણતા સુધી જાણતા હોય.*
>
> *✍ પાવર સૂત્ર - ડૉ. ઉજ્જવલ પાટની*

હૉટ ૨૫ લિસ્ટ (યાદી)નો અર્થ છે કે એવા લોકો સાથે સંબંધ વિકસિત કરવો જે વ્યક્તિગત, કાર્યક્ષેત્ર, સામાજિક, આર્થિક વગેરે ક્ષેત્રોમાં આપણી મદદ કરી શકે. જો આપણે દરેક અઠવાડિયે કેટલાક કલાક એવા લોકો સાથે સંબંધ બનાવવામાં લગાવીએ, જેઓ અલગ-અલગ ક્ષેત્રોના કાબેલ છે, તો આપણા જીવનને અદ્ભુત માર્ગદર્શન તેમજ મદદ મળી શકે છે.

અનેક કામ એવા હોય છે, જે પૈસા પણ નથી કરાવી શકતા પરંતુ સંબંધ કરાવી દે છે. તમારા આ ખાસ લોકો તમને અડધી રાત્રે પણ કામ આવી શકે છે. દેશના કોઈ પણ ભાગમાં મદદની જરૂર હોય, કોઈને કોઈનો સંબંધ નિકળી જ આવે છે. સંપર્ક, ધન, જ્ઞાન, માર્ગદર્શન વગેરે કોઈ પણ જરૂરિયાત હેતુ આ માનવ બેંક તમારા કામ આવી શકે છે.

જો આપણે અલગ-અલગ ક્ષેત્રોના ટોચના લોકોને પસંદ કરીએ, એમને મળવાની કડીઓ જોડીએ, અને એમનાથી પ્રગાઢતા વિકસિત કરીએ, તો તેઓ આપણા જીવનના માર્ગદર્શક તેમજ સંકટ મોચક સાબિત થઈ શકે છે. પાવર થિંકિંગ કહે છે કે જ્યારે તરસ લાગે, એ જ સમયે ખાડો ખોદવો મૂર્ખતા છે, પાણીની વ્યવસ્થઆ પહેલેથી જ હોવી જોઈએ. આથી જીવનમાં મુશ્કેલ ક્ષણોમાં મદદ માટે હાંફળા-ફાંફળા થવાને બદલે પહેલેથી જ માથઆ પરકેટલાક લોકોનો હાથ હોવો જોઈએ. આ યાદીને મેં ''હૉટ ૨૫ લિસ્ટ''નું નામ આપ્યું છે. તમે ઈચ્છો તો જરૂરિયાત અનુસાર આ સંખ્યાને વધારી શકો છો.

કેટલાક લોકોનું કહેવું છે કે મિત્રતા આપમેળે થાય છે. એના માટે યાદી બનાવવાની શું જરૂર છે. પાવર થિંકિંગ કહે છે કે જે મિત્રતા આપમેળે થાય છે, એને થવા દો,

પરંતુ જીવનના લક્ષ્યોને મેળવવા માટે આગળ વધીને લોકો સાથે મિત્રતા કરવી પડશે, લિસ્ય બનાવવું પડશે અને વધારાના પ્રયત્ન કરવા પડશે.

આખરે કોનાથી સંબંધ વિકસિત કરવાના છે

સામાન્યથી લઈને ખાસ, જીવનના દરેક વિસ્તારમાં કેટલાક એવા સંબંધ બનાવવા બડશે, જે સારા તેમજ ખરાબ બંને સમયમાં કામ આવી શકે. પ્રશ્ન એ છે કે તેઓ કોણ લોકો છે, જેમને આપણે માનવ બેંકમાં સામે કરવાની પહેલ કરવી જોઈએ. આવો, યાદી તૈયાર કરવાનો પ્રયત્ન કરીએ : -

આધ્યાત્મિક ગુરૂ - જેના પર તમે વિશ્વાસ કરી શકો અને જેના આશીર્વાદથી તમારા જીવનમાં સુખ અને ખુશીઓ આવે.

પોલિસ અધિકારી - જે મુશ્કેલી આવવા પર તમારી મદદ કરી શકે.

ઉદ્યોગપતિ - જે સામાજિક તેમજ વ્યક્તિગત જવાબદારીઓ પૂરી કરવા માટે અલગ-અલગ સંસાધનોથી મદદ કરી શકે.

પ્રભાવશાળી નેતા - જ્યારે તમામ યોગ્યતા હોવા પર પણ તમારું કામ અટકી રહ્યું હોય અને અયોગ્ય લોકો તમારાથી આગળ જઈ રહ્યાં હોય, એ સમયે તેઓ તમારી પીઠ પર હાથ રાખી શકે.

ડૉક્ટર - જે અડધી રાત્રે તકલીફ આવવા પર ઊંઘ છોડીને તમારા માટે આવી શકે.

મેડિકલ દુકાનદાર - જે અડધી રાત્રે દવાની દુકાન ખોલીને તમને દવા આપી શકે.

વકીલ - જે મુશ્કેલીના સમય પર તરત તમારી મદદ માટે પહોંચી જાય.

પત્રકાર બન્ધુ - જે તમારા સફળતાઓને પ્રકાશિત કરીને તમારી મહેનતને માન્યતા અપાવી શકે.

નિષ્ઠાવાન સમાજસેવી - જેમની સાથે સમય વિતાવીને માનવતાની સેવાની સાચી

તક મળી શકે અને તમે પરલોક સુધારી શકો.

બુદ્ધિજીવી ટીમ - જેમની સાથે બેસીને સાર્થક ચર્ચાથી તમારી વિચારધારાનું સ્તર સુધરે.

તમારા કાર્યક્ષેત્રના મુખ્ય લોકો - જેઓ તમને ઝડપી ગતિથી સફળતા પ્રાપ્ત કરવા હેતુ માર્ગદર્શન કરી શકે.

કેટલાક જીગરી મિત્ર - જે મુશ્કેલ ક્ષણોમાં આમંત્રણ વગર જ તમારી સાથે ઊભા થઈ જાય.

તમે વ્યક્તિગત, વ્યાવસાયિક તેમજ સામાજિક જીવનને સમેટતા-સમેટતા ઓછામાં ઓછા ૨૫ લોકોની યાદી બનાવો જે તમારી માનવ બેંક હશે.

કેટલાક લોકોને આ હૉટ ૨૫ લિસ્ટ એક સ્વાર્થી સલાહ લાગી શકે છે, પરંતુ મારો દૃષ્ટિકોણ અલગ છે. અલગ-અલગ ક્ષેત્રોના સૂરમાઓની સંગતિ તમારા માનસિક સ્તરને ઊંચું ઊઠાવે છે. તમારી સામાજિક શાખમાં વધારો લાવે છે અને તમને મહત્ત્વપૂર્ણ થવાનો બોધ કરાવે છે.

દરેક સપ્તાહે અનેક કલાક તમે ગૉસિપ, બિનજરૂરી ટી.વી. કે મોબાઈલ, વધારે ઊંઘ અથવા એવી જ કેટલીક અનુત્પાદક વસ્તુમાં વિતાવી દો છો. એની જગ્યાએ માનવ બેંક હેતુ એ કલાકોનું રોકાણ કરવું હજાર ગણું ઉત્તમ છે.

હૉટ લિસ્ટ શ્રેષ્ઠ સંગતિ વિકસિત કરવાનું કાર્ય છે અને આ કૃતિમાં દરેક જગ્યાએ શ્રેષ્ઠ સંગતિની વકીલાત કરવામાં આવી છે. શ્રેષ્ઠ સંગતિ કરવા માટે તમારે જ પગલાં વધારીને ખાસ લોકો સુધી પહોંચવું પડશે. સંગતિ વિકસિત કરવી કોઈ ખોટું કાર્ય નથી. મોટી કંપનીઓ તો સંબંધ વિકસિત કરવા માટે અધિકારીઓની એક ટીમ રાખે છે, જે જરૂરિયાત અનુસાર સંબંધ વિકસિત કરે છે.

માનવ બેંક બનાવવા હેતુ તમારે જૂના સાથીઓને છોડવાના નથી, પરંતુ નવા સાથીઓને જોડવાના છે. શાંતિથી બેસીને જીવનના અલગ-અલગ ક્ષેત્રોની યાદી બનાવો અને દરેક ક્ષેત્રના કેટલાક લોકો સાથે સંબંધ વધારવાની દિશામાં કાર્ય કરો.

પૂરી પ્રામાણિકતા અને દિલથી એમના કામ આવો. જ્યારે સંબંધ ઊંડા થઈ જાય તો પોતાની જરૂરિયાતના ક્ષેત્રોમાં નિઃસંકોચ એમની પાસે જાઓ. કોઈ કારણ વગર એમની સાથે સમય વિતાવવાનો પ્રયત્ન કરો, જેનાથી તમારી અંદર શ્રેષ્ઠતા વિકસિત થઈ શકે.

જે પ્રકારે બેંકમાં તગડા પૈસા હોય તો માણસનો આત્મવિશ્વાસ વધી જાય છે, એ જ પ્રકારે જો તમારી પાસે તગડી માનવ બેંક હોય તો તમને જીવનમાં કોઈ વિપત્તિથી ડર નહીં લાગે. કોઈ પણ મુશ્કેલીમાં સહયોગ આપવા માટે અનેક વ્યક્તિ હશે.

તમારા ઘરમાં હૉટ લિસ્ટ હોવું જોઈએ, જેમાં અલગ-અલગ ક્ષેત્રોના પ્રભાવશાળી લોકોના નામ તેમજ ફોન નંબર લખ્યા હોય. તમારા પરિવારના સભ્યોને આ નિર્દેશ હોવો જોઈએ કે મુશ્કેલી આવવા પર આ બધા પર ફોન કરીને માનવ બેંકની મદદ લઈ શકાય.

આગલા પૃષ્ઠ પર આપવામાં આવેલી હૉટ ૨૫ વર્કશીટ પર ગંભીરતાથી કાર્ય કરો.

પાવર યોજના

- અલગ-અલગ ક્ષેત્રોમાં ટૉપના ૨૫ લોકોની યાદી લેખિતમાં બનાવો.
- દરેક અઠવાડિયે હૉટ લિસ્ટના કોઈ એક વ્યક્તિની સાથે પરિચય વિકસિત કરવા હેતુ પહેલ કરો.
- પરિચય વિકસિત કર્યા પછી એને ઊંડા સંબંધમાં બદલો.
- દિલની ઊંડાણતાથી એમને પોતાના જીવનમાં મહત્ત્વપૂર્ણ સ્થાન આપો.

વર્કશીટ ૧૩ હોટ લિસ્ટ વર્કશીટ

ક્ષેત્ર	વ્યક્તિના નામ
૧.	
૨	
૩	
૪	
૫	
૬	
૭	
૮	
૯	
૧૦	
૧૧	
૧૨	
૧૩	
૧૪	
૧૫	
૧૬	
૧૭	
૧૮	
૧૯	
૨૦	
૨૧	
૨૨	
૨૩	
૨૪	
૨૫	

૪૦

તમારી એમ આર પી શું છે

પાવર થિંકિંગનો અર્થ છે - દરેક સમયે ખુદને એ અહેસાસ અપાવવો કે તમે એક મહત્ત્વપૂર્ણ વ્યક્તિ છો અને ઈશ્વરે તમને કોઈ ખાસ ધ્યેય માટે આ સંસારમાં મોકલ્યા છે.

✍ પાવર સૂત્ર - ડૉ. ઉજજવલ પાટની

હું હંમેશાં વિચારું છે કે ઈશ્વરે માણસને એમ આર પી (**MRP- MAXIMUM RETAIL PRICE**)ની સાથે કેમ નથી પેદા કર્યો. જો શિશુ પોતાના શરીરમાં છુપાયેલી એમ આર પી લઈને પેદા થાત તો આ અદ્ભુત સ્થિતિઓની કલ્પના કરો.

જેવું જ શિશુ કોખથી બહાર આવતો તો ડૉક્ટર અને નર્સ લિંગ જોવાને બદલે પહેલાં એમ આર પી જોતાં. જો એમ આર પી ઓછી છપાઈ હોય તો માતા-પિતા માટે અફસોસ કરતાં. જો એમ આર પી જોરદાર હોય તો ઑપરેશન થિયેટરથી અભિનંદન આપતા બહાર આવતા.

માતા-પિતા મંદિરોમાં પુત્ર કે પુત્રીની દુઆ માંગવાની સાથે વધારે એમ આર પી વાળા બાળકો માટે દુઆ માંગતા. બાળક થતાં પહેલાં યજ્ઞ તેમજ પૂજા કરાવતા જેથી બાળક વધારે એમ આર પી વાળું પેદા થાય અને પંડિતોનો પણ ધંધો ચાલી નિકળતો.

ધનવાન એમ વિચારીને પરેશાન રહેતા કે એમને ત્યાં એમના આર્થિક સ્તર અથવા એમનાથી તગડા એમ આર પી વાળા બાલખ પેદા થશે કે નહીં. જો ઓછા એમ આર પી વાળા બાળક પેદા થઈ જાય, તો તેઓ એ માનીને ચાલતા કે કપૂત

થયો છે., અને આ બધી સંપત્તિ ડુબાડશે. ગરીબને ત્યાં વધારે એમ આર પી વાળો પેદા થઈ જતો, તો તે ખુશીથી ઝૂમી ઊઠતા. વધારે એમ આર પી વાળા બાળકને જોઈને એમનો ભાવ ના આપવાવાળા સગા-સંબંધીઓ પણ ભાવ આપતા કેમ કે એમને ખબર હોત કે આગળ આ રહીશ બનવાનો છે.

જો આશ્ચર્યજનક રૂપથી વધારે એમ આર પી વાળા બાળક પેદા થઈ જતા, જેની આગળ ચાલીને બિલ ગેટ્સ કે રતન ટાટા બનવાની શક્યતા હોતી તો એના માટે વિશ્વ સ્તર પર બોલીઓ લાગવાની શરૂ થઈ જતી. કેટલા બધા ઉદ્યોગ ઊભા થઈ જતાં, કેટલી અસીમ સંભાવનાઓ થતી.

મહિલાઓ કિટીમાં એ વાત કરતી નજરે આવતી કે કોને ત્યાં કયા એમ આર પી વાળા બાળક પેદા થયા છે. ટીચર ક્લાસમાં વધારે એમ આર પી વાળાને સંભાળીને રાખતા કેમ કે ભવિષ્યમાં તે યૂનિવર્સિટી સ્થાપિત કરીને ટીચરને પણ શાનદાર નોકરી આપી શકે છે.

દુનિયામાં સફળતા અને અસફળતા જેવા શબ્દ અપ્રામાણિક થઈ જતા કેમ કે બધાને ખબર હોત કે એમની ફાઈનલ એમ આર પી શું છે. અમીર માતા-પિતા પોતાની પુત્રીઓની વધારે એમ આર પી વાળા યુવકો સાથે લગ્ન કરતાં જેથી ભવિષ્યમાં કોઈ આર્થિક અસુરક્ષા ના રહે.

પરંતુ ઈશ્વરે આવું નથી કર્યું. ઈશ્વરે દરેક માણસને એમ આર પી વગર પેદા કર્યો. વિચારવા, સમજવા અને સપનાઓને પૂરા કરવાની અથાગ શક્તિ આપી. આ બધું એણે એથી કર્યું જેથી દરેક વ્યક્તિ જીવનમાં અંતિમ ક્ષણ સુધી શ્રેષ્ઠતા અને પ્રગતિના રસ્તા પર ચાલતો રહે અને બધી આશાઓ જીવંત રહે. ઈશ્વરે આથી જ આમ કર્યું જેથી

દુનિયાનો દરેક માણસ પોતાની એમઆરપી ખુદ નક્કી કરે

સાથીઓ, ઉપરવાળાએ તમને આઝાદ છોડ્યા છે જેથી તમે તમારું ભવિષ્ય ખુદ લખી શકો. કદાચ એથી આ દુનિયામાં કૉલેજ ફેઈલ યુવક બિલ ગેટ્સ બની જાય છે, પેટ્રોલ ભરવાવાળા ધીરુભાઈ અંબાણી બની જાય છે, ટેક્સી ચલાવવાવાળા ઑસ્કાર વિજેતા એ.આર. રહેમાન બની જાય છે, શોષિત ઓપરા વિનફ્રે દુનિયાની સૌથી

ધનવાન મહિલા બની જાય છે અને ગરીબનો પુત્ર લિંકન અમેરિકાનો રાષ્ટ્રપતિ બની જાય છે. આ બધું એથી થયું કેમ કે ઉપરવાળાએ આપણે બધાને **MRP** વગર પેદા કર્યા. આથી બંધનો તોડી દો અને પોતાની એમ આર પી ખુદ નક્કી કરો.

જો તમને લાગે છે કે તમારી યોગ્ય કિંમત દુનિયા નથી આંકી રહી, હિમ્મત ના હારો. થોડા રોકાઓ, વધારે સફળતાઓ પ્રાપ્ત કરો, શ્રેષ્ઠતા પ્રાપ્ત કરો, દુનિયા સુધી તમારી ઉપલબ્ધિઓ અને ક્ષમતાઓ પહોંચાડો. જ્યાં સુધી દુનિયા તમારી (**MRP- maximum retail price**)ને સ્વીકાર નથી કરતી ત્યાં સુધી એને માનસિક રૂપથી (**MRP- minimum reserved price**) બનાવીને કાર્ય કરતાં રહો.

> દરેક મહાનાયકની પહેલાં મજાક થાય છે, પછી વિરોધ થાય છે અને અંતમાં જય-જયકાર થાય છે.
>
> *✍ પાવર સૂત્ર - ડૉ. ઉજ્જવલ પાટની*

પાવર યોજના

- ખુદના વિશે ઊંચું વિચારો, મોટા સપના જુઓ.
- જો આર્થિક ક્ષેત્રની વાત કરીએ, તો જે ધન તમે મેળવવા ઇચ્છો છો, એની પ્રતિદિવસ કલ્પના કરો, ઝાડના સિદ્ધાંતની મદદ લો.
- તમારી **MRP** નક્કી કરો અને વિશ્વાસ કરો કે તમે એના અધિકારી છો. પોતાની ક્ષમતાઓને સીમાઓમાં ના બાંધો.

૪૧

જે દેખાશે, તે વેચાશે

આ વૉશિંગ્ટન ડી.સી.ના મેટ્રો સ્ટેશન પર ૨૦૦૭માં ઘટેલી એક સત્ય ઘટના છે. એક વ્યક્તિએ સ્ટેશન પર વાયોલિન વગાડવાનું શરૂ કર્યું. એણે રોકાયા વગર છ ધુનો વગાડી. એ સમયગાળામાં બે હરાજર લોકો સામેથી પસાર થયા, જે પોતાના કામ પર જઈ રહ્યાં હતા.

વાદન શરૂ કરવાના લગભગ પંદર મિનિટ પછી વાયોલિન વાદકેની હૈટ(ટોપી)માં એક મહિલાએ પહેલો ડૉલર નાંખ્યો અને રોકાયા વગર આગળ વધી. લગભગ સાત મિનિટ પછી એક યુવક થોડા સમય માટે ત્યાં રોકાયો. પિસ્તાલીસ મિનિટના સમયગાળામાં ફક્ત છ લોકો રોકાયા અને થોડી ક્ષણ વાદનની મજા લીધી. લગભગ વીસ લોકોએ પૈસા નાંખ્યા પરંતુ તેઓ તરત આગળ નિકળી ગયા. કુળ મળીને એ વાદકને પિસ્તાલીસ મિનિટમાં બત્રીસ ડૉલર મળ્યા. વાદનનો આનંદ લેવાવાળાઓની સંખ્યા નગણ્ય હતી.

એક કલાક પછી એ વાયોલિન સમેટીને જવા લાગ્યો. ના ત્યાં કોઈ પ્રશંસા કરવા ઊભું હતું અને ના તો કોઈ તાળીઓ વગાડી રહ્યું હતું.

તે વાદક હતા જોશુઆ બેલ, જે દુનિયાના સર્વશ્રેષ્ઠ વાયોલિન વાદકોમાંથી એક છે. એ સ્ટેશન પર જોશુઆ લગભગ ત્રણ કરોડ રૂપિયાના વાયોલિનથી પોતાની અમૂલ્ય ધુનો વગાડી રહ્યા હતા. મજાની વાત એ હતી કે ફક્ત બે દિવસ પહેલાં જોશુઆના કાર્યક્રમમાં બોસ્ટનનું એક થિયેટર ઠસાઠસ ભરેલું હતું. લોકોએ એ જ ધુનો સાંભળવા માટે ૧૦૦ ડૉલરમાં એક ટિકિટ લીધી,

પરંતુ એ સ્ટેશન પર કોઈએ એ અમૂલ્ય ધુનોની તરફ ધ્યાન ના આપ્યું અને ના જોશુઆને ઓળખ્યા.

આ ઘટના અમેરિકાના સમાચાર પત્ર વૉશિંગ્ટન પોસ્ટ દ્વારા ક રવામાં આવેલી સામાજિક રિસર્ચનો ભાગ હતો. એમટીસી ગ્લોબલ ફોરમમાં પ્રોફેસર બીરોજ. કવિતા દ્વારા પોસ્ટ કરવામાં આવેલી આ વાર્તાને વાંચીને મને એટલો આનંદ આવ્યો કે મેં તત્કાળ આના પર અધ્યાય લખી દીધો.

રિસર્ચનું પરિણામ ચાહે જે પણ રહ્યું હોય પરંતુ મારા ''સેલ્ફ માર્કેટિંગ''ના સિદ્ધાંતને આનાથી અત્યંત બળ મળ્યું. પાછલી કૃતિ ''જીત કે હાર રહો તૈયાર''માં મેં ખાસ રૂપથી એક અધ્યાય લખ્યો હતો ''ખુદનું માર્કેટિંગ કરો''. આ અધ્યાયના સમર્થનમાં અનેક મેઈલ તેમજ પત્ર આવ્યા હતા પરંતુ કેટલાક લોકોએ વિરોધ પણ કર્યો હતો. એમનું માનવું હતું કે ખુદની માર્કેટિંગ કરવી ''મુંહ મિયાં મિટ્ઠું'' બનવા જેવું છે. એમનું કહેવું છે કે જેનામાં પ્રતિભા નજરે આવી જાય છે, એને બતાવવાની જરૂર નથી પડતી.

હું એમના તર્કો સાથે સહમત નથી, આથી આ કૃતિમાં એ ચર્ચાને આગળ વધારી રહ્યો છું. આજની આ મશીની ભાગમભાગવાળા યુગમાં કોઈની પાસે કોઈના માટે સમય નથી. કેટલાક અપવાદ હોઈ શકે છે, જ્યાં પ્રતિભાને પારખીને એમ જ ઓળખી લીધી હોય પરંતુ મોટાભાગની જગ્યાએ આપણે આપણી પ્રતિભાનું માર્કેટિંગ કરવું પડે છે જેથી તે પારખીઓની પકડમાં આવી શકે. આ વાત જીવનના દરેક ક્ષેત્રમાં લાગૂ થાય છે.

જો હું તમને કોઈ વ્યક્તિ સાથે મળાવું અને એના વિશે હું થોડું ખાસ ન જણાવું, તો તમે એનાથી એક સામાન્ય વ્યક્તિની જેમ વ્યવહાર કરો અને ખાસ મહત્ત્વ ના આપો. એના વિપરીત જો હું પહેલેથી બતાવી દઉં કે આ અત્યંત ધનવાન છે, એની ફેક્ટરીઓમાં હજારો લોકો કામ કરે છે, એમની દરેક વાત અણમોલ હોય છે, તો એ વ્યક્તિને જોવાનો તમારો દૃષ્ટિકોણ બદલાઈ જશે. તમે અત્યંત વિનમ્ર અને ગર્મજોશીભર્યો વ્યવહાર કરશો. તમે એમની દરેક વાતમાં એક સંદેશ શોધશો. તમે ગર્વથી અનેક લોકો સાથે એ મુલાકાતની ચર્ચા કરશો.

રાજનેતા પણ સુરક્ષા વગર સામાન્ય માણસની જેમ અજાણી જગ્યાએ ચાલી જાય, તો કોઈ પણ દુર્વ્યવહાર કરી શકે છે. બની શકે છે કે તે મ્હોંથી કહે, હું ફલાણો મંત્રી છું અને સામેવાળો ઠહાકો લગાવીને બોલે - ''ઓય, તું મંત્રી છે તો હું પ્રધાનમંત્રી છું.''

સાથીઓ, એક હીરાને જો કાચના ટુકડાઓની વચ્ચે રાખી દેવામાં આવે તો લોકો એને કાચ જ સમજે છે. એક સોનાના ઘરેણાને આર્ટિફિશીયલ ગોલ્ડ જ્વેલરીના પેકમાં રાખી દેવામાં આવે તો લોકો એને આર્ટિફિશીયલ જ સમજે છે. આ માણસની સ્વાભાવિક વિચારધારા અને આશા રહે છે કે ખાસ વસ્તુને ખાસ જગ્યા પર જ હોવું જોઈએ.

આથી મહાન સંગીતકાર જોશુઆ જ્યારે સ્ટેશન પર બેસીને વાયોલિન વાદન કરી રહ્યાં હતા, તો લોકો એમને એક સામાન્ય જરૂરતમંદ કલાકાર સમજીને નજરઅંદાજ કરી રહ્યાં હતા. એ જ લોકો જ્યારે થિયેટરમાં મોંઘી ટિકિટ ખરીદીને જાય છે, તો માનસિક રૂપથી તૈયાર થઈને એ આશાની સાથે જાય છે કે આજે અમે એક મહાન વાદકની મહાન રચના સાંભળવા જઈ રહ્યાં છીએ. તેઓ સાંભળવા અને આનંદ લેવાની માનસિકતાની સાથે બેસે છે. તેઓ દિલથી વાહ-વાહ કરે છે અને સંગીતની લહેરખીઓમાં ખોવાઈ જાય છે.

જો તમારે તમારી પ્રતિભાની કદર જોઈએ, તો તમારે અન્ય લોકો સુધી આ પ્રત્યક્ષ કે અપ્રત્યક્ષ સંદેશ પહોંચાડવો પડશે કે તમે પ્રતિભાશાળી છો. તમારી એમની માનસિક તૈયારી કરાવવી પડશે, જેનાથી તેઓ તમને ગંભીરતાથી લે. દરેક વ્યક્તિને પ્રારંભિક સમયમાં આ કરવું પડે છે અને એમાં કશું ખોટું પણ નથી. તમારે ખાસ બનવા માટે, ખાસ જગ્યા પર, ખાસ રીતથી ખુદની યોગ્યતાઓને બતાવવી જોઈએ. પ્રારંભિક સમયમાં બધાએ પોતાની બ્રાંડ વેલ્યૂ બનાવવી પડે છે.

Early to bed, Early to rise
Work like hell & advertise

એમાં કશું પણ ખોટું નથી

- શરૂઆતમાં પોતાની ઉપલબ્ધિઓની ખબર સમાચાર પત્રો સુધી મોટાભાગના લોકોએ ખુદ જ પહોંચાડવી પડે છે.
- અતિ પ્રતિભાશાળી કે કોઈ વિશિષ્ટ યોગ્યતાના ધની લોકોની વાત છોડી દો, તો મોટાભાગના લોકો શરૂમાં આર્થિક દાન કે અન્ય સંસાધનોથી સહયોગ કરીને અતિથિ બની શકે છે.
- કોઈ વિશિષ્ટ પદ હેતુ પોતાના સમર્થકો દ્વારા ખુદ જ નામ પ્રસ્તાવિત કરાવવું પડે છે.
- પ્રતિભા હોવા છતાં પણ પ્રારંભિક સમયમાં લાગવગ લગાવવી પડે છે.
- ટીવી પર ચહેરો દેખાડવા હેતુ રિપોર્ટર સાથે પરિચય વધારવો પડે છે.

એવા હજારો ઉદાહરણ તમારા અંતરમાં પણ હશે અને એવું કરવું શરમ અનુભવવા જેવી વાત નથી. આ વાત યાદ રાખો કે તમે માર્કેટિંગથી કોઈ પણ ક્ષેત્રમાં પ્રવેશ તો કરી શકો છો, પરંતુ ત્યાં ટકી રહેવા માટે તમારી અંદર પ્રતિભા હોવી જોઈએ. જો તમે તમારી પ્રતિભાના દમ પર મૂળીયા મજબૂત કરીને ત્યાં ટકી જાઓ છો, તો આ એક યોગ્ય રીત છે.

તમે તમારા ઘર પર બેસીને એમ વિચારતા રહેશો કે પારખી આવશે અને તમને શિખર પર લઈ જશે, તો મને ભય છે ક્યાંક આ સપનુ જ ના રહી જાય. આથી પોતાનું માર્કેટિંગ કરો, ગુડવિલ બનાવો, મીડિયામાં નજરે આવો. ઉચ્ચ સ્તરીય લોકોની સાથે રહો જેથી તમારી પણ એવી જ છબિ બને.

પોતાના નામની ઓળખ બનાવો

જો તમારી છબિ સકારાત્મક છે, તમારો ચહેરો લોકો માટે ઓળખાય એવો છે અને તમારું નામ લોકોએ સાંભળેલું છે તો તમે અનેક મુશ્કેલીઓથી બચો છો, તમને

તક જલદી મળે છે, અને તમને ટોચના લોકો સુધી પહોંચવામાં મુશ્કેલી નથી આવતી.

અડધી રાત્રે ટ્રાફિક પોલિસ દ્વારા દુર્વ્યવહાર

એક રાત્રે હું મારા પરિવારની સાથે નાઈટ શો મૂવી જોઈને આવી રહ્યો હતો. રસ્તામાં પોલીસવાળાઓએ ગાડી રોકી અને મારાથી સવાલ કરવા લાગ્યા. મેં જણાવ્યું કે પિક્ચર જોઈને આવી રહ્યાં છીએ, તો એમણે ટિકિટ બતાવવાનું કહ્યું. મેં કહ્યું, ટિકિટ તો અમે પિક્ચર જોયા પછી ફેંકી દીધી, તો એમાંથી એક અધિકારી ઊંચા સ્વરમાં આપત્તિજનક વાતો કરવા લાગ્યો. હું ભાષા સાંભળીને અસહજ થઈ રહ્યો હતો કેમ કે મારી સાથે પૂરો પરિવાર હતો. એટલામાં એમણે લાયસન્સ માંગ્યું. અત્યારે એમને મારા નામની જાણકારી ન હતી.

જેવા જ લાયસન્સ પર ''ડૉ. ઉજ્જવલ પાટની'' લખેલું જોયું, એ અધિકારીના ચહેરાના ભાવ બદલાઈ ગયા. કદાચ એમણે મારા વિશે પહેલેથી સાંભળ્યું હતું અથવા વાંચી રાખ્યું હતું. તરત એમણે સૉરી કહ્યું અને જવા દીધા. મને ફરી અનુભવાયું કે જો તમારો ચહેરો સકારાત્મક કાર્યો હેતુ ઓળખવામાં આવે, તો તે તમારા હિતમાં હોય છે.

રેલ યાત્રાની એક ઘટના

એક વખત ટ્રેનમાં પોતાના પરિવાર સાથે જઈ રહ્યો હતો. અમે ત્રણ લોકો હતા. અમારી બે સીટ એક સાથે હતી અને એક સીટ થોડી દૂર હતી. મેં વિચાર્યું કે ટિકિટ નિરીક્ષકને આગ્રહ કરીને પોતાની સીટ બદલાવવાનો પ્રયત્ન કરીશ. હું પણ ત્યાં જ બેસી ગયો. ત્યાં બે લોકોએ આપત્તિ કરવાની શરૂ કરી દીધી. મેં એમને નિવેદન કર્યું કે થોડાં સમય માટે હું અહીંયા બેઠો છું. ટિકિટ નિરીક્ષક સાથે વાત કરીને ચાલી જઈશ. તે લોકો માન્યા નહીં અને ખરાબ રીતે મને ઊઠવાનું કહ્યું. હું ચુપચાપ ઊઠીને ઊભો થઈ ગયો. હવે હું ઊભો હતો, અને મારો પરિવાર બેઠો હતો. અમને અજીબ લાગી રહ્યું હતું કે થોડા સમય માટે એક માણસ બેસી પણ જાય તો એમનું શું બગડી જશે. એટલામાં કૉલેજનું એક ગ્રુપ ત્યાંથી પસાર થયું. તેઓએ મે જોતાં જ એક-

બીજા સાથે ખુસર-ફુસર કરવા લાગ્યા. થોડી જ મિનિટોમાં કાગળ, ડાયરી વગેરે લઈને ઑટોગ્રાફ લેવા પહોંચી ગયા. હું ઊભા-ઊભા ઑટોગ્રાફ આપવા લાગ્યો. જોત-જોતામાં જ મારી આસપાસ ભીડ લાગી ગઈ.

ઑટોગ્રાફ શરૂ થતાં જ દુર્વ્યવહાર કરવાવાળા લોકો અસહજ થઈ ગયા. એમણે એક પ્રશંસકથી મારા વિશે જાણકારી લીધી. થોડી મિનિટો પછી એમણે મારા પુત્રને કહ્યું - બેટા, પપ્પાને કહો કે અહીંયા બેસી જાય. હું કોઈ પ્રતિક્રિયા વગર ચુપચાપ બેસી ગયો. જ્યારે હું સ્ટેશન આવવા પર ટ્રેનથી ઉતરવા લાગ્યો તો એમાંથી એક વ્યક્તિએ મારો સામાન ઊઠાવવામાં મદદ કરી અને ટ્રેન નિકળતા-નિકળતા મારાથી ''સૉરી'' કહી દીધું.

સાથીઓ, લોકો જ્યારે તમને જાણશે, ત્યારે તમારી કદર કરશે. મારી સલાહ છે કે પૂર્ણ સાહસ અને આત્મવિશ્વાસની સાથે સર્વશ્રેષ્ટ પ્રકારથી ખુદને પ્રસ્તુત કરો. પોતાનું મૂલ્ય પોતાની નજરોમાં ઊંચું રાખો. પોતાના ગુણોનું માર્કેટિંગ કરવામાં અચકાઓ નહીં, ભલે જ લોકો કશું પણ કહે. પોતાનું નામ અને પોતાના ચહેરાની ઓળખ બનાવો.

પાવર યોજના

- પ્રતિભા પ્રદર્શિત કરવાની તક ના ચૂકો.
- લીડરશિપની જરૂર હોવા પર આગળ વધીને પહેલ કરો.
- સતત જનતાની સામે નજરે આવો.
- પબ્લિક સ્પીકિંગની તક ના ચૂકો.
- સારી સંસ્થાઓ તેમજ સામાજિક સમૂહોના સભ્ય બનો.
- મીડિયા દ્વારા પોતાની સફળતાઓને લોકો સુધી પહોંચાડો.
- અલગ-અલગ ક્ષેત્રોના ટોચના લોકોની સંગતિ કરો.

૪૨

દર વર્ષે ત્રણ આદતોના ગુલામ બનો

યાદ કરો, જ્યારે તમે ટૂ-વ્હીલર કે કાર ચલાવવાનું શરૂ કર્યું હતું, તો તમને ક્લચ, બ્રેક, એક્સીલેટર, ગીયર વગેરે યાદ રાખીને સો-ટકા ધ્યાનથી ડ્રાઈવિંગ કરવું પડતું હતું. પરંતુ આજે તમે ગાડી ચલાવતા-ચલાવતા ખૂબ વધારે કાર્ય સાથે કરી શકો છો કેમ કે ડ્રાઈવિંગ હવે તમારી આદત બની ચુકી છે. જે ડ્રાઈવિંગનું કાર્ય શરૂઆતમાં તમને મુશ્કેલ લાગતું હતું, હવે એ એકદમ સરળ લાગે છે.

રિસર્ચ કહે છે કે કોઈ પણ કાર્યને પ્રતિદિવસ તમે ત્રણ મહીના સુધી કરી લો તો તે કાર્ય તમારી આદત બની જાય છે. હું વ્યક્તિગત પ્રભાવકારિતા સેમિનારમાં ભાગ લેનારાઓને કહું છું કે આદતોના ગુલામ બનો. એવા કંઈક કરો કે આદતો તમને એટલા જકડી લે કે તમે ઇચ્છીને પણ પીછો ના છોડાવી શકો. પોતાના નજીકના લોકોને પણ ના છોડો, એમને પણ આદતોના ગુલામ બનાવી દો.

પરંતુ કઈ આદતોના ગુલામ બનશો

જો તમે તમારા જીવનમાં ક્રાંતિકારી પરિવર્તન ઇચ્છો છો, તો પ્રતિવર્ષ ત્રણ સફળતા અપાવવાવાળી પાવર આદતોના ગુલામ બની જાઓ. પ્રતિવર્ષ ત્રણ આદતોનો અર્થ, દસ વર્ષમાં ત્રીસ આદતો. મહાન લોકોની બાયોગ્રાફી અનુસાર

એમાં બે કે ત્રણ આદતો એવી હતી, જેનાથી તેઓ અસાધારણ થઈ ગયા. ત્રીસ આદતો કેટલી શક્તિશાળી હોઈ શકે છે, એ તો મારી કલ્પનાથી પણ બહાર છે. જો નકારાત્મક આદતો તમારા જીવનને બરબાદ કરી શકે છે, તો સકારાત્મક આદતો તમને શિખર સુધી પહોંચાડી શકે છે.

પાવર થિંકિંગની દરેક કાર્યશાળામાં પ્રતિભાગીઓને પાવર આદતો પસંદ કરવાનું કહું છું. દિલની ઊંડાણતાથી તેઓ આદતોના પાલનની સૌગંદ લે છે. એમનું ઝનૂન મને ક્યારેક-ક્યારેક એટલું પ્રેરિત કરી દે છે કે હું પણ કોઈ નવી પાવર આદતની સૌગંદ લઈ લઉં છું. એમની પસંદ કરેલી હજારો આદતોમાંથી કેટલીક પાવર આદતોને તમારી સાથે વહેંચી રહ્યો છું.

સ્વાસ્થ્ય

- પ્રતિદિવસ એક કલાક મૉર્નિંગ વૉક અને કસરત કરીશ.
- અઠવાડિયામાં એક વખત હોટલનું ખાવાનું કે જંક ફૂડ ખાઈશ.
- દરરોજ દસ ગ્લાસ પાણી પીશ.

માનસિક વિકાસ

- પ્રતિદિવસ ત્રીસ મિનિટ પાવર રીડિંગ કરીશ અને અમલ કરીશ.
- કારમાં છ મહીના સુધી ફક્ત પ્રેરણાદાયક ટેપ ચલાવીશ.
- પ્રતિદિવસ પંદર મિનિટ ધ્યાન અને આત્મનિરીક્ષણ કરીશ.

સંબંધ વિકાસ

- દર અઠવાડીયે કોઈ એક સફળ વ્યક્તિ સાથે સંબંધ સ્થાપિત કરીશ.
- દર અઠવાડિયે પાંચ લોકોને થેંક્યૂ કે અભિનંદન પત્ર લખીશ.
- આ વર્ષે બે સંસ્થા, સંગઠન કે સમૂહનો સભ્ય બનીશ, જેનાથી મારા પરિચયનો વિસ્તાર વધે અને નવા ગુણ વિકસિત થાય.

પારિવારિક ક્ષેત્ર

- ☯ દરેક અઠવાડિયે સાત કલાક પોતાના સંતાનને ક્વૉલિટી સમય આપીશ.
- ☯ પ્રતિદિવસ માતા-પિતાના પગ સ્પર્શીને આશીર્વાદ લઈશ તેમજ દરેક અઠવાડિયે ઓછામાં ઓછા ત્રણ કલાક માતા-પિતા સાથે વિતાવીશ.

કારકિર્દી / વ્યવસાય

- ☯ રોજની કાર્ય યાદી બનાવીશ અને રાત્રે વિશ્લેષણ કરીશ.
- ☯ પ્રતિદિવસ એક કલાક ઇંગ્લિશ શીખવા માટે આપીશ.
- ☯ કાર્યક્ષેત્રના ટોચના પ્રભાવશાળી વ્યક્તિને દર અઠવાડિયે મળીશ.
- ☯ પ્રતિદિવસ નવા ગ્રાહક બનાવવા માટે એક નવું કાર્ય કરીશ.
- ☯ કોઈ પાંચ ગ્રાહકથી દર અઠવાડિયે વાત કરીને આભાર વ્યક્ત કરીશ.

શોખ / રૂચિ

- ☯ આગલા છ મહીનાની અંદર ગિટાર વગાડતા શીખીશ.
- ☯ દર ત્રણ મહીનામાં એક વખત પરિવાર સાથે ફરવા જઈશ.

પાવર યોજના

૧) બે યાદી બનાવો. પ્રથમ યાદીમાં છોડવાવાળી આદતો રાખો જે સફળતાના રસ્તામાં વિઘ્ન બની રહી છે. બીજી યાદીમાં અપનાવવાવાળી આદતો રાખો, જે તમને ઝડપથી સફળતાની તરફ લઈ જશે.

૨) આદત અપનાવવા માટે તારીખ અને સમય નક્કી કરીને સૌગંદ લો.

૩) સૌગંદનું પાલન થવા પર ખુદને પુરસ્કાર અને ના થવા પર ખુદને દંડ આપો.

૪૩

આ જિન્દગી તમારી નથી

એ લોકોની પરવા કરો, જેઓએ તમને ઉત્તમ જીવન જીવન જીવવાની તક આપવા માટે ખુદના જીવન સાથે સમાધાન કર્યાં છે.

આખરે આ જિન્દગી તમારી હોઈ કેવી રીતે શકે છે ? તમારા પેદા થવામાં તમારું કોઈ યોગદાન ન હતું. તમને મોટા કરવા, સારી શિક્ષા તેમજ સુવિધાઓ આપવા હેતુ તમારા પરિવારે અથાગ પરિશ્રમ કર્યો.

એમણે જે સુખ ના જોયા, એ બધા સુખ તમને આપ્યા. તેઓ સારી સ્કૂલમાં ભણ્યા હોય કે નહીં, પરંતુ તમને સારી સ્કૂલ, કોચિંગ અને વાતાવરણ આપ્યું. કૉમ્પ્યૂટર અપાવ્યું, ટૂ વ્હીલર અપાવ્યું અને અન્ય સુવિધાઓ અપાવી. તમને દરેક ઉત્સવ પર નવા કપડાં અપાવ્યા, તમારા જન્મદિવસે ભેટ આપી, અને જાણે શું-શું કર્યું. આમ કરતાં એમણે ક્યારેય એ નથી વિચાર્યું કે ભવિષ્યમાં તમે એમના સપના પર ખરા ઉતરશો કે નહીં.

તમારી મમ્મી રાત-રાતભર જાગી, તમારા ગંદા કપડાં ધોયા, તમારી પાછળ ભાગીને ખાવાનું ખવડાવ્યું અને તમારી ચિંતામાં આંસૂ પણ વહાવ્યા. તમારા પિતા કામ પરથી ઘેર આવ્યા પછી તમારા માટે ઘોડા બન્યા અને તમે એમની પીઠ પર બેસીને ફરતાં રહ્યાં. તમારા પિતાથી જે માગણી તમે કરી, એમણે પોતાની ક્ષમતા અનુસાર બધી પૂરી કરી. તમારા પરિવારે સુખોમાં કપાત કરી પરંતુ તમારી ઉચ્ચ શિક્ષા માટે ધન જમા કર્યું, લગ્ન વગેરે માટે સામાન એક્ઠો કર્યો અને ના જાણે કેટલાં જતન કર્યાં.

તમારો ગુસ્સો સહન કર્યો, ઊંચા અવાજમાં જવાબ સહન કર્યા. તમારું મોડી રાત સુધી ટી.વી. જોવાનું સહન કર્યું, મિત્રોની સાથે ચુપચાપ કલાકો ઘરેથી ગાયબ રહેવાનું સહન કર્યું, વ્યર્થના ગપ્પાઓના ફોન બિલોની ચૂકવણી કરી અને હસતા રહ્યાં. મમ્મીએ તમારી ભૂલો છુપાવવા પર પિતાથી જાણે કેટલીય વખત દાંટ ખાધી. છાનીમાની રીતે કાઢીને ખિસ્સા ખર્ચ માટે પૈસા આપ્યા અને તમારા દરેક હાસ્ય પર પોતાનો જીવ લૂંટાવતી રહી. તમારી દરેક ઇચ્છા પર તમારી પસંદગીના વ્યંજન બનાવતી રહી. ક્યારેક મમ્મીએ એમ નથી કહ્યું કે પગ કે માથુ દુઃખી રહ્યું છે, આથી હું નહીં બનાવું.

તેઓ જિન્દગીમાં પ્રતિકૂળ પરિસ્થિતિઓથી તમારા માટે ઝઝૂમતા રહ્યાં, અને એક દિવસે તમે મોટા થઈ ગયા. હવે તેઓ ઇચ્છે છે કે તમે તમારી જિન્દગીની જવાબદારી ખુદ ઉઠાવી લો, અને પોતાની યોગ્યતાઓની સાથે ન્યાય કરો. તેઓ ઇચ્છે છે કે તમે પ્રગતિ કરીને જિન્દગીના સુખોનો આનંદ લો. એમના મનમાં એ ઇચ્છા હોય છે કે તમારું નામ થાય, જશ મળે અને તેઓ ગર્વથી કહી શકે કે તમે એમની સંતાન છો. તે ક્ષણને અનુભવ કરવા ઇચ્છે છે, જ્યારે તેઓ રસ્તા પર ચાલે, તો લોકો કહે કે જુઓ, ફલાણાના માતા-પિતા જઈ રહ્યાં છે. લોકો કહે કે આમના સંતાને ખૂબ જ ઊંચાઈ પ્રાપ્ત કરી છે.

જન્મ લેવાથી મોટા થવા સુધી માતા-પિતા, ભાઈ-બહેન, દાદા-દાદી, કાકા-કાકી અને જેટલા પણ લોકોએ તમારા માટે બલિદાન આપ્યા છે, તમારા રોમ-રોમ એમના કરજ હેઠળ દબાયેલા છે. એવામાં જિન્દગી તમારી કેવી રીતે થઈ? તમારા પર જવાબદારી છે કે તમે એવા કાર્ય કરો કે લોકો એમના સંસ્કારોની પ્રશંસા કરો. તમે એ મૂલ્યાંકન ના કરો કે એમણે તમને શું આપ્યું, પરંતુ તમે એ નક્કી કરો કે તમે એમને શું આપવાના છો. જ્યારપે તમે એમની છાતીમાં ગર્વ લાવી દો, જ્યારે તમે એમને આત્મિક સંતુષ્ટિ આપી દો ત્યારે તમે પોતાની જિન્દગીને પોતાની રીતે જીવવાની શરૂ કરી શકો છો. ત્યાં સુધી તમારી આ જિન્દગી અન્ય લોકોની અમાનત છે, અને અમાનતને સંભાળીને રાખવામાં આવે છે.

આભાર..

શુભકામનાઓ..

પ્રિય વાચક,

મને વિશ્વાસ છે કે આ પુસ્તક તમે દિલની ઊંડાણતાથી વાંચી હશે. જો તમે વર્કશીટ પર પ્રામાણિકતાથી પોતાના વિચાર વ્યક્ત નથી કર્યા તો તમે એક અદ્ભુત અનુભૂતિ છોડી રહ્યાં છો. મારી એ વિનંતી છે કે વર્કશીટ પર કાર્ય જરૂર કરો. પહેલી વખત તમને અનુભવ થશે કે ખુદની જિન્દગી વિશે લખવું પણ સરળ નથી હોતું.

જીવનમાં પરિવર્તન ત્યારે આવશે, જ્યારે તમે અમલ કરવાનું શરૂ કરશો, આથી કરવામાં આવેલા નિર્ણયો પર તાત્કાલિક અમલ કરવાનું શરૂ કરો. હું હૃદયથી પ્રભુને પ્રાર્થના કરું છું કે તેઓ તમારા બધા સપનાઓને સત્ય કરે, તમને સ્વસ્થ રાખે અને પાવર થિંકિંગની મદદથી તમને એક સફળતાપૂર્ણ જિન્દગી મળે.

મને એ પણ વિશ્વાસ છે કે જિન્દગીની સાથે પણ, અને જિન્દગીના પછી પણ, દુનિયા તમને એક શાનદાર શખ્સિયતના રૂપમાં યાદ કરશે અને દરેક પળે તમારી ઊણપ અનુભવ કરશે.

મારાથી ભવિષ્યમાં જોડાયેલા રહેવા માટે ફેસબુક અને ટ્વિટર પર મળો. તમે ઇચ્છો તો મને **powerthinkingbook@gmail.com**, **powerthinking@ujjwalpatni.com** પર મેઈલ કરી શકો છો.

ડૉ. ઉજ્જવલ પાટની

ડૉ. ઉજ્જવલ પાટનીના ટ્રેનિંગ કાર્યક્રમોની જાણકારી

વિશ્વ સ્તર પર ૧૦૦થી વધારે શહેરોમાં કાર્યક્રમ	બે લાખથી વધારે પ્રતિભાગી સેમિનારમાં
૨૫,૦૦૦થી વધારે પ્રતિભાગી કાર્યશાળાઓમાં	અનેક દેશોમાં ૧૦૦થી વધારે સંતુષ્ટ કંપનીઓ તેમજ સંસ્થા
ઉચ્ચતમ પ્રભાવકારિતાવાળી ISO 9001 : 2008 કંપની	સિક્સ સ્ટાર ટ્રેનિંગ સિસ્ટમના જન્મદાતા
પર્સનાલિટી પ્લસ ઈન્ટરનેશનલથી સંકળાયેલા	હિન્દી તેમજ અંગ્રેજી, બંને ભાષાઓમાં પ્રશિક્ષણ કાર્યક્રમ
મૉડ્યૂલ જરૂરિયાત અનુસાર ડિઝાઈન કરવા હેતુ રિસર્ચ ટીમ	શાસકીય પ્રશિક્ષણ હેતુ વિશિષ્ટ કંપની મેડિડેન્ટ ઈંડિયા

પ્રશિક્ષણના પ્રમુખ ક્ષેત્ર

- નેટવર્ક માર્કેટિંગ
- વ્યક્તિત્વ વિકાસ
- કૉર્પોરેટ પ્રશિક્ષણ
- પાવર થિંકિંગ
- રિટેલ ટ્રેનિંગ કાર્યક્રમ
- લીડરશિપ ડેવલપમેન્ટ
- ટ્રેન ધી ટ્રેનર
- પ્રભાવી બોલવાની કળા
- ૧૦૦થી વધારે અન્ય પ્રશિક્ષણ કાર્યક્રમ

યાદગાર પળ

શ્રી અરૂણ જેટલી, છ.ગ.ના મુખ્યમંત્રી ડૉ. રમન સિંહ તેમજ મંત્રી શ્રી વૃજમોહન અગ્રવાલ દ્વારા પ્રતિષ્ઠિત પં. સુંદરલાલ શર્મા રાજ્ય સાહિત્ય અલંકરણ પ્રાપ્ત કરતાં નજરે પડે છે.

સંગીત વિભૂતિઓ શાન, મોન્ટી શર્મા તેમજ ઈસ્માઈલ દરબારની સાથે

ભજન સમ્રાટ અનુપ જલોટાની સાથે

છત્તીસગઢના મુખ્યમંત્રી ડૉ. રમન સિંહ દ્વારા પુસ્તકનું વિમોચન

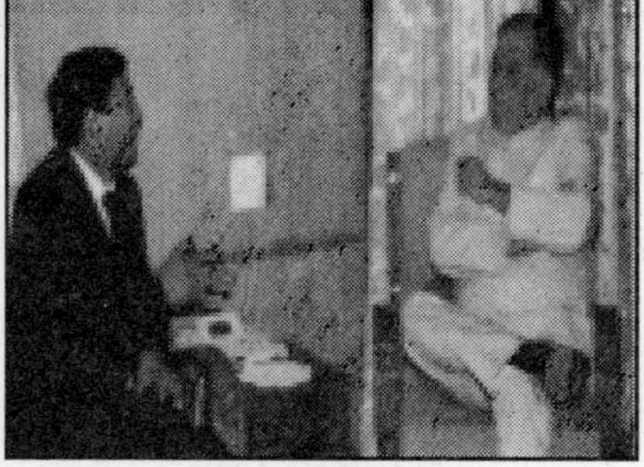

મહામહિમ રાજ્યપાલ શ્રી કે.એમ. સેઠની સાથે ઊંડી ચર્ચામાં

ભારતીય જેસીસનો લાઈફટાઈમ એચીવમેન્ટ એવૉર્ડ ગ્રહણ કરતાં...

મ.પ્ર.ના મુખ્યમંત્રી શ્રી શિવરાજ સિંહ ચૌહાનની સાથે ઊંડી ચર્ચામાં

મુનિ શ્રી તરૂણ સાગરજી મહરાજ દ્વારા 'જીત કે હાર રહો તૈયાર' પુસ્તકનું વિમોચન

એમટીસી ગ્લોબલ દ્વારા બેસ્ટ કૉર્પોરેટ ટ્રેનર ઑફ ઈન્ડિયા એવૉર્ડ લેતાં...

દૈનિક ભાસ્કર સમૂહના ચેરમેન શ્રી રમેશચન્દ્ર અગ્રવાલની સાથે ખાસ પળ

જૈનકાશી, મૂઢિબદ્રીમાં સ્વસ્તિ શ્રી ચારૂકીર્તિ ભટ્ટારકજી દ્વારા સન્માન

મુનિ શ્રી તરૂણસાગરજી, પત્રિકાના પ્રમુખ શ્રી ગુલાબ કોઠારી, પદ્મભૂષણ શ્રી વિરેન્દ્ર હૈગડે તેમજ શ્રીમતી મેનકા ગાંધીની સાથે તરૂણ ક્રાંતિ પુરસ્કારના રાષ્ટ્રીય અધ્યક્ષના રૂપમાં

ડૉ. ઉજ્જવલ પાટની : સંક્ષિપ્ત પરિચય

ડૉ. ઉજ્જવલ પાટની પ્રખ્યાત આંતરરાષ્ટ્રીય લેખક, મોટિવેશનલ સ્પીકર તેમજ કૉર્પોરેટ ટ્રેનર છે. આંતરરાષ્ટ્રીય સ્તર પર ડૉ. પાટનીના સેમિનારમાં સો શહેરોમાંથી બે લાખથી વધારે પ્રતિભાગી તેમજ લગભગ પચ્ચીસ હજાર લોકો કાર્યશાળાઓમાં ભાગ લઈ ચૂક્યા છે. એમના પ્રશંસકોમાં ટોચના રાજનીતિજ્ઞ, ઉદ્યોગપતિ, અધિકારી અને પ્રખ્યાત હસ્તીઓ સામેલ છે. તેઓ લીડરશિપ, મોટિવેશનલ તેમજ નેટવર્ક માર્કેટિંગ પર ભારતના સૌથી વધારે સફળ લેખક તેમજ વક્તાઓમાંથી એક છે.

શિક્ષા - બીડીએસ, એમબીએ, એમએ, સીસીપી, સીએચઆર

સ્વવિકાસ તેમજ નેટવર્કિંગ પર પ્રસિદ્ધ કૃતિઓ

જીત કે હાર રહો તૈયાર, સફળ વક્તા સફળ વ્યક્તિ, નેટવર્ક માર્કેટિંગ - જોડાઓ, જોડો, જીતો, નેટવર્ક માર્કેટિંગ - કેટલું સત્ય કેટલું અસત્ય, વિનર્સ એન્ડ લૂઝર્સ, ગ્રેટ વર્ડ્સ વિન હાર્ટ્સ વગેરે લોકપ્રિય કૃતિઓ બાર ભાષામાં અઢારથી વધારે દેશોમાં વાંચવામાં આવે છે.

પ્રમુખ રાષ્ટ્રીય સન્માન

- ગિનીજ વિશ્વ રેકૉર્ડ (ગિનીજ બુક ઑફ વર્લ્ડ રેકૉર્ડ્સ ૨૦૦૫)
- પં. સુંદરલાલ શર્મા સાહિત્ય અલંકરણ - (શાસન ૨૦૧૦)
- બેસ્ટ કૉર્પોરેટ ટ્રેનર ઑફ ઈન્ડિયા - (એમ ટી સી ગ્લોબલ ૨૦૧૧)
- લાઈફટાઈમ એચીવમેન્ટ એવૉર્ડ - (જેસીસ ૨૦૧૦)
- બ્રાઈટ અથર એવૉર્ડ (૨૦૦૮)
- રાષ્ટ્રીય કમલ પત્ર (૨૦૦૬)

પ્રિન્ટ તેમજ ઈલેક્ટ્રોનિક મીડિયા

- દૂરદર્શન, ઝી-ટીવી, ઈન્ડિયા ટીવી, સહારા ટીવી, ડી ડી-૧ વગેરે રાષ્ટ્રીય ચેનલો પર પ્રમુખતાથી ઉપસ્થિતિની નોંધ.
- ગૃહલક્ષ્મી, અહા જિંદગી, બિઝનેસ ડાયરી, લક્ષ્ય વગેરે પ્રમુખ પત્રિકાઓમાં લેખન
- ભારતના લગભગ બધા પ્રમુખ સમાચાર પત્રોમાં ડૉ. પાટનીના કાર્ય, સફળતાઓ તેમજ વિચાર પ્રકાશિત થઈ ચૂક્યા છે.

પાવર થિંકિંગની અગ્રિમ પ્રશંસા

કેટલાંક વર્ષ પહેલાં ડેલ કારનેગીની કૃતિ મેં મારા પરિવાર તથા બે હજાર કર્મચારીઓને ભેટમાં આપી હતી. આજે વર્ષો પછી એ નક્કી કર્યું છે કે હું એ બધાને 'પાવર થિંકિંગ' ભેટ કરીશ. હું મારા પરિવાર તથા કંપનીના બધા લોકોને પાવર થિંકિંર બનાવવા ઇચ્છું છું.

એ.દી.શા

ચેરમેન, ઓ.સી.આઈ.

આ કૃતિની ખાસિયત આમાં આપવામાં આવેલી ખૂબ વધારે વર્કશીટ છે. જો તમે એ વર્કશીટ પર પ્રામાણિકતાથી પોતાના વિચાર લખશો તો તમને લાગશે કે તમે કોઈ આંતરરાષ્ટ્રીય સ્તરના સેમિનારમાં ભાગ લઈ રહ્યાં છો. આટલી વર્કશીટવાળી ઉચ્ચસ્તરીય કૃતિ આનાથી પહેલાં મેં નથી વાંચી.

અશોક જૈન

નિર્દેશક - દૂરસંચાર પંચાલય

છેલ્લાં ૨૦ વર્ષોમાં વિચારધારા અને આત્મનિરીક્ષણ પર કોઈ ભારતીય કે વિદેશી લેખકની આવી જીવન બદલવાવાળી કૃતિ નથી જોઈ, પ્રેક્ટિકલ અને સાચી-સાચી. હું ચોક્કસપણે કહી શકું છું કે, ડૉ. ઉજ્જવલ પાટનીને ભારતીય ભવિષ્યમાં એ જ નજરથી જોવાશે, જેમ કે સ્ટીફન કવી અથવા પીટર ડ્રકરને જુએ છે. વિચારધારા પર એક ઊંડી તેમજ ઉત્તમ પુસ્તક.

એચ.સી. ઝાંઝરી

સીએમડી - એરાવત ઉદ્યોગ સમૂહ

આઠ ક્રાંતિકારી અધ્યાય વાંચીને રાત ભર ઊંઘ ના આવી. વર્કશીટ ભરતાં-ભરતાં નિર્ણય લીધો કે પરિવારના દરેક સભ્ય માટે અલગ નકલ લઈશ. પાવર થિંકિંગ શબ્દ હંમેશાં આમાના નામથી ઓળખાશો. નિશ્ચિત બેસ્ટસેલર, દરેકને પ્રેરણા આપશે.

પ્રો. ભોલાનાથ દત્તા

ચેરમેન-મેનેજમેન્ટ ટીચર કન્સૉટિયમ ગ્લોબલ

તમારી કૃતિથી હું ખૂબ જ પ્રભાવિત છું. મને પૂરો વિશ્વાસ છે કે જે રીતે મને ફાયદો થયો છે, એ જ રીતે આ કૃતિ દરેકને પ્રેરિત કરશે.

ડૉ. કિરણ બેદી

મૅગ્સેસે પુરસ્કાર વિજેતા પ્રખ્યાત લેખિકા

આ પુસ્તકને વાંચીને મારી અંદર આશ્ચર્યજનક પરિવર્તન આવ્યું, હું મારી આસ-પાસના રોલમૉડલોથી પ્રેરણા લેવા લાગી. આઠ ક્રાંતિકારી અધ્યાય તેમજ સંભાવના બારીવાળા ભાગે મને સૌથી વધારે પ્રભાવિત કરી. મને લાગે છે કે આ પુસ્તકને પાછળથી વાંચવાનું શરૂ કરવું જોઈએ.

નિહારિકા પઈ

પ્રખ્યાત આંતરરાષ્ટ્રીય લેખિકા

આપણી પેઢી કે યુવા પૉઝિટિવ થિંકિંગ શબ્દને પુસ્તકી અને બોરિંગ માને છે, પરંતુ 'પાવર થિંકિંગ' પોતાના નામની જેમ શક્તિશાળી, વિચારોત્તેજક અને ઓરિજનલ છે. મેં હૉટ ૨૫ લિસ્ટ બનાવવાનું શરૂ કરી દીધું છે. એકદમ પ્રેક્ટિકલ, અદ્‌ભુત, પ્રેરણાદાયક...

રજત હાંડા

પ્રસિદ્ધ નૉવેલિસ્ટ

હું તમારા લખેલાં દરેક શબ્દ સાથે સંમત છું.

જોગિંદર સિંહ

પૂર્વ સીબીઆઈ નિર્દેશક તેમજ પ્રખ્યાત લેખક

પાવર થિંકિંગમાં ડૉ. પાટનીએ એવા-એવા સત્ય લખી દીધા છે, જેને સ્વીકાર કરવા હિંમત જોઈએ. હું એટલો આંદોલિત થઈ ગયો કે બીજા જ દિવસે પોતાના વિદ્યાર્થીઓને પાવર રીડિંગ અને પાવર સંગતિની સૌગંદ અપાવી. પાવર થિંકિંગના ચાર સિદ્ધાંત પાઠ્યક્રમમાં આવવા જોઈએ.

એ.કે. જૈન

ચેરમેન - ભવિષ્યમ સમૂહ